"మధువనం"

(కథా సంపుటి)

'శ్రీమతి ఉప్పలూరి మధుపత్ర శైలజ'

"మధువనం" (కథా సంపుటి)
రచన : శ్రీమతి ఉప్పలూరి మధుపత్ర శైలజ
ప్రథమ ముద్రణ : 2023
ISBN(Paperback): 978-81-960562-7-8
ISBN(E-Book): 978-81-960562-5-4
ముద్రణా నిర్వహణ
"కస్తూరి విజయం"
Email: Kasturivijayam@gmail.com
00919515054998

Book available
Amazon, flipkart, Google Play, ebooks, Rakuten and KOBO

డా. ముళ్ళపూడి సత్యనారాయణ, రజని దంపతులు

అంకితం

జన్మనిచ్చి, విద్యావినయాది సంస్కారములతోపాటు సాహితీ సౌరభాలను మదినింపి, నా
బ్రతుకుబాటను పూదోటచేసిన 'అమ్మానాన్న' గార్లకు శతసహస్ర వందనాలను అర్పిస్తూ ఈ
"మధువనం"

కథా సంపుటిని అంకితమిస్తున్నాను.

–ఉప్పలూరి మధుపత్ర శైలజ

స్వీయ పరిచయం

పేరు : శ్రీమతి ఉప్పలూరి మధుపత్ర శైలజ

జీవిత భాగస్వామి : శ్రీ ఉప్పలూరి వేంకట ఫణి రామకృష్ణ ప్రసాద్

జననీ జనకులు : శ్రీమతి రజని, డా.శ్రీ ముళ్ళపూడి సత్యనారాయణ

అత్తమామలు : శ్రీమతి ఉప్పలూరి లలిత నాంచారమ్మ, కీ.శే. ఉప్పలూరి సత్య ఫల్గుణ వేంకట అప్పారావు

పుత్రిక : శ్రీమతి కాళేశ్వరం లక్ష్మీ మాధవిలత

అల్లుడు : శ్రీ నాగ వేంకట రాఘవ కళ్యాణ్

పుత్రుడు : శ్రీ ఉప్పలూరి పవన్ నాగ ఆదిత్య

కోడలు : శ్రీమతి ఉప్పలూరి శ్వేత

విద్యార్హత : బి.ఎ.

అభిరుచులు : లలిత సంగీతం, దేశభక్తి గేయాలను వినడం, పుస్తక పఠనం, వీణలో కొద్దిపాటి ప్రవేశం, 2007 నుండి వ్యాసాలు, కవితలు, కథలను రాయటం మరియు చేతనైనంతలో పేదపిల్లలకు చదువు చెప్పటం.

సాహితీ పురస్కారాలు : గత 15 సంవత్సరాలుగా చేస్తున్న నా సాహితీ కృషికి గతంలో జరిగిన/పొందిన అనేక సన్మానాలు, పురస్కారాలు, బహుమతులతో పాటు వర్తమానంలో

–2019 లో శ్రీమతి చివుకుల శ్రీలక్ష్మిగారి ఆధ్వర్యంలో 116 మంది కవులు/కవయిత్రుల రచనలతో ముద్రితమైన "ఆదినుంచి... అనంతం దాకా..." పుస్తక విడుదల సందర్భంగా ఆంధ్రా యూనివర్సిటిలో పురస్కారం.

–వరుసగా "పరివర్తన" (2019), "శ్మశానే వసంతం" (2020) మరియు "పేదింటి పెన్నిధి" 2021 (3) సంవత్సరములలో "TAGCA వాహిని, కెనడా" వారు నిర్వహించిన "కథల పోటీ" లలో బహుమతులు వచ్చిన కారణంగా వారిచే 2022లో ప్రశంసా పత్రం.

–2022లో శ్రీమతి వల్లభోజు జ్యోతిగారు నిర్వహించిన 175 మంది మహిళా రచయిత్రులు రాసిన "ప్రియమైన నీకు" పుస్తకం విడుదల సందర్భంలో "తెలుగు బుక్ ఆఫ్ రికార్డ్స్" వారి నుండి ప్రశంసాపత్రం

– "2022లో "హాస్యానందం మాస పత్రిక" వారు నిర్వహించిన "ముళ్ళపూడి సింగిల్ పేజీ హాస్య కథల పోటీ" లో నా కథ "ఎంత ఘాటు ప్రేమయో..." కథకు బహుమతి/ పురస్కారం.

–2022లో "సాహితి కిరణం మాస పత్రిక" మరియు" సూర్య సాహితి వేదిక" ల సంయుక్త ఆధ్వర్యంలో నిర్వహించిన "బాలల కథల పోటీ" లో నా "అమ్మ కోసం" కథకు ద్వితీయ బహుమతి (2022).

–2022లో "శ్రీ వంశీ రామరాజు" గారు నిర్వహించిన "వంశీ స్వర్ణోత్సవ కథా సంకలనం" లో నా కథ "(వి) చిత్రం" చోటు చేసుకుని ప్రముఖుల ప్రశంసలను పొందింది.

★★★★★★

ఈ "మధువనం" కథా సంపుటిలో

"అంతరంగ అక్షర సుమాలు"

అందరికీ వందనములు. నా మొదటి కథాసంపుటి "**మధుమాలిక**" 2018లో "కథానికా జీవి" "కీ.శే. వేదగిరి రాంబాబు"గారి స్మృత్యర్థం జరిగిన సభలలో విడుదల చేయటం జరిగింది. ఆ సంపుటిలోని కథలను చదివిన రసజ్ఞులయిన పాఠకులు నన్ను అనేక రకాలుగా ప్రోత్సహించటంతో మరో అడుగు వేస్తున్నాను.

వివిధ సంస్థలవారు, పత్రికలవారు పెట్టిన పోటీలలో బహుమతులు పొందిన/ప్రచురణ కొరకు ఎన్నికైన నా కథలలో కొన్నింటిని ఈ "**మధువనం**" కథాసంపుటిలో పొందుపరచటం జరిగింది. నేడు సమాజంలో వచ్చిన మార్పులను, సమస్యలను ఈ సంపుటిలోని కథల ఇతివృత్తంగా ప్రస్తావిస్తూ, వాటికి నాకు తోచిన పరిష్కారాలను కూడా సూచించటం జరిగింది.

నా కలం నుండి జాలువారిన ప్రతి అక్షరం నాకు ఆత్మానందాన్ని కలిగించేదే అయినా, నా హృదయానికి అతిదగ్గరగా వచ్చిన కథలు కొన్ని ఉన్నాయి.

"**మందు తెచ్చిన మార్పు**" వాటిలో ఒకటి. వాస్తవ జగతిలో జరిగిన ఓ సంఘటనకు నా కల్పన కొంత జోడించి రాసిన కథ అది. బహుమతి పొందిన తరువాత ఆ కథను ఓ కుటుంబంలోని వారు చదవటం ద్వారా, నేను ఆశించిన విధంగా ఆ కుటుంబంలో మార్పు రావటం నాకు అత్యంత తృప్తిని ఇచ్చింది.

"రాములోరి కుర్చీ" కథ కూడా ఓ మారుమూల పల్లెలో జరిగిన యదార్ధ సంఘటన. ముగింపును నా కోణంలో మలచుకోవటంతో ఆ కథ కూడా చాలామంది పాఠకులను ఆకట్టుకోగలిగింది. ఉడిపి పట్టణంలో నివసించే నా సాహితీ మిత్రురాలు "శ్రీమతి వీణాజోషి"గారు ఆ కథను చదివి, దాన్ని కన్నడంలోకి అనువదించి "తుషార" కన్నడ మాసపత్రికకు పంపితే, ప్రచురించబడి, కన్నడ పాఠకులకు కూడా చేరువయ్యాను. ఎంతో ఆనందం కలిగించిన విషయమది.

అదేవిధంగా "జీవన పోరాటం" కథ కూడా విభిన్నమైనదే. ఓ స్త్రీ, శ్మశానంలో తానే కాటికాపరి పని చేస్తూ, జీవికను సాగించటం ఇతివృత్తంగా సాగిన కథ కూడా నా కన్నులతో చూసిన జీవన సత్యం. మన సమాజంలో స్త్రీలను శ్మశానానికి రానీయరు. కానీ ఏ

ఆధారమూలేని ఆ స్త్రీ, శ్మశానాన్నే రక్షణ కవచంగా, ఉపాధికి మార్గంగా అనుసరించవలసినప్పుడు ఆమెకున్న మానసిక ధైర్యం, పట్టుదల వీటన్నింటి సమాహారమే కథా వస్తువయ్యింది.

ఈ పుస్తకానికి ముందుమాటలు వ్రాయమని సహస్ర కథా చక్రవర్తి "శ్రీ Ch. శివరామ ప్రసాద్ (వాణిశ్రీ)"గారిని అడిగిన వెంటనే స్పందించి, విలువైన సమీక్షనందించారు. వారి అమూల్యమైన సలహాలను దృష్టిలో ఉంచుకుని నా ముందు కథలను మరింతగా మెరుగు పరచుకుంటాను. వారికి ధన్యవాదములు.

పెద్దలు, పద్యకవి, బహుముఖ ప్రజ్ఞాశాలి "శ్రీ పాణ్యం దత్త శర్మ"గారు నన్ను తమ సొంత చెల్లెలుగా ఆదరించి నా ఈ కథలపై చక్కని సమీక్షను అందించారు. వారి ప్రేమానురక్తమైన అభిమానానికి శతసహస్ర వందనములు.

ఈ నా సాహితీ ప్రయాణంలో నా రచనలకు బహుమతులనిచ్చి ప్రోత్సహిస్తున్న వివిధ పత్రికల సంపాదకులకు, అంతర్జాల పత్రికా నిర్వాహకులకు, వివిధ సాహితీ సంస్థల అధిపతులకు, జాతీయ/అంతర్జాతీయ పోటీల న్యాయనిర్ణేతలకు నా ధన్యవాదములు.

అన్ని విషయాలలో విలువైన సలహాలనిస్తూ, ఈ కథలు అతికొద్ది కాలంలో పుస్తకరూపంలోకి రావటానికి కృషిచేసిన "కస్తూరి విజయం" అధినేత "శ్రీ సుధీర్ రెడ్డి పామిరెడ్డి" గారికి సర్వదా కృతజ్ఞురాలిని.

అడిగిన వెంటనే అతిస్వల్ప కాలంలో ఈ పుస్తకానికింతటి చక్కని ముఖచిత్రాన్నందించిన నా పుత్రసమానుడు రచయిత/చిత్రకారుడు శ్రీ కొత్తపల్లి విశ్వనాథ్‌కు ధన్యవాదములు/ఆశీస్సులు.

నేను హైదరాబాద్ వచ్చిన దగ్గరనుండి నా సాహితీ ప్రయాణానికి సహకరిస్తూ, నా "మధుమాలిక" పుస్తకం విడుదల సభలను అన్నీ తానే అయి నిర్వహించిన/నిర్వహిస్తున్న శ్రీ మట్టిగుంట వేంకట రమణ (MVR ఫౌండేషన్)గారికి నా ధన్యవాదములు.

నా రచనా వ్యాపకంలో నన్ను అన్ని విధాల ప్రోత్సహించే నా జీవన సహచరులు "శ్రీ కృష్ణప్రసాద్ "గారికి, నా తల్లిదండ్రులకు, అత్తయ్యగారు "శ్రీమతి ఉప్పలూరి లలిత నాంచారమ్మ"గారికి, బంధు మిత్రులందరికి ఈ సందర్భంలో ధన్యవాదాలు తెలుపుతున్నాను.

సాహిత్యాభిమానులైన ప్రతివారు ఈ "**మధువనం**"లో విరిసిన కథలను చదివి తమ అభిప్రాయాలను నాకు తెలియపరచాలని వినమ్రముగా కోరుకుంటూ

– ఉప్పలూరి మధుపత్ర శైలజ

సెల్: 7032094260/7032834460

"సుమర్శ"

శ్రీ పాణ్యాం దత్తశర్మ

శ్రీమతి ఉప్పలూరి మధుపత్ర శైలజగారి "మధువనం"లో విహరిస్తూంటే పూల పరిమళాలు, పిల్ల తెమ్మెరలు నన్ను పలుకరించాయి. కథలన్నీ ఒక కావ్య ప్రయోజనాన్ని సిద్ధింప జేసుకుని, "హమ్ కిసీ సే కమ్ నహీ" అంటూ గర్వంగా తలెత్తుకుని సాహితీ వేదికపై నిలబడ్డాయి.

శైలజ కథలు ఏవో టైంపాస్ బటానీలు కావు. ప్రతి కథ వెనుక రచయిత్రిదైన సోషల్ కమిట్‌మెంట్ వుంది. **"Poetry Instructs as it delights"** అని "డాక్టర్ జాన్సన్" అన్నట్లు సమాజానికి సందేశమిస్తూనే మనసులను అలరింప చేసే కథలవి.

"మేధావుల వలస"ను ఇతివృత్తంగా తీసుకొని మలచిన కథ "స్నేహానికన్న మిన్న". ఆంధ్రోళ్ళు తెలంగాణావారిని దోచుకున్నారని ప్రత్యేక రాష్ట్ర ఉద్యమంలో అపోహకు గురైన తెలంగాణా యువకుడు ఆంధ్రా, తెలంగాణావాళ్ళు అమెరికాలో మంచి ఉద్యోగాలన్నీ తమ కైవసం చేసుకుంటున్నారన్న అక్కసుతో అక్కడివారు వారిపై దాడులు చేయడం చూసి నిజాన్ని తెలుసుకుంటాడు. గట్స్ ఉంటేగాని ఇలాంటి థీమ్స్ రాయలేరు శైలజకు ఆ గట్స్ ఉన్నాయి.

హాస్యాన్ని పండించడం రచయితకు కత్తిమీద సాము. మా శైలజ సవ్యసాచి. "ఎంత ఘాటు ప్రేమయో" కథలో పెళ్ళికి ముందు ప్రేమించుకోలేదనే లోటును ఇద్దరు భార్యాభర్తలు ఎలా "కలర్ ఫుల్"గా తీర్చుకున్నారో తెలిసి నవ్వుకుంటాం బిగ్గరగా. ఆరోగ్యకరమైన హాస్యం! 'జబర్దస్త్ ' లాంటి వెకిలి లైవ్‌షోల వాళ్ళు ఇలాంటి చక్కని హాస్య కథలను స్కిట్‌లుగా మార్చి ప్రేక్షకులకందిస్తే బాగుంటుంది.

"Real Happiness lies in making others happy" అన్న అవతార్ మెహర్ బాబాగారి సూక్తికి ప్రతిరూపమే "పేదింటి పెన్నిధి" అన్న కథ. దేవుడయ్య ఆ సూక్తికి మారుపేరు. "ప్రభుత్వ పథకాల జోలికిపోతే ఒట్టు" అన్న సుబ్బన్న మాటలు రచయిత్రివే. ఉచితపథకాల ద్వారా ప్రజలను ఓట్ల కోసం సోమరులను చేస్తున్న ప్రభుత్వాలు, వారి ఆత్మగౌరవాన్నికూడా దెబ్బతీస్తున్నాయని రచయిత్రి అన్యాపదేశంగా చెబుతారిక్కడ. దివాకర్‌లో వచ్చిన పరివర్తన మనలో కూడా రావాలి.

విధినిర్వహణలో "కరోనా" సంక్షోభంలో ఎందరో పోలీసులు, డాక్టర్లు, నర్సులు ప్రాణాలకు తెగించి సేవ చేశారు. వారి పెద్ద మనసును కళ్ళకు కట్టేలా రచయిత్రి "కనువిప్పు"అనే కథలో వివరించారు. వారితో పోలిస్తే లాక్‌డౌన్‌ను విసుక్కునే మనం ఎంత అధములం!

కరోనా నేపథ్యంలోనే మరో కథ రాశారు శైలజ. "గుడి గంట మ్రోగని వేళ" అనే కథ! ప్రపంచం బాగుండాలని శాంతి యజ్ఞం జరిపించే రవిప్రసాద్ లాక్‌డౌన్ వల్ల దేవాలయాలు మూతపడ్డాయని, పూజారులు రోడ్డున పడ్డారనీ తెలుసుకుని, రంగంలోకి దిగుతాడు. ఈ కథలో కొన్ని వాక్యాలు మన గుండెలో తడిని నింపుతాయి.

"గుడిలో కనీసం దీపం వెలగాలన్నా మరో పది చేతులు అడ్డుపెట్టి తైలమందించి సాయపడాలి. కరోనాను తరిమి కొట్టేందుకు నిత్యం దైవనామ సంకీర్తన చేసే మీ గొంతులు, పెదవులు మూగపోరాదని..." గౌరీనాథశాస్త్రి అనే పూజారి వ్యక్తిత్వం ఈ కథలో కాంతులీనుతుంది. "మనకంటే నిరుపేదలకే సాయమందాలి" అంటాడాయన. రవిప్రసాద్ ఆయనను సాయం స్వీకరించటానికి ఒప్పించిన తీరు కూడా చక్కగా ఉంది. "ధర్మో రక్షతి రక్షితః " అన్న వేదోక్తిని సార్ధకం చేశారు శైలజ.

"**Poetics**" అన్న లాక్షణిక గ్రంధాన్ని మొట్టమొదట రాసినవారు" అరిస్టాటిల్" మహాశయుడు. ఆయన తత్వవేత్తయే కాదు సాహిత్యవేత్త. సాహిత్య పరమార్ధాన్ని ఆయన ఒకే పదంలో చెప్పాడు. **"IMPORT"** అని. కవి/రచయిత ఏ అనుభూతిని పొంది రచన చేస్తాడో అదే అనుభూతిని పాఠకులకు కలిగించడమే **"IMPORT"**. దానిని శైలజ తన కథల్లో సాధించగలిగింది. ఆమె కథల్లో నేల విడిచి సాము చేయడాలు ఉండవు. సంభాషణలు సాదాసీదాగా ఉంటాయి. భాషతో జిమ్మిక్కులు చేయడం ఆమెకు తెలియదు. ఆమె పాత్రలన్నీ **"Down to earth"** గా, **"Flesh and blood"**తో నిండి ఉంటాయి. ఎక్కడా ఔచిత్యం తప్పి ప్రవర్తించవు.

"అనౌచిత్యాదృతే కావ్యం రస భంగస్య కారణమ్ " అన్నాడు క్షేమేంద్రుడు. తన " ఔచిత్య విచార చర్చ" అనే గ్రంథంలో. శైలజగారే కాదు ఏ రచయితైనా అరిస్టాటిల్‌ను, క్షేమేంద్రుణ్ణి చదివి ఉండాల్సిన అవసరం లేదు. సృజన, ప్రతిభ కలిస్తే లాక్షణికుల సిద్ధాంతాలన్నీ వారి రచనల్లో ఆటోమాటిక్‌గా ప్రతిఫలిస్తాయి. మా సోదరి మధుపత్ర శైలజ ఇంకా ఎన్నో మంచి రచనలు చేసి యశస్సు పొందాలని నా ఆశీస్సు!

★★★★★★

27 డిసెంబర్, "22 — పాణ్యం దత్తశర్మ

వనస్థలిపురం, హైద్రాబాద్ — **9550214912**

"అన్నీ ఆణిముత్యాలే!"

ఇప్పుడు తెలుగులో 'చిన్నకథ'కు ఆదరణ పెరిగింది. దానికి కారణం ఉంది. గ్లోబలైజేషన్, ప్రైవేటైజేషన్‌ల వల్ల సమాజంలో వేగంగా మార్పులు వచ్చాయి. ప్రభుత్వాలు పాధమిక విద్య స్థాయిలోనే ఇంగ్లీష్‌ని ప్రవేశపెట్టడం, అది  కెరీర్‌కి సోపానంగా తల్లిదండ్రులు భావించి తమ పిల్లల్ని ఇంగ్లీష్ మీడియంలో చేర్పించడంతో తెలుగు చదివేవారు తగ్గిపోవడం వాస్తవం.

శ్రీ సిహెచ్ శివరామ ప్రసాద్
(వాణిశ్రీ)

గత రెండు సంవత్సరాల కరోనాకాలంలో తెలుగు దిన, వార, మాస పత్రికలు మూతపడి తెలుగుకు కష్టకాలం మొదలైంది. ఆ ప్రభావం తెలుగు కథలపై పడింది. పెద్దకథలు చదివే ఓపిక, తీరిక పాఠకులకు ఉండటంలేదు. అందరి దృష్టి 'చిన్నకథ'ల వైపే మళ్ళింది. పత్రికలు, స్వచ్ఛంద సంస్థలు కూడా 'చిన్నకథ'ల పోటీలు నిర్వహిస్తూ కథకులను ప్రోత్సహించడం అభినందనీయం.

'చిన్నకథ'కు క్లుప్తత ముఖ్యం. పాఠకుడు కథ చదవడం మొదలు పెట్టినప్పుడు వస్తువు ఆసక్తికరమైన అంశంతో మొదలైనప్పుడు ఉత్సుకత చూపిస్తాడు. కథ ఎలా ముగుస్తుందో అని ఆలోచిస్తూ చదువుతాడు. చాలా కథలు ఎలా సమాప్తమవుతాయో చదువరి ఊహిస్తాడు. తాను అనుకున్నట్లుగా కాక ముగింపు మరొక విధంగా ఉంటే చాలా ఆనందిస్తాడు. పాఠకుడు ఊహించని విధంగా కొసమెరుపుతో ముగించిన కథ అతనిలో ఆలోచనలు రేకెత్తిస్తుంది.

'చిన్నకథ' ఆరంభం ఒకయెత్తు అయితే కథ ముగింపు మరొక ఎత్తు. కథ మొదలు, అంతం అవ్వడం, మొదలుకీ తుదికీ పొంతన ఉండటం పాఠకుడి మనసులో కదలికను తెస్తుంది.

అందుకే 'చిన్నకథ' రాయడం పెద్ద కళ అన్నారు. కథ సుఖాంతం అయినప్పుడు పాఠకుడు సంతోషిస్తాడు. అలాగే దుఃఖాంతం అయినప్పుడు కూడా చదువరికి విచారం కలగగూడదు. కథ నడుపుతున్నప్పుడే పాఠకుడిని అందుకు సమాయత్తం చేసి ఉండాలి.

v

మనిషి జీవితంలో వేగం పెరిగి ఉరుకులపరుగుల సమయంలో, చదవడానికి తక్కువ సమయం పట్టేది కావటంవల్ల ఈనాడు 'చిన్నకథ'కు ఆదరణ పెరిగింది.

ఐతే 'చిన్నకథ'లు సామాన్యమైనవి కావు, పెద్ద విషయాలే చెబుతాయి. కథలు మనిషి జీవితంలో దృశ్యాలే. మనిషి జీవితంలో ఒక అనుభవం, ఒక సంఘటన చిత్రించేదే 'చిన్నకథ'. మనిషిలో లోపాలు, ఉన్నత భావాలు ఆదర్శాలు కొన్ని క్షణాలలో కలంతో చిత్రించి పాఠకుడి కళ్ళముందు పెడుతుంది 'చిన్నకథ'. చదువరిని ఆహ్లాదపరుస్తూ, ఆనందింప జేస్తుంది, లేదా ఆలోచింపజేస్తుంది 'చిన్నకథ'.

రచయిత్రి శ్రీమతి ఉప్పలూరి మధుపత్ర శైలజ రచించిన "మధువనం" కథాసంపుటిలో 22 కథలు ఉన్నాయి. ఇందులో 15 కథలకు వివిధ పోటీలలో బహుమతులు రావటం అద్భుతం.

ఇందులోని కథలన్నీ సాదాసీదా కథలు మాత్రం కావు. సామాజిక సమస్యలను ఆవిష్కరించిన కథలు. మధుపత్ర శైలజ సామాజిక స్పృహ కలిగిన ఔత్సాహిక రచయిత్రి అని చెప్పడంలో అతిశయోక్తి ఎంత మాత్రం లేదు.

"మూడో కోరిక" అనే కథలో రచయిత్రి జవాబు లేని ప్రశ్నను సమాజానికి సంధించడం ఆమెలోని సామాజిక స్పృహను తెలియజేస్తుంది.

"ఈ కాలంలో కళాశాలలలో ర్యాగింగ్, ఆడపిల్లలపై యాసిడ్ దాడులు, అత్యాచారాలు, వేధింపులు చాలా ఎక్కువగా జరుగుతున్నాయి. మరో ప్రక్కన పూజలు, హోమాలు, యాగాలు, టీ.వీ. ఛానల్స్‌లో పెద్దల ప్రవచనాలు, ఆధ్యాత్మిక ప్రవచనాలు కూడా చాలా ఎక్కువగానే ఉన్నాయి. అందువలన యువత ధర్మ మార్గంలో నడవడానికి అవకాశాలున్నాయి. అయినా ఎన్నెన్ని నేరాలు, ఘోరాలు జరుగుతున్నాయో?".

ఇవి రెండూ వైవిధ్యమైన విషయాలు. గతంలో లేనంతగా గుళ్ళు, చర్చిలు, మసీదులు భక్తులతో కిటకిటలాడుతున్నాయి. కమ్యూనికేషన్ పెరిగి నిత్యం టి.వీ.ఛానల్స్‌లో ధర్మ ప్రసంగాలు హోరెత్తుతున్నాయి.

మరి ఇటువంటి పరిస్థితులలో దేశంలో రామరాజ్యమో, గుప్తుల స్వర్ణయుగమో నడవాలి కదా? దీనికి విరుద్ధంగా నేరాలు, ఘోరాలు, అత్యాచారాలు, హత్యలు, మోసాలు జరగని నిమిషం ఉందా? అని రచయిత్రి పరోక్షంగా ప్రశ్నిస్తున్నారు.

దీనికి ఏ మేధావీ, ఏ నాయకుడూ, ఏ ప్రవచనకారుడు జవాబు చెప్పలేడేమో? ఈ విషయంపై విజ్ఞులంతా దృష్టిసారించి ఆలోచించవలసిన విషయం కదా?

"చెదరని బంధం" **కథ అవయవ దానం చేసిన తల్లిదండ్రుల దగ్గరికి దానం పుచ్చుకున్న వ్యక్తి చేరుకోవడం చివరి వరకు ఉత్కంఠతతో నడిపినది. కొసమెరుపు చదువరికి అనూహ్యమైనది.**

"పూరింటి నుండి పార్లమెంట్ దాకా" కథలో తాత, మనవడికి అసలుసిసలు జాతీయ నాయకుడు, అందరూ మరిచిపోతున్న ఆంధ్రప్రదేశ్ తొలి దళిత ముఖ్యమంత్రి కీ.శే. శ్రీ దామోదరం సంజీవయ్యగారి గురించి, ఆయన పూరింట్లో నివసిస్తూ ఎలా విద్యావంతుడై జాతీయ నాయకుడయ్యాడో వివరించడం రచయితలోని చైతన్య స్ఫూర్తిని తెలియజేస్తుంది.

"ఆ కళ్ళు" కథ నవయుగ వైతాళికుడు తెలుగులో తొలి ఆధునిక కథ రచించిన కీ.శే. శ్రీ గురజాడ అప్పారావుగారి ఇంటినుంచి "కథతో పాద యాత్ర"ను "కారా" మాష్టారి "కథానిలయం" దాకా జరిపిన వైనం చిత్రించినది. ఈ కథలో యదార్థ సంఘటనా అనిపించే చిన్నారి పాప సంఘటన చెప్పడం అద్భుతం.

"అన్నా! నాకు కూడా ఓ ప్లేకార్డ్ ఇవ్వండి. మీ వెంట ఎంత దూరం నడవమంటే అంత దూరం జే..జే..లంటూ అరుస్తూ నడుస్తాను" అని బ్రతిమిలాడుతుంది ఆ చిన్నారి,

"జే..జే.."లు పలుకుతూ పోతున్న వారిని చూసి "ఓట్ల పండుగ వచ్చిందేమో? డబ్బులు దొరుకుతాయి" అని అపోహ పడుతుంది ఆ పాప. మన దేశంలో ఎన్నికలనే ఫార్స్‌కి అద్దం పడుతుందీ సంఘటన.

"పూరింటి నుండి పార్లమెంట్ దాకా"; "ఆ కళ్ళు" అనే ఈ రెండు కథలు పిల్లలకు పాఠ్యాంశాలుగా చేర్చవలసిన మంచి కథలు.

"స్నేహానికన్నా మిన్న" కథ ఎవరైనా రాయడానికి వెనుకాడతారు. తమ పదవులకోసం స్వార్థపరులైన నాయకులు ఉద్యమాలపేరుతో మరొక ప్రాంతం ప్రజలను దొంగలుగా, తమ సంపదను దోచుకుపోతున్న దోపిడీదారులుగా ప్రచారం చేయడం వల్ల చిన్నారుల మనసులు ఎలా కలుషితం అవుతాయో, కేవలం మరొక ప్రాంతం వారనే పేరుతో అప్పటివరకు స్నేహంగా మెలగిన వారు ఎలా ద్వేషిస్తారో వివరించిందీ కథ.

ఉద్యమ స్ఫూర్తితో పొరుగువారిని మరొక ప్రాంతం వారని ద్వేషించిన చందూ, చివరకు తప్పు తెలుసుకుని పరివర్తన చెందడం రచయిత్రి పరిణితిని సూచించిన ఉత్తమ కథ.

ఈ కథను ఇక్కడ పత్రికలైతే ప్రచురించవు. అంతర్జాతీయ స్థాయిలో "అర్చన ఫైన్ ఆర్ట్స్ అకాడెమీ, హ్యూస్టన్, అమెరికా" వారు నిర్వహించిన పోటీలో ద్వితీయ బహుమతి పొందబట్టి, వెలుగులోకి వచ్చింది.

మధుపత్ర శైలజ నిత్యం సమాజ పోకడలను గమనిస్తూ, స్ఫూర్తి పొంది కథలను రాస్తుంటారనడానికి ఉదాహరణ "కానిస్టేబుల్ కూతురు". సామాజిక సేవలో మునిగి తేలుతున్న

వారిగురించి వార్తలలో చదువుతూంటాం. ఐతే అవి కథలుగా మలిచినప్పుడు చదువరులకు కలకాలం గుర్తుంటాయనేది యదార్థం. అనాథ శవాలకు దహన సంస్కారాలు నిర్వహిస్తున్న కానిస్టేబుల్ కథ అటువంటిదే.

"గుడి గంట మ్రోగని వేళ" లాక్‌డౌన్‌లో జరిగిన సంఘటన చిత్రించిన మంచి కథ.

"తెలుగును వెలిగిద్దాం" కథ తెలుగువారంతా ఆలోచించి స్ఫూర్తి పొందవలసిన కథ. తెలుగు భాష నుడికి ప్రమాదం రాబోతున్నదని అంతా ఆందోళన చెందుతున్న ఈ దశలో శ్రీనాధ్ వలె తమ వంతు భాషోద్ధరణకు ఆవశ్యకతను వివరించిందీ కథ.

"రాములోరి కుర్చీ" అమాయకురాలైన దళిత యువతి దేవమ్మ, రాజకీయనాయకులు ప్రజా సేవకులని నమ్ముతుంది. మేకవన్నె పులులని తెలుసుకుంటుంది. కాలక్రమంలో ఆమె ఊరి సర్పంచ్‌గా ఎన్నికై ప్రజాసేవకు ఉపక్రమిస్తుంది. ఆశావహదృక్పథంతో రచించిన మంచి కథ.

"మధువనం" కథా సంపుటిలో శ్రీమతి ఉప్పలూరి మధుపత్ర శైలజ రచించిన కథలన్నీ ఆణిముత్యాలే. ఇందులోని అన్ని కథలను విశ్లేషించడం భావ్యం కాదు.

భవిష్యత్తులో సామాజిక స్పృహ కలిగిన ఈ రచయిత్రి మరిన్ని మంచి కథలు రాస్తూ మరెన్నో బహుమతులు పొందాలని ఆకాంక్ష.

హైదరాబాద్ – వాణిశ్రీ

28.12.2022 (**Ch.**. శివరామ ప్రసాద్)

కన్వీనర్ తెలుగు కథా రచయితల వేదిక

9390085292/8309860837

"స్నేహానికన్న మిన్న..."

(అర్చన ఫైన్ఆర్ట్స్ అకాడమీ, హోస్టన్ అమెరికా వారు నిర్వహించిన అంతర్జాతీయ స్థాయి కథల పోటీలో ద్వితీయ బహుమతి పొంది, "మాలిక సాహిత్య మాస పత్రిక, అమెరికా" జులై, 2019 సంచికలో ప్రచురితమైన కథ)

"అన్నయ్యా! బాగున్నారా? మన పిల్లలిద్దరు అమెరికా నుండి ఎల్లుండికి ఇక్కడకు చేరతారుట. సూర్య ద్వారా మీకు కూడా ఈపాటికి విషయం తెలిసే ఉంటుంది. మరి రాత్రి రైలుకు వదినగారితోపాటు మా ఇంటికొచ్చేయండి. మనమంతా కలసి చాలా రోజులయ్యింది, సరేనా? ఉంటాను" మరే విషయం మాట్లాడే అవకాశం ఇవ్వకుండా ఫోను పెట్టేసింది ప్రభావతి.

ఏలూరులో బ్యాంకాఫీసరుగా పనిచేస్తున్న నరేంద్రగారితో మట్లాడింది ప్రభావతి. ఎనిమిదేళ్ళ క్రితం కామారెడ్డి దగ్గర ఉన్న ధరూర్ విలేజ్ బ్రాంచ్ మేనేజర్గా పనిచేసే సమయంలో నరేంద్రగారు ప్రభావతి వాళ్ళ ఇంట్లో పై పోర్షన్లో అద్దెకుండే వారు. ప్రభావతి యాదగిరి దంపతులకు చందు నిర్మల, నరేంద్రగారి దంపతులకు సూర్య, కిరణ్మయి పిల్లలు. ఉన్న నాలుగేళ్ళు రెండు కుటుంబాలు చాలా కలసి మెలసి ఉండేవి. అందరూ వీళ్ళది రక్తసంబంధమని అనుకొనే వారు.

పండుగలను కలసి ఆర్భాటంగా చేసేవారు. సంక్రాంతి పండుగకు నరేంద్రగారి సొంత ఊరు గుడివాడ దగ్గరలోని పల్లెటూరు వెంట్రప్రగడకు వెళ్ళి వచ్చేవారు. అక్కడ నరేంద్రగారి తల్లిదండ్రులు, ఓ పదెకరాల పొలం, సొంత ఇల్లూ ఉన్నాయి. పండుగకు పిల్లలొచ్చేసరికి కౌలురైతు భార్యతో కలసి అరిశెలు, జంతికలు, బూంది లడ్డూలు, వెన్న గవ్వలు, చేగోడీలు మొదలైన పిండివంటలు చేసి ఉంచేవారు నరేంద్రగారి అమ్మగారు. నలుగురు పిల్లలూ ఊరంతా చుట్టిపెట్టొచ్చేవారు. టూరింగ్టాకీస్లో సినిమాకెళ్ళేవారు. నరేంద్రగారి బంధువుల ఇళ్ళకు వెళ్ళి వచ్చేవారు. ఆ నాలుగు రోజులు పండుగ సందడంతా నరేంద్రగారింట్లోనే కనిపించేది.

భోగిపండుగ రోజున ఉదయమే వేసే భోగిమంటలు, సాయంత్రంకాగానే బొమ్మలకొలువు పేరంటాలతో ఇంటాబయటా ఒకటే సందడిగా ఉండేది. సంక్రాంతి రోజున హరిదాసుల పాటలు, కోడిపుంజుల ఆటలు, ఎడ్లబళ్ళ పందాలు జరిగేవి. చూసేందుకు పిల్లలకు నాలుగు కళ్ళూ చాలేవి కావు. చందూ వాళ్ళ ఊరిలో జరిగే బతుకమ్మ ఆటలు, బోనాల

సంబరాలు వేరేవిధంగా ఉంటాయి. సూర్యా వాళ్ళు అక్కడి పండుగలను అస్వాదించినట్లుగా, చందూ వాళ్ళు ఇక్కడి సంక్రాంతి పండుగను ఆనందంతో జరుపుకొనేవారు. వెళ్ళే రోజు బామ్మా తాతయ్యలు పిల్లలకు, పెద్దలకు కొత్త బట్టలను పెట్టి సంతోషంగా పంపేవారు. వాళ్ళు కట్టించిన బియ్యం మూటలు, అటుకులు, పిండి వంటలు, పచ్చళ్ళు, తేగలు ఇత్యాదులతో సగం రైలు వీళ్ళ సామానులతోనే నిండిపోయేది. అలా రెండు కుటుంబాల మధ్య అరమరికలు ఉండేవికావు.

పిక్నిక్‌లకు వెళ్ళినా, యాదగిరిగారింట్లో లేదా వారి బంధువుల ఇళ్ళలో ఏ ఫంక్షన్‌లయినా అంతా కలసి వెళ్ళేవారు. పిల్లలు నలుగురూ సంక్రాంతి పండుగనుండి వచ్చిన తరువాత ఓ పది రోజులు పండుగ కబుర్లు, బామ్మా తాతయ్యల ప్రేమ గురించి తమ స్నేహితులతో కథలు కథలుగా చెప్తూండేవారు. అది విన్న వాళ్ళ స్నేహితులు "మాక్కూడా ఆ ఊరు చూడాలని ఉందిరా" అంటూండే వాళ్ళు.

ఆ సంవత్సరం సూర్య, కామారెడ్డిలో ఉన్న రెసిడెన్షియల్ కాలేజిలో ఇంటరులో చేరాడు. అతని చెల్లెలు ఆరో తరగతి చదువుతూండేది. సూర్యను కంప్యూటర్ ఇంజనీరింగ్ చేయించి అమెరికాకు పంపాలని నరేంద్రగారి కోరిక. దానికి తగ్గట్టుగా సూర్య కూడా చాలా శ్రద్ధగా చదువుకొనేవాడు.

ఇక యాదగిరిగారి పొలాలు వర్షాధారాలు. పండీపండక వచ్చే ఆదాయం, ఆ కుటుంబానికి తిండికి బట్టకు కరువు లేకుండా సరిపోయేది. కొడుకును కార్పొరేట్ కాలేజిలో చేర్పించటం కష్టమని ప్రభుత్వ కళాశాలలో చేర్చారు.

సెలవులకొచ్చినప్పుడు సూర్య తన దగ్గరున్న స్టడీ మెటీరియల్‌ను జిరాక్స్ తీయించి చందూకి ఇచ్చేవాడు. తెలియనివి చెప్పించుకుంటూ, ఉన్న తక్కువ సమయాన్ని సద్వినియోగం చేసుకొనేవారు స్నేహితులిద్దరు. స్నేహితుడి మంచి మనసుకి చందూ చాలా ఆనందించేవాడు. పెద్దవాళ్ళంతా వీళ్ళ స్నేహానికి ముచ్చట పడేవారు.

అలా ఇంటర్ పరీక్షలు పూర్తయ్యాయి. ఈ సెలవులకు వచ్చిన సూర్యా, ఒక వారం పాటే అందరితో గడిపాడు. తిరిగి వెళ్ళేటప్పుడు చందూతో "ఎం.సెట్ కు ప్రిపేర్ అవ్వు. ఆదివారాలు ఫోను చేస్తే ఏమైనా సందేహాలుంటే చెప్తాను. ఎగ్జాంకు చాల తక్కువ సమయమే ఉంది" అని స్నేహితునికి చెప్పి వెళ్ళాడు.

ఈ లోగా ప్రత్యేక తెలంగాణా ఉద్యమం చాలా ఉధృతంగా వచ్చింది. కొందరు కార్యకర్తలతో కలసి ఉద్యమ బాట పట్టాడు చందు. నాయకుల ప్రసంగాలను, "ఆంధ్రా వాళ్ళు మనకున్న ఉపాధిని, అవకాశాలను, మన వ్యాపారాలను మనకు కాకుండా చేస్తున్నారని, ఇక్కడి భూములను తక్కువ ధరలకు కొని, కొన్ని కోట్లను సంపాదించుకుంటున్నారని, వాళ్ళను వాళ్ళ ప్రాంతానికి తరిమి వేయాలని, వాళ్ళు ఇంకా మనతో కలసి ఉంటే ముందుముందు మనకు

భవిష్యత్తే ఉండదని, కాబట్టి వయోభేదం మరచి ప్రజలందరూ పోరాడాలి" అని చెప్పిన మాటలను విని చందూలోని యువ రక్తం ఆవేశంతో ఉత్తేజం అయ్యింది. నరేంద్ర దంపతులతో మాట్లాడటం మానేశాడు.

నరేంద్రగారి తమ్ముడు హైదరాబాద్ నుండి వచ్చి తన 'గృహప్రవేశానికి' అన్నావదినలతోపాటు యాదగిరి కుటుంబాన్ని కూడా రమ్మనమని పిలిచాడు. పెద్దలంతా వెడదామనుకున్నారు. ఇద్దరాడపిల్లలు బట్టలను సర్దుకుంటున్నారు. బయటనుండి వచ్చిన చందూ ఈ హడావిడీను గమనించి, ఏ ఊరుకెడుతున్నామని అడిగాడు తల్లిని. "నరేంద్ర మామా వాళ్ళ తమ్ముడి గృహప్రవేశానికి వెడుతున్నాం. నీవు కూడా మంచి బట్టలను సూట్‌కేస్‌లో సర్దుకో" అని చెప్పింది తల్లి.

"ఈ ఆంధ్రా వాళ్ళంటే నాకిష్టం లేదమ్మా. నేను రాను. అయినా వాళ్ళు మనకు శత్రువులు, వాళ్ళింట్లో ఫంక్షన్‌కు మనం పోవటమేమిటి? మీరు కూడా వెళ్ళకండి" కోపంగా గట్టిగా అతనన్న మాటలను విని లోపల నుండి యాదగిరిగారు వచ్చారు.

"ఏమిట్రా నీ లొల్లి? నోరుమూసుకుంటావా? వాళ్ళు నిన్నేం చేశార్రా? అంతగా గుస్సా అవుతుంటివి. ప్రతి ఏడాది అందరికన్నా ముందుగా నువ్వేగా సంక్రాంతి పండుగకు వాళ్ళ ఊరు వెళ్ళటానికి తయారయ్యేవాడివి. మనం తిరిగి వచ్చేటప్పుడు ఆయమ్మ ఎన్నెన్ని మూటలను కట్టి ఇచ్చేది? వాళ్ళ ఊరగాయలు బాగుంటాయని, ఆ హాస్టల్ తిండి బాగాలేదని, వాటిని సూర్యాకనిస్తే, సగం సీసా నువ్వే తినేసేవాడివి. ఇప్పుడు తెలివుండే మాట్లాడుతున్నావా?" అంటూ చందూను కేకలేశారు. తండ్రి మాటలకు చందూ ఇంకా కోపంతో విసవిసా బయటకెళ్ళిపోయాడు.

పైన ఆరిన బట్టలను తీయటానికి వెళుతున్న నరేంద్రగారి భార్య జ్యోతికి ఆ మాటలు, కేకలు వినిపించాయి. కిందకు దిగివచ్చి ప్రభావతి దగ్గఱకు వెళ్ళి "వదినా! దాదాపుగా గత నాలుగు సంవత్సరాలుగా మీ ఇంట్లో ఉంటున్నాము. మేము సూర్య కెప్పుడూ చందూను నీ తోడబుట్టినవానిగా చూడమని, తన చదువుకు సాయం చెయ్యమని చెప్పి, వాళ్ళిద్దరి మధ్యన అరమరికలు లేకుండా చేశాం. చేస్తున్నాం కూడా. ఇక ఇంటర్, ఎం.సెట్ లలో మంచి మార్కులొస్తే మంచి ఇంజనీరింగ్ కాలేజిలో చేర్పించవచ్చు. చందు చదువుకవసరమైన డబ్బును బ్యాంక్ లోనుగా ఇప్పించమని మా వారికి చెప్పాను. ఇంత కాలం ఒకే కుటుంబంలా ఉన్నాము. ఇప్పుడు చందూలో ఇంతగా మార్పెందుకు వచ్చిందో అర్థం కావటం లేదు" అని చెపుతున్న జ్యోతి కన్నీటి పర్యంతమైంది.

ప్రభావతి కూడా బాధ పడింది. "నేను చందూకు చెప్తాను. నీవేమీ పరేషాన్‌కాకు, మనసులో పెట్టుకోకు వదినా" అంది. గృహప్రవేశానికి ఆడపిల్లలను తీసుకొని రెండు

కుటుంబాల వాళ్ళు వెళ్ళారు. చందూ రాలేదు. ఎం.సెట్ కోచింగ్ లో ఉండటం వల్ల సూర్య కూడా రాలేదు. "ఇల్లు చాలా బాగా వుంది" అని అంతా అనుకొన్నారు. ఆ కార్యక్రమం ముగించుకొని తిరిగి వచ్చారు.

ప్రభావతి ఇంటికి రాగానే చందూకి వ్రత ప్రసాదం, పిండి వంటలను పెట్టింది. "నాకేమీ అఖ్ఖరలేదు ఆ ఆంధ్రా వాళ్ళ ప్రసాదాలు" అంటూ విసురుగా తన గదిలోకి వెళ్ళిపోయాడు చందు.

ఈలోగా రాష్ట్ర అసెంబ్లీకి ఎన్నికలొచ్చాయి. తెలంగాణా ఇచ్చి తీరతామన్న జాతీయ పార్టీ వారితో కలసి ఉద్యమ నాయకులు ఎలక్షన్ల కెళ్ళారు. ఒకటే రాష్ట్రం, ఒకటే ప్రజ అన్న పార్టీ ఆ ఎలక్షన్లలో ఓడిపోయింది. పీడ వదలి పోయిందనుకున్నారు ఉద్యమ నాయకులు.

సూర్య ఇంటర్, ఎం.సెట్ పరీక్షలను బాగా రాశాడు. చందూ ఎన్నికల హడావిడీలో అంతగా చదవలేదు. పరీక్షలను ఓ మోస్తరుగా రాశాడు. ఓ ఇరవై రోజులలో రిజల్ట్స్ వచ్చాయి. సూర్యకు మంచి రాంక్ రావటంతో బీ.టెక్ (కంప్యూటర్స్) సీటు యూనివర్సిటీలో వచ్చింది. జాయిన్ అయ్యాడు.

చందూకు వచ్చిన రాంక్‌కు ఓ ప్రయివేట్ కాలేజ్‌లో డొనేషన్ కట్టి చేర్పించాల్సివచ్చింది. నరేంద్రగారి బ్యాంక్‌లోనే ఎడ్యుకేషనల్ లోన్ తీసుకొని చదివిస్తునారు. ఈ విషయం తెలిసినా, తన కొచ్చిన ర్యాంక్, తనున్న పరిస్థితులకు లోన్ తీసుకోక తప్పదని తటస్థంగా ఉండిపోయాడు చందు.

నరేంద్రగారికి ఆంధ్రా వైపుకు బదిలీ అయ్యింది. వెళ్ళేముందు చందూను పిలిచి ఎన్నో జాగ్రత్తలను చెప్పారు, బాగా చదువుకోవాలని, మార్కులు మంచిగా వస్తేనే ప్లేస్మెంట్స్ మంచిగా వస్తాయని, మంచి ఉద్యోగంలో జేరితే, ముందుగా బ్యాంక్ లోన్ తీర్చివేసి, ఇంకా చెల్లి చదువుకు, వివాహానికి బాధ్యత తీసుకొనే వీలుకలుగుతుందని, ఒక మేనమామలాగా సలహాలు చెప్పారు. యాదగిరి దంపతులు తమలో ఓ భాగం దూరమౌతున్నందుకు చాలా బాధపడ్డారు. ఆడపిల్లలిద్దరు ఒకరిని పట్టుకొని ఒకరు కన్నీరు కార్చారు.

ఆంధ్రాకు వచ్చాక జ్యోతికి, ప్రభావతి వాళ్ళు పదేపదే గుర్తుకొచ్చేవాళ్ళు. వాళ్ళ స్వచ్ఛమైన ప్రేమను నిరంతరం మనసులోనే మెచ్చుకుంటూ ఉండేది. రాజకీయ నాయకుల మాటలను నమ్మి, చందు ఉద్యమాల బాట పట్టకుండా బాగా చదువుకోవాలని ప్రతిరోజూ ఆ దేముణ్ణి వేడుకొంటుండేది.

కాలగమనంలో నాలుగు సంవత్సరాలు గిర్రున తిరిగిపోయాయి. నరేంద్రగారు ప్రస్తుతం ఏలూరుకు బదిలీపై వచ్చారు. సూర్య ఎం.ఎస్. చేయటానికి అమెరికా వెళ్ళాడు. ఇక చందు యూనియన్లు, ఉద్యమాలు అంటూ కాలేజ్ మానేసి తిరుగుతూ, మంచి మార్కులను

తెచ్చుకోలేక పోయాడు. క్యాంపస్ సెలక్షన్లలో అతని పేరు కూడా రాలేదు. రిజర్వేషన్లు లేక సరయిన ఉద్యోగం కూడా రాలేదు. ఉన్న ఉద్యోగాలన్నింటిని ఆంధ్రావాళ్ళే దోచుకుపోతున్నారని, అందుకే తనలాంటి వారికి ఉద్యోగాలు రావటంలేదని ప్రతివారితోను అంటూండేవాడు.

కాకపోతే ఇంటి దగ్గర అమ్మానాన్నల బాధ చూడలేక పోతున్నాడు. "గత నాలుగేళ్ళుగా మిమ్మల్ని కాలేజీలకు పోనీయకుండ, చదువుకోనీయకుండా తమవెంట తిప్పుకున్నారు కదా, ఆ పెద్దమనుషులను అడగరాదా మీకు ఉద్యోగాలిప్పించమని" అంటున్న తండ్రిమాటలకు ఏమి జవాబు చెప్పాలో తెలియక బయటకు వెళ్ళిపోయేవాడు చందు.

తరువాత కొద్దిరోజులకు నరేంద్ర గారి నుండి ఫోను వస్తే చందు గురించి చెప్పి బాధ పడ్డారు యాదగిరిగారు. ఆయనకు ధైర్యం చెప్పి, "మీరు బాధ పడకండి, నేను కూడా నాకు తెలిసిన వారి ద్వారా ప్రయత్నం చేస్తాను" అని చెప్పారు నరేంద్రగారు. ఓ ఇరవై రోజులకు ఓ కంపెనీ నుండి కాల్ లెటర్ వచ్చింది. చందు ఆనందానికి అంతు లేదు.

"కానీ ఆ కంపెనీ, ఇదివరలో తన కాలేజికి రిక్రూట్‌మెంట్ కొరకు వచ్చిన కంపెనీయే! అప్పుడు తన పేరు కనీసం ఇంటర్వ్యూకు అయినా క్వాలిఫై కాలేదు. ఇప్పుడు ఇదేమిటి? ఎవరైనా చేరలేదా? లేక కొత్తగా ఖాళీలున్నాయా?" అనుకొంటూ పలువిధాలైన అనుమానాలతో ఆలోచిస్తున్నాడు. తండ్రి వద్ద తన సందేహాలను వెలిబుచ్చాడు. "ముందు ఇంటర్వ్యూకు వెళ్ళరా, వెయ్యి అనుమానాలతో వచ్చిన అవకాశాన్ని వదులుకోకు" అంటూ యాదగిరిగారు, చందూను ప్రోత్సహించారు. ఇంటర్వ్యూకు వెళ్ళివచ్చాడు. ఓ వారం తరువాత మెసేజ్ పెడతామన్నారు.

ఓ పదిహేను రోజులకు కంపెనీ నుండి చందూకు ఉద్యోగంలో జాయిన్ కావలసినదిగా ఫోను వచ్చింది. వెంటనే అమ్మా నాన్నలకు నమస్కరించి చెల్లెలితో సంతోషం పంచుకొన్నాడు.

రాత్రికి ఏలూరు ఫోను చేసి మామయ్యగారు వాళ్ళకి చెప్పమంది ప్రభావతి. "ఊహూ! ఇది నా స్వయం కృషితో సాధించుకున్నాను. అయినా వాళ్ళు మన రాష్ట్ర సంపదను, యువత అవకాశాలను దోచుకున్న దోపిడీదారులు, నేను వాళ్ళతో మాట్లాడను. సూర్య అమెరికాకు వెళ్ళేటప్పుడు నాతో ఏమైనా మాట్లాడాడా?" ఉక్రోషంగా అన్నాడు చందు.

"ఏరా! వాడు నీకు దాదాపుగా పదిసార్లకు పైనే ఫోన్ చేసుంటాడు. నీవొక్కసారన్నా లిఫ్ట్ చేస్తే కదా వాడు నీతో మాట్లాడేది" అంటూ చివాట్లేసింది ప్రభావతి.

అదేరోజు రాత్రి నరేంద్రగారు, యాదగిరిగారికి ఫోను చేసి "సూర్య తన స్నేహితుని తండ్రి ద్వారా చందూకు ఆ కంపెనీలో మంచి ఉద్యోగాన్నిప్పించటమే కాకుండా ఆ ప్రోజక్ట్ ద్వారా ఒక సంవత్సరం లోగా అమెరికాకు వెళ్ళే అవకాశం కల్పించాడని, అయితే ఈ

విషయాలేమీ చందూకు తెలియనీయవద్దని, సూర్య సాయం ద్వారా అంటే అసలు జాబ్‌కే వెళ్ళనంటాడు కాబట్టి ఈ విషయాలను రహస్యంగా ఉంచండి" అని చెప్పారు.

యాదగిరి దంపతులు నరేంద్రగారికి కృతజ్ఞతలను చెప్పారు. దానికి నరేంద్రగారు "నేను నా అబ్బాయికి చేశానే తప్ప వేరేవాళ్ళకు కాదుకదా" అని అభిమానంతో బదులిచ్చారు.

నెలకు ముప్పై వేల రూపాయిల జీతంతో చందు ఆ కంపనీలో జాయిన్ అయ్యాడు. ఒక సంవత్సరం కష్టపడి పనిచేస్తే అమెరికా వెళ్ళే ప్రాజక్ట్ దొరుకుతుందని తెలియటంతో ఎలాగైనా దానిని సాధించాలని కష్టపడుతున్నాడు. స్వతహాగా మంచి వాడైన చందు ఉద్యోగంలో చేరిన తరువాత, ముందుగా తన ఎడ్యుకేషనల్ లోన్ వాయిదాలను తానే కట్టసాగాడు. నరేంద్రగారు చెప్పినట్లు గానే ఒక సంవత్సరం గడిచేసరికి, కంపెనీ వారు చందూను అమెరికాకు పంపారు. "వీసా" వ్యవహారమంతా కంపెనీయే చూసుకొంది. కంపెనీవారు అమెరికా ప్రయాణమనడంతో ఇంకా ఉత్సాహం వచ్చింది చందూకి. మిగిలిన అప్పును తీర్చేయడమేకాక చెల్లెలి చదువుకు కూడా సహాయం చేయవచ్చని ఆలోచిస్తునాడు.

చందు అమెరికాకు వెళ్ళే రోజు వీడ్కోలు చెప్పటానికి విమానాశ్రయానికి యాదగిరి దంపతులతోపాటు నరేంద్ర దంపతులు కూడా వచ్చారు. ఏవో పిండివంటలు, పచ్చళ్ళు, పొడులు తీసుకువచ్చారు. "దేశంగాని దేశమెడుతున్నావు, అక్కడ సూర్య, నీవు అన్నదమ్ముల్లా కలసిమెలసి ఉండండి" అంటూ సూర్య ఫోను నెంబరుతోపాటుగా తాము తెచ్చిన వస్తువులన్నింటినీ చందూకు ఇచ్చారు. ఏ కళనున్నాడోగాని సూర్య ఫోను నెంబర్ తన ఫోనులో ఫీడ్ చేసుకొన్నాడు.

కంపెనీ వాళ్ళు అమెరికాలో వసతి ఏర్పాట్లు చేసిఉంచారు. నలుగురి షేరింగ్ ఉన్న ఇల్లు అది. రెండు పడక గదులు, హాలు, కిచెను ఉన్నాయి. రెండు పడక గదుల్లోను రెండేసి మంచాలు వేసి ఉంచారు. బెంగాలీ వాళ్ళిద్దరు ఒక రూంలో ఉంటున్నారు. తనకు కేటాయించిన గదిలో ఇంకొక తెలుగు అతను ఉన్నాడు. చందు వెళ్ళేటప్పటికి ఆ తెలుగతను బయటకు వెళ్ళాడు. దాదాపు 24 గంటల ప్రయాణపు బడలికతో ఉన్న చందు తన అలమరాలో లగేజ్ సర్దుకొని మంచంపై వాలి పోయాడు. నిద్రలేచేటప్పటికి తన రూంమేట్ ఇంకా రాలేదు. కాస్త ఫ్రెష్ అయి వచ్చి కుర్చీలో కూర్చొని గదిని, పరిసరాలను చూస్తున్న చందూకు, టేబుల్ పై ఉన్న ఫోటో కనబడింది.

చూసిన వెంటనే ఒక్కసారి షాకయ్యాడు. "తను సూర్యతో కలసి తీయించుకొన్నదా ఫోటో. తెలుగతను రూంమేట్ అంటే ఎవరో అనుకున్నాను. సూర్య తన రూంమేటా!. తను గత అయిదారేళ్ళనుండి సూర్యతో మాట్లాడటమేలేదు. అయినాసరే సూర్య తమ ఇద్దరి ఫోటో పెట్టుకున్నాడెందుకు?" అనుకొంటూ టేబుల్ పై తెరచి ఉన్న డైరీని చూసి "ఇలా పుస్తకాన్ని

మూసే టైం కూడా లేదా అతనికి? ఎవరైనా చదివితే? అయినా తెలుగు రానిచోట పుస్తకం మూసినా తెరచినా ఒకటే అనుకున్నాడేమో" అనుకొంటూ ఆ డైరీని మూసెయ్యాలని కుర్చీలోంచి లేచి సూర్య టేబుల్ దగ్గరకెళ్ళాడు. తెరచి ఉంచిన పేజీలో రెడ్ఇంక్‌తో అండర్‌లైన్ చేసిన మాటలను చూసి ఆశ్చర్య పోయాడు. ఆ పేజీలో తన పేరును చూసి, "సూర్య తనగురించి రాశాడా? ఏం రాశాడో?" అన్న ఉత్సుకతతో డైరీలోని ఆ పేజీని చదవటం మొదలుపెట్టాడు చందు.

అందులో, "ఈ రాత్రి నా స్నేహితుడు చందు విమానం ఎక్కి ఉంటాడు. ఈ పాటికి విమానం బయలుదేరి ఉంటుంది. ఇంకొన్ని గంటలలో నా చందూను చూస్తాను. వాడి భ్రమలనన్నింటిని దూరం చెయ్యాలి. మేమున్న ఆ నాలుగేళ్ళు, చందు కుటుంబమంతా మాపై ఎంతో ప్రేమను చూపించింది. ఆ మారుమూల పల్లెటూళ్ళో మంచి ఇల్లు అద్దెకిచ్చి, నాన్నగారికి పెద్ద కస్టమర్లను పరిచయం చేసి, తమతో పాటు నానమ్మా వాళ్ళ ఊరువచ్చి, ఎన్నెన్ని కబుర్లతో, ఆటలతో ఎంత సరదాగా గడిపామో? ఆ ప్రేమనంతటిని మా కుటుంబ సభ్యులందరం గుండెల్లో దాచుకున్నాం. రాష్ట్ర విభజన ఉద్యమం పేరుతో చందు మాత్రము ఒకే కుటుంబంలా ఉంటున్న మానుండి దూరం అయ్యాడు.

మాలాంటి యువతను పెడతోవ పట్టించి, ఉద్యమాల బాటలోకి లాగి, రాజకీయ నాయకులు విద్వేషాలను రెచ్చగొట్టటం చేతనే చందూ లాంటి వారి మనస్సులు పాడైనాయి. రాష్ట్రాలు వేరైనప్పటికి ప్రజలు కలసిమెలసి ఉండవచ్చును కదా! ప్రజల అంతరంగాలు స్వచ్ఛంగా ఏ మాలిన్యాలు అంటకుండా ఉండవచ్చును కదా!.

అయినా వాణ్ణి మేమెలా దూరం చేసుకొంటాం? నేను పట్టుబట్టి, నాన్నగారి ద్వారా ఎడ్యుకేషనల్ లోన్ ఇప్పించబట్టి, వాడు నాలాగా ఇంజనీరింగ్ చదివాడు. మా బంధం కలకాలం నిలవాలని, తనను నాతో సమానంగా అమెరికాకు రప్పించాలనే నా ప్రయత్నం ఆ భగవంతుని దయతో నెరవేరబోతోంది. వాడు అమెరికాకు వస్తున్నాడు. కాని నా మనస్సులో ఎన్నో సందేహాలున్నాయి. వాడు నాతో ఫోనులోనైనా మాట్లాడతాడా? అతనెక్కడున్నది తెలుసుకొని వెళ్ళి కలిస్తే, నాతో ఎలా ఉంటాడు? నా ప్రేమతో నెమ్మదిగా అతన్ని మార్చగలిగితే, పెద్దలంతా చాలా సంతోషిస్తారు" అంటూ తన గురించి రాసుకున్నాడు సూర్య.

అదంతా చదివాక చందూకు తన స్నేహితుని మనస్సేమిటో తెలిసింది. "ఎంత తప్పుగా అర్థం చేసుకున్నాను సూర్యను" అన్న బాధతో ఏమిచేయాలో చందూకు తెలియలేదు. సూర్యను కలవాలంటేే చాలా గిల్టీగా ఫీల్ అవుతున్నాడు చందు. దాంతో సూర్యను కలవకుండా ఉండటానికి ప్రయత్నిస్తున్నాడు. సూర్య బయటకెళ్ళాక రూంకు రావటం, అతను వచ్చే సమయానికి తాను బయటకెళ్ళిపోవడం చేస్తూ, సూర్యను తప్పించుకు తిరుగుతున్నాడు.

అది నెలలో ఆఖరి 'వీకెండ్' కావటంచేత ఆఫీసు వాళ్ళు 'టీం లంచ్' ఏర్పాటు చేయటంతో స్టాఫ్ అందరు ఓ 'ఇండియన్ ఫుడ్ కోర్ట్'కు వెళ్ళారు. అక్కడ అందరూ ఆనందంగా కబుర్లు చెప్పుకుంటున్న సమయంలో ఓ అగంతకుడు చేతిలో రివాల్వర్‌తో చొరబడి అందరిని భయపెట్టసాగాడు.

"ఇండియన్స్ కాని వారందరూ బయటకు వెళ్ళిపోండి, ఇండియన్స్ మాత్రమే ఇక్కడుండాలి, లేకపోతే తీవ్ర పరిణామాలను ఎదుర్కోవాల్సి వస్తుంది" అంటూ రెండుసార్లు గాలిలోకి కాల్పులు చేశాడు.

దాంతో అందరూ భయపడిపోయి, బయటకు పరుగులు తీశారు. ఒక్క ఇండియన్స్ మాత్రమే లోపల ఉండిపోయారు. ఒకతను ధైర్యం చేసి సెల్‌లో ఫోటోలు తీసి పోలీసులకు మెసేజ్ పెట్టాడు. అందరికంటే వెనుకనున్న చందూకు మాస్క్ వేసి పాకుతూ తనతో రమ్మనమని చెప్పి వెనుక ద్వారం గుండా బయటకు వెళ్ళిపోయాడు. ఇదంతా ఆ అగంతకుని దృష్టిలో పడకుండానే జరిగిపోయింది. ఈలోగా సమాచారమందుకున్న వెంటనే పోలీసులొచ్చి ఏ నష్టం వాటిల్లకుండా ఆ అగంతకుణ్ణి అరెస్ట్ చేసి తీసుకెళ్ళిపోయారు. పోలీసులతో వెడుతూ కూడా ఆ వ్యక్తి "బ్లడీ ఇండియన్స్, గో బ్యాక్ టు యువర్ కంట్రీ" అంటూ అరుస్తూనే ఉన్నాడు. ఇండియన్స్ అంతా "బ్రతుకు జీవుడా!" అనుకుంటూ టెన్షన్ నుండి బయట పడ్డారు.

కార్లో కొంచం దూరమెళ్ళాక చందు మాస్క్ తీసేసి, "ఎవరు మీరు? నన్ను ఒక్కణ్ణే కాపాడారు? మరి మిగిలిన మావాళ్ళంతా.." భయంగా అన్నాడు.

"మీవాళ్ళందరినీ పోలీసులొచ్చి కాపాడారు. ఆ అగంతకుణ్ణి పోలీసులు అరెస్ట్ చేశారని, రెస్టారెంట్‌లో మిగిలిన అందరూ క్షేమంగా ఉన్నారని ఇప్పుడే మెసేజ్ వచ్చింది, మీరు నాకు చాలా కావలసిన మిత్రులు కాబట్టి మిమ్మల్ని ఒక్కరినే బయటకు తీసుకు వచ్చాను" అంటూ తను వేసుకున్న మాస్క్‌ను కూడా తొలగించాడు సూర్య.

అతన్ని చూడగానే "నువ్వా సూర్యా! కారాపు" అంటూ గబగబా కారుదిగి సూర్యను కౌగలించుకున్నాడు. "దేశం కాని దేశంలో నా ప్రాణాలను కాపాడావు చాలా థ్యాంక్స్" అన్నాడు చందు.

"వాళ్ళంతా జాత్యహంకారులు. ఉపాధిలేక, ఉద్యోగాలు దొరకక, ఇతర దేశాలనుండి వచ్చిన మనలాంటి వాళ్ళు, వాళ్ళ ఉపాధి అవకాశాలను దోచేసుకుంటున్నామనే భ్రమలో ఇలా ఇండియన్స్ ఉన్న రెస్టారెంట్ల మీద, థియేటర్స్ మీద, విచ్చల విడిగా కాల్పులు జరుపుతున్నారు. 'థ్యాంక్ గాడ్' నిన్ను కాపాడుకోగలిగాను" అన్నాడు సూర్య.

"నన్ను క్షమించరా సూర్యా! ఇంతకాలం ఇక్కడి జాత్యహంకారులవలెనే మీ ఆంధ్రావాళ్ళు మా ఉపాధి అవకాశాలను, సంపదను దోచుకుంటున్నారనే అపోహలో నిన్ను, మీ

నాన్నగారిని నేను మానసికంగా చాలా బాధపెట్టాను. మనమంతా ఒక్కటే, మానవత్వం నిండిన మనుషులమని గ్రహించాను" అన్నాడు చందు.

"మనం భరతమాతకు రెండు కళ్ళురా, మనం సూర్యచంద్రులం, పద కారెక్కు, ఆఫీస్ కెడదాం" అన్నాడు సూర్య.

"కానిస్టేబుల్ కూతురు"

"గ్రంధాలయ సర్వస్వం" (గ్రంధాలయ వయోజన విద్యోద్యమాల మాస పత్రిక) నిర్వహించిన "ఉగాది కథల పోటీ 2021" లో కన్సోలేషన్ బహుమతి పొందిన కథ"

సమయం రాత్రి తొమ్మిది గంటలవుతున్నా, గ్రీష్మఋతువు కావటంతో, ఉదయం నుండి పెళపెళా కాసిన ఎండకు, వీచిన వడగాల్పులకు శరీరాలు చెమటతో ముద్దవుతున్నాయి. విజయవాడ రైల్వే స్టేషన్లోని ఏడో నెంబర్ ప్లాట్‌ఫాం వచ్చేపోయే రైళ్ళతోను, ఎక్కిదిగే ప్రయాణీకులతోను ఓ తిరునాళ్ళను తలపిస్తోంది. అప్పుడే వచ్చిన రైలు దిగిన జనని బిక్కుబిక్కుమంటూ ఒంటరిగా ఓ సిమెంట్ బెంచ్‌పై కూర్చుంది. కళకళలాడుతూ ఇల్లంతా కలయతిరుగుతూ వెన్నెల వెలుగులు విరజిమ్మాల్సిన ఆ పిల్ల కొత్తప్రదేశాన అనాధగా అడుగుపెట్టింది.

రైల్వేకానిస్టేబుల్ శివశంకరం అటుగా వస్తూ, కంగారుగా, దిగులుగా, తత్తరపాటుతో అటుఇటు చూస్తున్న జననిని చూశాడు. దగ్గరకొచ్చి "ఏమ్మా! ఒక్కదానివే కూర్చున్నావ్? పెద్దవాళ్ళెవరూ నీతో రాలేదా? ఎక్కడికెళ్ళాలి? ఇంట్లో గొడవపడి వచ్చేశావా?" అంటూ అనునయంగా అడిగాడు.

పోలీసును చూస్తే పిల్లలకుండే సహజమైన భయంతో నోట్లోనుండి మాట పెగలని జనని, "ఔను..కాదు.." అన్నట్లుగా తలనూపింది.

"స్టేషన్‌కు తీసుకెళ్ళి విషయమేమిటో తెలుసుకుందాం" అనుకున్నాడు శివశంకరం. అంతలోనే "ఊహూ అసలే ఆడపిల్ల స్టేషన్ వాతావరణానికి ఇంకా భయమెక్కువై ఏమీ చెప్పకపోవచ్చు" అనుకుని, ఆపిల్లను అక్కడే ఉండమని చెప్పి స్టేషన్‌కు వెళ్ళి ఎస్.ఐ.గారికి విషయం చెప్పివచ్చి, "పదమ్మా! మా ఇంటి కెళదాం. నీ తండ్రిలాంటి వాణ్ణి, నీకేమీ భయంలేదు" అంటూ జననిని తన ఇంటికి తీసుకెళ్ళాడు.

అతని మాటలను విన్న జననికి చాలా ఆనందం కలిగింది. ధైర్యంగా అతని వెంట నడిచింది. ఆమెనే గమనిస్తున్న శివశంకరం "పాపం, ఈ అమ్మాయికి తండ్రంటే చాలా ఇష్టం

కాబోలు!. ఏదో క్షణికావేశంలో రైలెక్కివుంటుంది. ఎలాగైనా నచ్చ చెప్పి వాళ్ళవాళ్ళ దగ్గరకు చేర్చాలి" అనుకున్నాడు.

ఇంటికి రాగానే, పక్కింటామె వచ్చి జననిని పరీక్షగా చూస్తూ "అన్నా! ఎవరీ పిల్ల?" అంటూ ఆరాతీసింది.

"మా పెదనాన్నగారి మనవరాలు చెల్లాయ్! ఈమె నాన్న చదువుకోవటానికి తనను హాస్టల్‌లో పెడతానంటే వద్దని నేనే ఇక్కడకు తీసుకొచ్చాను" అని బదులు పలికాడు శివశంకరం.

భోజనంపెట్టి, నిద్రకు పక్కనేర్పాటుచేసి నెమ్మదిగా "తల్లీ! ఎవరవమ్మా నీవు? ఏ ఊరుమీది? అసలే ఆడపిల్లవు ఒక్కదానివే వచ్చావు, ఏంజరిగింది?" అంటూ అనునయంగా అడిగాడు శివశంకరం.

ఆ ప్రేమాదరణకు జనని కళ్ళు ఒక్కసారిగా కన్నీటి జలపాతాలయ్యాయి. నెమ్మదిగా జరిగింది చెప్పింది. "నా పేరు జనని. మాది కూలినాలి చేసుకునే కుటుంబం. నాన్న పనులకెడతాడు. 'అందగత్తె' అని ఎవరైనా వెంటబడతారనే భయంతో మా అమ్మని మాత్రం పనులకు పంపేవాడుకాడు.

ఆడపిల్లలైతే ఖర్చు ఎక్కువని, అదే మగవాడైతే తనకి చేదోడువాదోడుగా ఉంటాడని ఆశతో ఆయనకు మగపిల్లలంటే ఇష్టమెక్కువ. అందుకే నాన్న, అప్పుడే పుట్టిన నన్ను వదిలేసి, నన్ను కనటానికై అమమ్మ ఇంటికొచ్చిన అమ్మను, తీసుకుని వెళ్ళిపోయాడు. నేను అమ్మమ్మ దగ్గరే పెరిగాను.

పసికందునైన నన్ను అలా వదిలి వెళ్ళటం ఇష్టంలేక, నాన్నను ఎదిరించలేక కుమిలిపోవటంతో అమ్మ ఆరోగ్యం పాడయ్యింది. దానికితోడు రెండుసార్లు అబార్షన్లయినాయి. నాకు అయిదేళ్ళ వయసప్పుడు తమ్ముడు పుట్టాడు. వాణ్ణి చూడటానికి ఎంతో ఆశతో అమ్మమ్మతో కలసి వెళ్ళాను. నాన్న నన్ను దగ్గరకు తీసుకోలేదు సరిగదా, నాతో మాట్లాడనేలేదు. ఆరాత్రికే అమ్మమ్మతో కలసి వచ్చేసాను. నిస్సహాయురాలైన అమ్మ ఏడుస్తూ పంపింది.

అలా ఎనిమిదేళ్ళు గడిచాయి. ఈ మధ్యకాలంలో తాత చనిపోయాడు. అమ్మమ్మ నాలుగిళ్ళలో పనులుచేస్తూ నన్ను సాకింది. నేను ఆమె దగ్గరే ఉండి చదువుకుంటున్నాను. అమ్మమ్మను కష్టపెట్టకూడదని స్కూలులో ఇచ్చే మధ్యాహ్న భోజనంలో కొంత బాక్స్‌లో తెచ్చుకుని రాత్రికి తినేదాన్ని.

వయసుమీదపడటంతోనూ, కంటిచూపు మందగించటంతోను అమ్మమ్మ పనులుచేయలేకపోతోంది. పెద్దదాన్నయిన నన్ను మా అమ్మానాన్నల దగ్గరకు జేరిస్తే

తనకేమిజరిగినా ఇబ్బందిఉండదని భావించి అమ్మమ్మ నన్ను నాన్నదగ్గర దించి, నాన్నవస్తే తిరిగి పంపేస్తాడేమోననే భయంతో వెంటనే ఊరెళ్ళిపోయింది.

సాయంత్రానికి పనులనుండి ఇంటికొచ్చిన నాన్న, తమ్ముడితో కబుర్లు చెపుతున్న నన్ను చూసి "దీన్నెవరు దింపారు ఇక్కడ? దీన్ని నా కూతురనుకోలేదెప్పుడూ" అంటూ నన్ను బయటకు తోసేసి తలుపులేశాడు. చేతకానిదానిలా నిలబడిపోయిన అమ్మ ఏడుపు వినిపిస్తోంది.

ఇంటి ముందే ఏడుస్తూ కూలబడ్డాను. చుట్టుపక్కల వాళ్ళు నాన్న నోటికి దడిసి మౌనంగా ఉండిపోయారు. రాత్రి అయిపోయింది. పక్కింట్లో ఉన్న రమణమామ్మ నా దగ్గరకొచ్చి వాళ్ళింటికి తీసుకెళ్ళింది.

అలా ఇరుగుపొరుగువారి దయతో నాన్న మనసు మారక పోతుందా? అని ఎంతో ఆశగా ఎదురుచూశాను. ఏమీ జరగలేదు. మా నాన్న ఎంత కఠిన మనస్కుడయ్యాడో రమణమామ్మ చెప్పుకొచ్చింది.

"అమ్మను ఏ పెళ్ళీపేరంటాలకుగానీ, కనీసం ఓ గుడికిగానీ పంపడట. ఆమె ఇల్లు దాటి వెళ్ళకూడదు. మీ నాన్నను కట్టుకుని ఏం సుఖ పడిందిలే మీ అమ్మ?" అంటూ అమ్మ పడిన కష్టాలను చెప్పుకొచ్చింది.

ఆ సాయంత్రం మామ్మను ఇరవైరూపాయిలడిగి తీసుకుని అమ్మమ్మ దగ్గరకెళ్ళిపోతానని చెప్పాను. కూలినాలి చేసి ఆమెకు నేనే ఆధారమవుతానని చెప్పి బయటకొచ్చి రైలెక్కాను. ఇదిగో ఇలా మీదగ్గర చేరాను. మీరు నన్ను దయచేసి మాఇంటికి పంపకండి. నేను తండ్రి ప్రేమను, లాలింపును ఎరుగను. ఇకపై మిమ్మల్నే నా తండ్రిగా భావించి మీకన్ని పనులు చేసిపెడతాను. నాకు వంట చేయడంతో సహా అన్ని పనులను అమ్మమ్మ నేర్పించింది. నాకు చదువుకోవాలనుంది. నన్ను మాత్రం చదివించండి" అంటూ తన కన్నీటితో శివశంకరం పాదాలనభిషేకించింది.

"జననీ! నేనో ఒంటరివాడిని. చిన్నతనాన నాన్నని పోగొట్టుకున్నాను. గత సంవత్సరం నా తల్లి చనిపోయింది. నాకు పెళ్ళి చేసుకోవటం ఇష్టంలేదు. నేను నిన్ను సొంతకూతురిలా భావించి చదివిస్తాను.

కనీసం ఆడపిల్లవని చూడకుండా నిర్దయగా నిన్ను ఇలా వదిలేసిన నీ తండ్రికి బుద్ధివచ్చేలా నిన్ను బాగా చదివించి, మంచి ఉద్యోగస్థురాలిని చేస్తాను. నా చివరి దశలో ఆసరాగా అమ్మలాంటి కూతురొచ్చి తోడుగా వుంటే నా వృద్ధాప్యం హాయిగా జరిగిపోతుంది" అన్నాడు శివశంకరం. "మిగిలిన విషయాలను రేపు ఉదయం మాట్లాడుకుందాం ఈరోజుకు హాయిగా నిదురపో తల్లీ!" అంటూ తనూ నిద్రకుపక్రమించాడు.

మర్నాడుదయం ఎక్కడినుండో శివశంకరానికి ఫోనొచ్చింది. "జననీ! నాకు కాస్త కాఫీ ఇవ్వమ్మా! ఈలోపు నేను స్నానం చేసివస్తాను. బయటకు వెళ్ళాలి" అన్నాడు. కాఫీ తీసుకుని వచ్చేటప్పటికే "స్వర్గపురి రథం" ఇంటి ముందు ఆగి ఉండటం చూసి ఆశ్చర్యపోతూ శివశంకరాన్ని "ఏమిటి?" అన్నట్లుగా చూసింది జనని.

ఆమె భావాన్ని గమనించిన అతను, "అమ్మా! నా ఉద్యోగం పోలీసు కానిస్టేబులే అయినా, నేను అనాధ శవాలకు దహన సంస్కారాలను నిర్వహిస్తూ ఉంటాను. నాచిన్నతనంలో మానాన్న చనిపోయినప్పుడు మాకు బంధువులెవరూ లేకపోవటంచేతను, మా పేదరికం కారణంగాను ఇలాగే ఎవరో తెలియని వ్యక్తులు మానాన్నను దహనం చేసారు. అది చూసినప్పటి బాధ నాకీ సేవచేయటం నేర్పించింది.

అనాధలకు ఈపని చేయటానికి ఎవరూ ముందుకు రారు. మున్సిపాలిటీ వారేవచ్చి ఆ తంతు ముగిస్తారు. ఈవాహనాన్ని అప్పుచేసి కొని, అనాధల దహన కార్యక్రమాలకు ఉపయోగిస్తున్నాను. నాకు మా డిపార్ట్‌మెంట్‌వాళ్ళు కూడా సహకరిస్తారు. నా ఉద్యోగానికి అడ్డురాకుండా ఆ పనులను మరో ఇద్దరి సహకారంతో చేస్తుంటాను. పెళ్ళి చేసుకుంటే ఈపనులకు అవరోధాలవుతాయి. నా ఈ సేవకు అడ్డంకి కారాదనే పెళ్ళి కూడా వద్దనుకున్నాను. కానీ కూతురనే బంధం కొత్తగా వచ్చింది" అని నవ్వుతూ అన్నాడు శివశంకరం.

"నా బంధం మీ పనికి అడ్డుకాదెప్పటికీ నాన్నగారు" అంది జనని. పెరిగి పెద్దదవుతున్న కొద్దీ తండ్రి చేస్తున్న పని ఎంత గొప్పదో తెలుసుకుంది. ఒకరోజు ఆ రథంలో తాను కూడా శ్మశానానికి వెళ్ళింది.

చనిపోయిన వ్యక్తిని కట్టెలపై జేర్చి, మూడుసార్లు ప్రదక్షిణ చేసి కొరివి పెడుతూ తన తండ్రి "భగవంతుడా! ఈ వ్యక్తికి మరో జన్మమంటూ ఇస్తే ఇలా అనాధగా జీవించే స్థితిని కల్పించకు. నేను నిన్ను నాకంటూ ఏమీ కోరుకోను. కానీ ఎవరినీ అనాథలను చేయవద్దన్నదే నా కోరిక" అనడం వినిపించింది. కపాల మోక్షమయ్యేదాకా వేచివుండి, కాటికాపరికి నమస్కారంపెట్టి, చితి పూర్తిగా కాలేవరకు ఉండమని డబ్బిచ్చి రావటం చూసింది. తండ్రి చేసిన పనివల్ల అతని పట్ల ఆపేక్ష, గౌరవం జననికి రెట్టింపయ్యింది.

శివశంకరం సహోద్యోగులు అతని పనులను చూసి, "నీకు భయం వేయదా? వారానికోసారైనా శ్మశానాన్ని దర్శించుతావు" అంటే దానికి సమాధానంగా "అందరం ఏదో రోజు అక్కడికి చేరవలసిన వాళ్ళమే కదా! వెనుకా ముందు అంతే! భయం అంటారా? మనిషిలోని స్వార్థాన్ని, అవినీతిని చూసి భయపడాలిగానీ, శ్మశానాన్ని, శవాలను చూస్తే భయం ఎందుకు? వైరాగ్యం, శోధన నేర్చుకుంటాం" అనేవాడు.

జనని తాను తండ్రి ద్వారా పొందని లాలన, ఆపేక్ష, ప్రేమలను శివశంకరం దగ్గర పొందుతోంది. ఇంటి పనులన్ని తానే చక్కపెడుతూ చదువుల సరస్వతిగా పెరుగుతూ, పాతసంగతులను మరచిపోయి కొత్త జీవితాన్ని ఆస్వాదిస్తోంది.

సరిగ్గా ఓ పుష్కరకాలం గడిచిపోయింది. హేమంత ఋతువు, ఆహ్లాదకరమైన వాతావరణం. సాయంత్రం టౌన్‌హాల్‌లో సభ జరగబోతోంది. కాసేపట్లో శివశంకరంగారిని "సేవారత్న" బిరుదుతో ప్రభుత్వం సన్మానిస్తోంది. స్వయంగా రాష్ట్ర ముఖ్యమంత్రిగారు సభకు అధ్యక్షత వహిస్తున్నారు.

ఇన్‌స్పెక్టర్ జనని స్వయంగా సభను పర్యవేక్షిస్తోంది. సభకొచ్చే ప్రముఖులను ఆహ్వానిస్తోంది. పోలీసు విభాగంలో చాలామంది హాజరయ్యారు. ముఖ్యమంత్రిగారు పాల్గొనటం వల్ల ప్రత్యేక కవరేజ్ ఉంది. వివిధ న్యూస్‌ఛానల్స్ కవరేజ్ ఇస్తున్నాయి.

రమణమ్మ జనని అమ్మనాన్నలను పిలుస్తూ, "ఇదిగో లక్ష్మీ చూడవే, నీ కూతురు చచ్చిపోయిందేమోనని భయపడి రోజూ ఏడ్చేదానివి. ఆ వేదికపైన 64కళలతో నిండుపున్నమి జాబిలిలా మన జనని వెలిగిపోతోంది" అంటూ ఆనందంతో అరవటంతో వాడకట్టు అంతా టి.వి.లముందు మూగిపోయారు.

ముఖ్యమంత్రిగారొచ్చారు. సభ ప్రారంభమయ్యింది. "సేవారత్న" పురస్కారంతో శివశంకరంగారిని సన్మానించారు ముఖ్యమంత్రిగారు.

"అమ్మా! జననీ! ఇలారామ్మా!" అంటూ వేదిక పక్కగా నిలుచున్న జననిని పిలిచాడు తండ్రి. "సార్! మా అమ్మాయి సాయంతోనే నేనీపనులన్నిటిని చేయగలిగాను. ఓ అమ్మలా రోజూ నన్ను ప్రేమతో చూసుకుంటూ నా పనికి కావలసిన సమయాన్ని మిగిల్చేది. మా ఇంటిదగ్గరలోవున్న పేదపిల్లలకు చదువు చెప్పిస్తోంది. నా అలవాట్లను, స్వభావాన్ని అందిపుచ్చుకుంటున్న ఈమె నా వారసురాలు" అని గర్వంగా కూతురిని పరిచయం చేశారు శివశంకరంగారు.

కెమెరాలన్నీ ఒక్కసారిగా జననివైపు తిరిగి పదేపదే జననిని ఫ్లాష్ చేయటం మొదలుపెట్టాయి. మబ్బులు విడిచిన చంద్రునిలా ఉంది జనని వదనం. "సార్! మా నాన్నగారి దయతో నేనీ స్థితికి వచ్చాను. పదమూడేళ్ళక్రితం కూతురిగా వారి ఇంట చేరి, వారి ఆప్యాయతను, ప్రేమను పొంది ఇంత దాన్నయ్యాను. నేనెప్పుడూ వారి దయను, వారి సేవానిరతిని మరచిపోను" అని తండ్రికి నమస్కరించింది జనని.

ఒకరి కన్నులలో హర్ష బిందువులు వస్తే, టి.వి. చూస్తున్న మరొకరి కంట పశ్చాత్తాప సంద్రాలు వెల్లువెత్తాయి. చప్పట్ల వర్షం మాత్రం రాష్ట్రమంతా కురిసింది.

★★★★★★★

"గుడిగంట మ్రోగని వేళ..."

("గాన గంధర్వ ఎస్.పి. బాలు" స్మరణలో శ్రీ వంశీ రామరాజుగారిచే ప్రచురితమైన "కొత్త (కరోనా) కథలు – 4" (2020) పుస్తకం లో ప్రచురితమైన కథ)

సకల ప్రపంచాన్ని వణికిస్తున్న కరోనావైరస్ నేపథ్యంలో "ప్రపంచ శాంతి"కై అక్కడో యజ్ఞం జరుగుతోంది. ఆ సత్కార్యానికి పూర్తి పర్యవేక్షణా బాధ్యతను ఓ ప్రముఖ టివి ఛానల్‌కి అధిపతి అయిన రవిప్రసాద్‌గారు తీసుకున్నారు.

తన సంస్థను ఒక క్రమపద్ధతిలో నడపటమే కాక, సహజంగానే మానవత్వం నిండిన హృదయంగల రవిప్రసాద్‌గారు, ఇటువంటి సమాజహిత కార్యక్రమాలను ముందుండి నడిపిస్తారు.

వీటికి తోడుగా ఎన్నెన్నో మంచిమంచి కార్యక్రమాలను, పనులను తన స్నేహితుల, బంధువుల నుండి సేకరించిన విరాళాల సహకారంతో విజయవంతంగా నిర్వహించి అనేకమంది పేదప్రజలను, అన్నార్తులను తనదైన శైలిలో ఆదుకుంటున్నారు.

లాక్‌డౌన్ నేపథ్యంలో వార్తలను సేకరిస్తున్న తన విలేఖరి ఇచ్చిన వీడియోను చూసిన రవిప్రసాద్‌గారు స్థాణువైపోయారు. ఓ పేద పూజారి ట్రాఫిక్ సిగ్నల్ దగ్గర నిలబడి చేయిచాపి బిక్ష అడుగుతున్న దృశ్యమది.

వెంటనే తన కుటుంబ పురోహితుని, ఇతర అధికారులను స్టూడియోకు పిలిపించి ఈ విషయమై చర్చించారు. "మనకై శాంతి మంత్రాలు నిరంతరం జపించే నిరుపేద పూజారుల కంఠధ్వనులు, తమ కడుపు మంటలార్పుకోవటానికని ఆగిపోతే... బ్రహ్మ, విష్ణు, మహేశ్వర సమానులైన వారు బ్రాహ్మణులు. నిత్యం భగవంతుని సేవలో తరించి, ఆయనకు ధూప, దీప, నైవేద్యాదులనందించే వీరిని ఈ విపత్కర సమయాన ప్రేమనిండిన పలకరింపుతో ఆదరించి, మనకు చేతనైన సాయం చేద్దాం.

అందుకే ఈ పరీక్షా సమయంలో ప్రపంచానికి ఆ వేదపఠనాన్ని ఏఆటంకాలూలేకుండా నిర్విరామంగా అందించాలని, మనం చేసే ఒక మంచిపనే

ఇతరులకెంతో మేలుచేస్తుందన్న భావనతోనూ, నా ఈ చిన్ని ప్రయత్నం" అంటూ దాతల సహాయ సహకారాలను అర్థించారు.

తనవంతు విరాళంగా పది లక్షలతో ఓ నిధిని ఏర్పాటు చేసి, యూట్యూబ్‌లో వారి అకౌంట్ వివరాలను పెట్టి దానికొక అద్భుతమైన వ్యాఖ్య రాశారు. విరాళాలు అందుకునే సమయాన్ని కూడా 15రోజులకే పరిమితం చేసి, ఆ వచ్చిన సొమ్ముతో రెండు తెలుగు రాష్ట్రాలలోని పేద పూజారులను ఆదుకోవాలని సంకల్పించారు.

"ఇచ్చే సహాయం ధన రూపంగానా?, వస్తురూపంగానా?" అన్న విషయంపై సుదీర్ఘమైన ఆలోచనే చేశారు. డబ్బిస్తే ఈ "కరోనా" సమయంలో, ఎక్కేషాపు దిగేషాపులని, దుకాణాలచుట్టూ ఏం తిరుగుతారని, ఒకనెలకు సరిపోయినంతగా బియ్యం, నిత్యావసరాలు సమకూర్చి, చిల్లరఖర్చులకని కొంత మొత్తం నగదుగా ఇవ్వాలని నిర్ణయించుకున్నారు.

ఈలోగా టివి ఆఫీసులోని ప్రతినిధులు రాష్ట్రమంతటినుండి ఎందరు పూజారులు ఆర్థికంగా ఇబ్బందులలో ఉన్నారో తెలుసుకుని ఓలిస్ట్ తయారుచేసి తమ యజమానికి అందించారు.

ముందుగా తన ఊరిలోని పూజారులను, పెద్ద పెద్ద మొత్తాలలో విరాళాలిచ్చిన వారిని, ఈ యజ్ఞం పేరుతో పిలిచి తగిన ఏర్పాట్లన్నీ పూర్తిచేశారు. మిగిలిన దాతలందరికి వాట్సాప్‌గ్రూప్ ద్వారా సమాచారాన్ని అందించారు. తెల్లవారుఝామున బ్రాహ్మీముహుర్తాన ప్రారంభమైన కార్యక్రమం ఉదయం తొమ్మిదిగంటలకు శాంతి వాక్యాలతో పూర్తి అయ్యింది.

తరువాత రవిప్రసాద్‌గారు మాట్లాడుతూ "ఈ "కరోనా" సమయంలో ప్రభుత్వ అధీనంలో ఉన్న పెద్దపెద్ద దేవాలయాల పూజారులకు ఇబ్బందులు ఎదురుకాకపోవచ్చును. కానీ చిన్నచిన్న దేవాలయాలలో పనిచేసే వారికి, పౌరోహిత్యం చేసుకుని జీవితాలను గడిపే వారికి, ప్రస్తుత పరిస్థితి విషమ సమస్యగా మారింది.

గుడిగంటలు మ్రోగటంలేదు, పూజలు, వ్రతాలు, పెళ్ళిళ్ళు, దైవకార్యాలేకాదు, పితృకార్యాలు కూడా ఆగిపోయిన ఈ గడ్డు సమయాన మీకు ఆర్థికంగా ఏకొంచెమైనా సాయం చేయాలనే తలంపుతోనే ఈకార్యక్రమం మొదలుపెట్టాను. మిమ్మల్ని తక్కువచేసి కించపరచటానికి కాదు.

సమాజహితాన్ని కోరుతూ, ఏదైవసన్నిధిలో అయినా, వేడుకలలో అయినా శాంతి మంత్రాలను జపించి, మాపై ఆశీర్వాద అక్షింతలు వేసే మీ చేతులు ఎప్పుడూ పైనే ఉండాలిగానీ, అవి యాచనకై కిందకు దిగితే అది ఈదేశానికి, సమాజానికి మంచిది కాదు. అందుకే మిమ్మల్ని ఈవిధంగా గౌరవించి తరిద్దామని తలపెట్టిన కార్యక్రమానికి మీ సహకారం ఎంతో అవసరం.

ప్రస్తుత లాక్‌డౌన్ నేపథ్యంలో గుడిలో కనీసం దీపం వెలగాలన్నా మరో పది చేతులు అడ్డుపెట్టి తైలమందించి సాయపడాలి. కరోనాను తరిమికొట్టేందుకు నిత్యం దైవనామ సంకీర్తన చేసే మీ పెదవులు, గొంతులు మూగపోరాదని మేమంతా ఒక్కటై ఈ పని చేస్తున్నాం.

శ్రద్ధతో మీరుచేసే దైవపూజ, దేశ సరిహద్దులలోని వీరసైనికులు చేసే త్యాగాలకు సరిపోలుతుంది. ఆ సేవలనందించటానికి మీకు శక్తి కావాలి. మీతోటి సోదరులు దేవుని సేవకులకిచ్చే బలమిది అనుకోండి. దీన్నేదో మీరు దానం అనుకుంటే మాకు బాధ కలుగుతుంది. కాలానుసారంగా జరిగే మార్పులివి".

వచ్చిన పురప్రముఖుల చేత ఒక్కొక్క పూజారికి తాము సిద్ధంచేసిన సరుకులను, నగదును పంపిణి చేయిస్తున్నారు. రవిప్రసాద్ తన సెక్రటరీ రమేష్‌ను పిలిచి, "మనం అనుకున్న, రాసుకున్న లిస్ట్‌లోని వారందరూ వచ్చారా? అందరికి అన్నీఅందాయో? లేదో?" చూడమన్నారు.

"ఒక్క శివాలయం పూజారి గౌరీనాధశాస్త్రిగారు తప్ప మిగిలిన అందరూ వచ్చారండి" అని సమాధానమిచ్చాడు రమేష్. వీరి సంభాషణను ప్రక్కనే ఉండి గమనిస్తున్న ఒక పూజారిగారు, "రవిప్రసాద్‌గారు, ఆగౌరినాధశాస్త్రిగారి అబ్బాయి వచ్చాడు. పిలుస్తాను విషయం కనుక్కోండి" అన్నారు.

వచ్చిన గౌరినాధశాస్త్రిగారి అబ్బాయి రవిప్రసాద్‌గారికి నమస్కారంచేస్తూ, "నాపేరు సుబ్రహ్మణ్యమండి. రాత్రి నాన్నగారింటికివెళ్ళి ఎంతబ్రతిమాలినా రానన్నారండి" అంటూ తమ మధ్య జరిగిన సంభాషణను గుర్తుచేసుకున్నాడు.

"నాన్నగారూ! ప్రస్తుతం మనం ఆర్ధిక ఇబ్బందులలో ఉన్నాం. మనకే నాలుగువేళ్ళు నోటికి చేరే పరిస్థితి లేకుంటే, ఇంక గుడిలోని దేవునికి నిత్య కైంకర్యమెలా చేస్తాం? మనకి సహాయం చేయమని రవిప్రసాద్‌గారిని మనమేమి అడగలేదు కదా! తనకు నిత్యపూజ జరిపించుకోవటానికే, ఆదేముడే ఆయనకు ఆ సత్సంకల్పాన్ని కలిగించుంటాడు. కాబట్టి మీరు కూడా నాతో రేపు ఉదయం జరిగే కార్యక్రమానికి రండి" అన్నాడు సుబ్రహ్మణ్యం.

"లేదురా! నీకంటే ఇద్దరుపిల్లలున్నారు. వారి బాగోగులు చూడాల్సిన వాడివి నువ్వు. అందువల్ల నీవు అలాంటి సహాయం తీసుకున్నా తప్పులేదు. నిన్ను దేముడు క్షమిస్తాడు. కానీ నా విషయం వేరు. ఇంతకాలం ఆయనే తనతోపాటు నన్ను కూడా పోషించాడు. ఇప్పుడున్న పరిస్థితిలో కూడా నా గురించి ఏదో ఒకటి చేసే ఉంటాడు. ఆదారి కనిపించేవరకు, నా దగ్గరవున్న కొన్ని విలువైన నగలను అమ్మి నా స్వామిని సేవించుకుంటాను. చావడానికైనా సిద్ధమేగానీ, పరులముందు 'దేహీ' అని చేయి చాచను" అంటున్న తండ్రిని చూసిన సుబ్రహ్మణ్యం, తన తండ్రి ఆత్మాభిమానానికి మురిసిపోయాడు.

తండ్రి అన్న మరో మాట కూడా గుర్తుకొచ్చింది సుబ్రహ్మణ్యానికి. "మనకంటే నిరుపేదలైన పూజారులున్నారు కదరా. ఈవీధి చివరనున్న రామాలయం పూజారిగారి పరిస్థితి నీకు తెలియంది కాదు. నాతో పోల్చితే వారి కుటుంబం మరీ దుర్భరంగా ఉంది. నీకు వీలయితే ఆయనగురించి రేపు కార్యక్రమంలో పెద్దలకు చెప్పు. సాయం అటువంటివారికి అందవలసిన అవసరముంది." అన్నారు శాస్త్రిగారు.

"ఏమండీ! మౌనంగా ఉన్నారు?" అంటున్న రవిప్రసాద్‌గారి పలకరింపుతో ఈలోకంలోకి వచ్చాడు సుబ్రహ్మణ్యం. "నేను కూడా నాన్నగారి బాటలోనే నడవాలి, కానీ వేరే ఏపని చేద్దామన్నా వీలులేని ఈ లాక్‌డౌన్ సమయంలో, కంటి ముందు కనిపిస్తున్న ఇద్దరు చిన్నపిల్లల ఆకలి తీర్చటానికి ఇక్కడకు రావలసి వచ్చింది" అని సిగ్గుపడుతూ అంటూనే రామాలయం పూజారిగారి గురించి కూడా రవిప్రసాద్‌గారితో చెప్పాడు సుబ్రహ్మణ్యం.

"మీ నాన్నగారివంటి వారు ఈకాలంలో చాలా అరుదుగా కనిపిస్తారు. తన కష్టాలను తోసిరాజని, ఇతరులగురించి ఆలోచించే వారి మనస్తత్వం వారిలోని నిర్మలమైన ప్రేమకు నిదర్శనం. మీరుకూడా నాతోపాటు మీ నాన్నగారి దగ్గరకు వెళ్దాం, రండి" అన్నారు రవిప్రసాద్‌గారు. మిగిలిన అందరిని పంపించిన తరువాత రవిప్రసాద్‌గారు, కొన్ని సరుకులు, బియ్యం, నగదు తీసుకుని గౌరినాధశాస్త్రి గారింటికి సుబ్రహ్మణ్యం, రమేష్ వెంటరాగా వెళ్ళారు.

దారిలో రామాలయం పూజారిగారికి ఇవ్వవలసినవి ఇచ్చారు. వీరిచ్చినవి అందుకున్న రామాలయం పూజారిగారు, "నా కష్టాలను చూసిన ఆ రఘురాముడే వీరి రూపంలో వచ్చి నన్ను అనుగ్రహించాడు" అని సంతోషపడ్డారు.

వీరు వెళ్ళే సమయానికి గర్భగుడిలో నుండి గౌరినాధశాస్త్రిగారి కంఠం కంచుఘంటవలే మోగుతోంది. రవిప్రసాద్‌గారు తనతో వచ్చిన వారిని "సద్దుచేయవద్దని" కళ్ళతోనే వారించి, గౌరినాధశాస్త్రిగారు భక్తిపారవశ్యంతో చేసే పూజను వీక్షించసాగారు.

ఎదురుగా శివుడే ఉన్న అనుభూతితో శాస్త్రిగారు, "ఈ కరోనావైరస్ కారణంగా స్వీయనిర్బంధంలో ఉన్న నేను, నిన్ను పస్తులుంచుతున్నాను. నా అసమర్ధతకు దుఃఖించుతూ, నిన్ను నా హృదయ పూదోటలోని నవవిధగుణ కుసుమాలతోనే అర్చిస్తాను" అంటూ,

"అహింసా సుమంతో అంజలి ఘటించి,
దయా సుమంతో పాదాలను కడిగి అర్ఘ్యమొసగి,
సత్యమనే సుమంతో నీకు ధూపమేసి,
క్షమా సుమంతో వత్తిని సృజియించి,
నా హృదయావేదననే తైలం చేసి,

శాంతి సుమంతో దీపధారణగావించి,

తపః సుమాలతో నీకు హారతినర్పించి,

నా జీవనఫలాన్నే నీకు నైవేద్యంగా చేస్తున్నాను.

ధ్యాన సుమాలతో నీకు మంత్రపుష్పం సమర్పిస్తున్నాను.

ఈ అల్పజీవి చేసే హృదయాంజలిని పరిగ్రహించి లోకంలో శాంతిని నింపవయా!" అని పూజపూర్తిచేశారు శాస్త్రిగారు.

"ఏమి సేతురా లింగా.. నేనేమిసేతురా.." అనే శివతత్వాన్ని పాడుకుంటూ గర్భగుడినుండి బయటకు వచ్చిన శాస్త్రిగారికి, వారి భక్తితత్పరతకు, నీరునిండిన కన్నులతో రవిప్రసాద్‌గారు పాదాభివందనం చేశారు. కొడుకు వీరిగురించి చెప్పటంతో, అందరిని గుడిమంటపాన కూర్చుండజేసి ఆశీర్వచనాలు పలికారు శాస్త్రిగారు.

"మేము మీకోసం ఇవన్నీ ఇవ్వటంలేదు. మా శివుడు పస్తులుండటం చూడలేక, మా శక్తికొద్దీ సమర్పించుకుంటున్నాం. దేమునికి నివేదనచేసి మీదంపతులిరువురూ ప్రసాదం స్వీకరించండి. నిజాయితీగాను, అత్యంత నిష్టతోనూ, మీరు నిత్యమూ స్మరించే "లోకా సమస్తా సుఖినోభవంతు" మంత్రం ఈ కరోనావైరస్‌ను తరిమి కొడుతుంది. మీపై మాకు అపారమైన విశ్వాసం ఉంది" అంటూ గుళ్ళోని దేవునిరూపంలో వెలిగిపోతున్న శాస్త్రిగారికి మరల నమస్కరించి ముందుకు కదిలారు రవిప్రసాద్‌గారు.

★★★★★

"పుత్రోత్సాహం"

["TAL (Telugu Association of Londan)" వారి "మా తెలుగు - ఉగాది వేడుకల ప్రత్యేక సంచిక 2020-21" లో ప్రచురితమైన కథ]

రంగుదీపాల విద్యుత్‌కాంతులతో శోభాయమానంగా వెలిగిపోతున్న కళ్యాణమండపానికి చేరుకున్నారు మధుకర్, రజని దంపతులు.

వారి ఒక్కగానొక్క కుమారుడు శ్రీకాంత్ అమెరికాలో సాఫ్ట్‌వేర్ ఇంజనీర్‌గా పనిచేస్తున్నాడు. శ్రీకాంత్ స్నేహితుడు హర్ష తనపెళ్ళికి వీరిని ప్రత్యేకంగా ఆహ్వానించాడు.

శ్రీకాంత్ ఫోను చేసి "నేను వచ్చే పరిస్థితిలో లేను, మీరు మాత్రం హర్ష పెళ్ళికి తప్పనిసరిగా వెళ్ళండి. మా ఇద్దరి మధ్యనున్న స్నేహమెంత బలమైనదో మీకు తెలుసు కదా" అన్నాడు.

అంతేకాక శ్రీకాంత్‌తో పాటు అతని మిత్రులు కూడా చదువుకునే రోజులలో తమ ఇంటి దగ్గరే గంటలకొద్దీ ఉండి గ్రూప్‌స్టడీస్ చేయటంతో మధుకర్‌కు హర్షతో సాన్నిహిత్యమెక్కువే.

పెళ్ళిపందిరిలో హడావిడీగా ఉన్న హర్ష నాన్నగారు, మధుకర్ దంపతులను చూస్తూనే పెళ్ళివేదిక దిగివచ్చి ఆప్యాయంగా స్వాగతం తెలిపి, వీరికి కావలసి ఏర్పాట్లను చూడమని తన సోదరునికి చెప్పారు.

పెళ్ళి తంతు మొదలయ్యింది. హర్ష వినాయకుడి పూజను పూర్తి చేశాడు. పెళ్ళికూతురిని వేదికపైకి తీసుకు వచ్చారు. తన అమ్మానాన్నల మధ్యలో కూర్చున్న పెళ్ళికూతురితో జీలకర్ర బెల్లం పెట్టించారు పురోహితులు. తరువాత కన్యాదానం జరిగింది. మంగళసూత్ర ధారణకు సిద్ధమౌతున్నాడు హర్ష. మేళాలు జోరందుకున్నాయి. పెద్దలంతా జంటలుగా వేదికపైకి వెళ్ళి నూతన వధూవరులపై అక్షింతలనేస్తున్నారు.

పెళ్ళి కార్యక్రమాలనన్నింటిని గమనిస్తూ, ప్రతి సన్నివేశాన్ని నిశితంగా చూస్తూ వివశురాలౌతోంది రజని. హర్ష స్థానంలో తన బిడ్డ శ్రీకాంత్‌ను ఊహించుకోవటంతో వచ్చిన భావోద్వేగమది.

పెళ్ళికూతురి స్థానంలో, "బెడ్‌మీద బ్యాండేజితో ముఖం మాత్రమే కనిపిస్తున్న మౌనిక" కళ్ళముందు కదలాడింది. శ్రీకాంత్ తాళి కట్టేశాడు. అలాగే తనలోకంలో ఉండిపోయిన రజని చెయ్యిపట్టుకుని, "పదపద, హర్షను దీవించి వద్దాం" అంటూ వేదిక వద్దకు తీసుకెళ్ళాడు మధుకర్.

వీళ్ళను చూడగానే పెళ్ళికళతో వెలిగిపోతున్న హర్ష ముఖం, దీపావళినాటి మతాబులా మరింతగా నూతన కాంతులీనింది. "హర్షా! అమ్మాయి బంగారుబొమ్మలా ఉంది. నీ వివాహ జీవితం నిండు నూరేళ్ళు ఇలాగే కళకళలాడాలి" అంటూ రజని, దంపతులను ఆశీర్వదించింది.

"హర్షా! నీవు లండన్‌కు వెళ్ళేలోగా కోడల్ని తీసుకుని మాఇంటికి ఓసారి భోజనానికి రావాలి" అన్నాడు మధుకర్. "తప్పనిసరిగా అంకుల్" అని సమాధానమిచ్చాడు హర్ష.

భోజనాలు ముగించుకున్న తరువాత "ఇంకాసేపు కూర్చుందామా?" అన్నాడు మధుకర్.

"మనల్ని ఇంత ఆనందంగా కూర్చుని మాట్లాడుకునేలా చేసాడా శ్రీకాంత్? నలుగురు అడిగే ప్రశ్నలకు సమాధానమేమి ఇవ్వాలో తెలియని స్థితిలోకి నెట్టేశాడు. ఎవరైనా అబ్బాయి విషయం అడగకముందే వెళ్ళిపోవటం మంచిది" అంటున్న రజనీని భుజంపై తట్టి ఓదార్చి, ఇంటికి తీసుకొచ్చేశాడు మధుకర్.

"మన బంధువులు, స్నేహితులందరూ మన శ్రీకాంత్‌ను చూసి, ఎంతగా దిష్టి పెట్టేవారో? మీ సర్కిల్‌లో ఆ రాఘవరావుగారు తన కూతురిని మనవాడికి చేసుకుంటే నాలుగు విల్లాలనే కట్నంగా ఇస్తానన్నారు. అంతెందుకు మా తమ్ముడు, మేనకోడలిని నీ కోడలు చేసుకోవే అక్కా, నా ఫార్మాస్యూటికల్ కంపెనీని వాడి చేతుల్లో పెడతాను అనేవాడు. అయితే డబ్బుకోసం కాదు నేను బాధ పడేది. డబ్బు ఇవాళ ఉంటుంది రేపు పోతుంది" అంటూ దారి పొడుగునా మనసులోని బాధను బయటకు వెళ్ళగక్కుతూనేఉంది రజని.

నిద్రకుపక్రమిస్తూ మంచంపైజేరి "వాడు ఈఅమ్మాయిని నేను పెళ్ళి చేసుకోవాలనుకుంటున్నాను అని పంపిన ఫొటోలలో ఆపిల్ల బాపూగారి కుందనపు బొమ్మలా ఉంది. ఆ కారు యాక్సిడెంట్‌లో తన తల్లిదండ్రులను దూరంచేసుకోవడమే కాదు తన చేతులు, ముఖం, కళ్ళు తప్ప మిగిలిన శరీర భాగాలను కూడా పోగొట్టుకుంది. ఆమెకు ఓ అక్క ఉంది కదా, ఆ అక్క చెల్లెలి బాధ్యత తీసుకోలేక పోయిందా? ఇక ఆ అమ్మాయి సంసార జీవితానికి అనర్హురాలని డాక్టర్లు చెప్పినా మనవాడి చెవులకెక్కలేదు. మనతో చెపితే కాదంటామని, పెళ్ళి చేసుకున్న తరువాత మనకు విషయం చెప్పాడు" దుఃఖంతో గొంతు పూడుకుపోతోంది రజనీకి.

"ఇక వాడి ఆలోచన వదిలిపెట్టి, ప్రశాంతంగా పడుకుని నిద్రపో! అయిపోయిన పెళ్ళికి బాజాలెందుకు చెప్పు? తన ప్రేమ అంతఃకరణమైనదన్నాడు కదా శ్రీ. ఆ అమ్మాయితో ఏం అవస్థలు పడుతున్నాడో, ఓసారి వెళ్ళి చూసొద్దామంటే రానంటావు. పోనీ వాళ్ళనే ఇక్కడకు తీసుకొచ్చి మన వ్యాపారాలను శ్రీకు అప్పగించేసి, మనం కోడలికి అవసరమైన సాయం అందిద్దామంటే దానికీ నీవు ఒప్పుకోలేదు".

"పంతాలకు పోయి మనం వాణ్ణి పట్టించుకోకపోయినా, వాడి స్నేహితులు, కోలీగ్స్ వాడి దగ్గరకు వీకెండ్స్‌లో వెళ్ళివస్తూనే ఉన్నారు. శ్రీ తన భార్యను ఎంత ప్రేమగా, శ్రద్ధగా చూసుకుంటున్నాడో నాకప్పుడప్పుడు ఫోన్లో చెప్తూనే ఉన్నారు.

ఆదిత్యయితే ప్రతి ఆదివారం నాడు వీడియో కాల్ చేసి వాడి బాగోగులు కనుక్కుంటూనే ఉన్నాడు. మనవాడు చాలా ప్రశాంతంగాను, ఆనందంగానూ ఉన్నాడుట. "ఆ అమ్మాయి వీల్‌చైర్‌లో ఉండే మన శ్రీ సహాయంతో కొన్ని పనులను తనంతట తానుగా చేసుకుంటోందిట. వాళ్ళు ఒకరినొకరు అర్థం చేసుకుంటూ సంతోషంగానే ఉన్నారట".

పోయిన వారం ఫోను చేసినప్పుడు, "మీరేమీ వాడిగురించి బాధ పడకండి అంకుల్! వాడు మౌనికపై జాలితో గాని, వ్యామోహంతోగాని ఆపెళ్ళి చేసుకోలేదు. నిజమైన, నిర్మలమైన ప్రేమ ఉండే ఆపని చేసాడు. చేసుకున్నందుకు మౌనికను పువ్వుల్లో పెట్టి అపురూపంగా చూసుకుంటున్నాడు" అని చెప్పాడు ఆదిత్య.

'శ్రీ' విషయంలో నీవు సమాధాన పడలేక బాధపడుతూ, నన్ను కూడా ఇబ్బంది పెడుతున్నావు" అన్నాడు మధుకర్. భర్త అనునయించిన కొద్దీ, రజనీకి శ్రీకాంత్ తాలూకు జ్ఞాపకాలు ఒక్కసారిగా గుర్తుకు రాసాగాయి.

మూడు సంవత్సరాల క్రితం ఫిబ్రవరి పధ్నాల్గునాడు జరిగే ప్రేమికుల దినోత్సవం వేడుకలో శ్రీకాంత్, మౌనికలు ఒకరినొకరు మొదటిసారిగా చూసుకున్నారు. మౌనిక అక్క అమల, శ్రీకాంత్‌తో పాటు పి.జి. చేసింది. ఇద్దరికి ఒకే కంపెనీలో ఉద్యోగాలు వచ్చాయి.

అమల తండ్రి ఉద్యోగరీత్యా ఇండియా నుండి వచ్చి, అమెరికాలోనే సెటిలయ్యారు. సొంత ఇల్లు కూడా ఏర్పాటు చేసుకున్నారు. అమల పిలుపుపై శ్రీకాంత్ వాళ్ళింటికి వెళ్ళటం, ఆ ఇంటిని, చుట్టూపెంచిన పూలతోటను చూసిన శ్రీకాంత్‌కు ఇండియాలోని తమ ఇల్లు గుర్తుకొచ్చింది. "మంచి అభిరుచిగల వ్యక్తులు" అనుకున్నాడు.

అమల తల్లిదండ్రులు, మౌనికలతో పరిచయం, కబుర్లాడటం జరిగింది. శ్రీకాంత్ కున్న ఆసక్తులు, ఆశయాలను అమల ద్వారా తెలుసుకున్న మౌనిక అతని పట్ల ఆకర్షితురాలయ్యింది. అదిమొదలు చాలాసార్లు శ్రీకాంత్ వాళ్ళింటికి వెళ్ళటం జరిగింది.

ఇంటి చుట్టూ ఉన్న తోటలో మౌనిక, రకరకాల పూలమొక్కలు, పళ్ళ మొక్కలను వేసింది. "గార్డెనింగ్ అంటే తనకు చాలా ఇష్టం" అని శ్రీకాంత్‌కు చెప్పింది. "తనకు కాలేజిలో స్నేహితులు ఎక్కువలేరని, ఇంటిలోని పుస్తకాలు, మొక్కలే తన నేస్తాలని, ఎక్కడన్నా పార్టీలు జరిగినా తాను వెళ్ళనని, ఎక్కువగా వివేకానందుడు, రామకృష్ణ పరమహంస, రమణ మహర్షి రచనలను చదువుతూ ఖాళీ సమయాన్ని సద్వినియోగం చేసుకుంటానని, కృష్ణశాస్త్రి గారి పాటలను ఎక్కువగా వింటాను" అని చెప్పింది.

అన్నీవిన్న శ్రీకాంత్, "ఈఅమెరికాలో కూడా తన ఆలోచనలకు, అభిప్రాయాలకు దగ్గరగా వచ్చిన వ్యక్తిని మొదటిసారిగా చూస్తున్నాను" అనుకున్నాడు.

ఒకసారి భోజనాలయ్యాక తన గదికి శ్రీకాంత్‌ను తీసుకెళ్ళింది మౌనిక. నాలుగు గోడలు సప్తవర్ణ శోభితమైన రవివర్మ చిత్రాలతో కనువిందు చేస్తున్నాయి. షెల్ఫలలో ఉన్న తంజావూర్ పెయింటింగ్స్, పొందికగా అమర్చిన 'గీతాంజలి' జగ్గయ్యగారి తెలుగు అనువాదం, భగవాన్ రమణమహర్షి లేఖలు, వివేకానంద బోధలు, రామాయణ, భారత, భాగవత గ్రంధరాజాలతో గది ఆకర్షణీయంగాను, ఆహ్లాదంగాను ఉంది. వీణ వాయిస్తూ రెండు పాటలను పాడింది మౌనిక.

అలా ఇద్దరి అభిరుచులు, వ్యక్తిత్వాలు చక్కగా కలసి పోయాయి. దాంతో అనతికాలంలోనే శ్రీకాంత్‌కు ప్రాణ స్నేహితురాలిగా మారిపోయిన మౌనికకు, మానస చోరుడయ్యాడు శ్రీకాంత్.

ఒక ఆదివారం శ్రీకాంత్ రాకపోతే అక్కనడిగేది. తన దగ్గర అతని సెల్ నంబరున్నా మాట్లాడేదికాదు. ఒకరి కళ్ళలోకి ఒకరు చూడటంకాదు వాళ్ళ ప్రేమ, ఒకరి హృదయాన్ని మరియొకరు తడిమి చూసుకునేవారు. అయినా ఎవరి హద్దులలో వారు ఉండేవారు. ఇద్దరూ ఇంకా తమ భావాలను బయట పెట్టలేదు. "వారి మధ్యన ఉన్నది ఆకర్షణ కాదు, ఆరాధన, అనురాగం" అని ఇంట్లోని మిగతా వారికి అర్థమయ్యింది.

అమలకు వాళ్ళ బావతో పెళ్ళి కుదిరింది. మౌనిక అత్తయ్యమామయ్యలు కూడా అమెరికాలోనే ఉండటంతో, పిట్స్‌బర్గ్‌లోని శ్రీవేంకటేశ్వరస్వామివారి సన్నిధిలో శ్రావణ మాసంలో పెళ్ళి చేశారు. ఆ పెళ్ళిలో మౌనిక తండ్రికి సొంత కొడుకులాగా, వెనకవెనకనే నిలబడి పనులన్నింటిని చక్కపెట్టాడు శ్రీకాంత్. మౌనిక బంధువులందరికి శ్రీకాంత్ అంటే సదభిప్రాయం ఏర్పడి, చాలా ఇష్టమైన వ్యక్తి అయ్యాడు.

పెళ్ళి తరువాత అమల తన బావ ఉద్యోగం చేసే రాష్ట్రానికి ట్రాన్స్‌ఫర్ పెట్టుకుని వెళ్ళిపోయింది. అదిమొదలు మౌనిక, శ్రీకాంత్‌తో ఫోనులో మాట్లాడసాగింది. ఓ సెలవురోజున తనను "ట్యూలిప్ తోటలకు తీసు కెళ్ళండి" అని అడిగింది మౌనిక.

"అలాగే వెడదాం! అమ్మానాన్నలను కూడా తయారుగా ఉండమను" అని చెప్పాడు శ్రీకాంత్.

ఎప్పుడూ సాహిత్యంలో ఒక్కొక్క క్యారెక్టర్ పట్టుకుని చర్చించుకోవటంతోనే సాయంత్రాలన్నీ గడిపేసే వారి ప్రవర్తనను గమనిస్తున్న మౌనిక తల్లిదండ్రులు, వాళ్ళిద్దరినే వెళ్ళమని చెప్పారు. ఒంటరిగా ఆడపిల్లను పంపిస్తున్నామనే భయమేమీ కలగలేదు వారికి.

ఆరోజు శ్రీకాంత్ వచ్చేటప్పటికి తెల్లని వస్త్రాలతో దేవకన్యలా మెరిసి పోతోంది మౌనిక. "తోటలోని కొలనులో విరిసిన తెల్ల కలువలా ఉంది" అనుకుంటూ తన మనసులో విరిసిన భావనకు అక్షరరూపం ఇచ్చాడు శ్రీకాంత్. ఇద్దరు, మౌనిక తల్లిదండ్రులకు బైబై చెప్పి బయలుదేరారు.

ట్యూలిప్ తోటలలో అన్ని మూలలను కలియతిరుగుతూ ఆ ప్రకృతి దృశ్యాలను తమ కెమెరాలలో బంధించారు. ఆతోటలో పూలమధ్య వనకన్యలా ఉన్న మౌనిక, అలవోకగా ఓ కవితా మాలికతో శ్రీకాంతుని బంధించింది...

"ఉదయించే భానుని కిరణానివి నీవు, వికసించే కమలాన్ని నేను,
వంశీమోహనుడవు నీవైతే, నీరాగఝరిలో మైమరిచే రాధను నేను,
ఆలంబన నీవైతే, ఆశాలతను నేను,
కరుణా సముద్రుడవు నీవు, కన్నీటి పడవలో నేను,
అనంత మూర్తివి నీవు, అల్పజీవికను నేను
ప్రేమైక జీవివి నీవు నీ ఆత్మ స్వరూపాన్ని నేను" అని పాడుతూ తన్మయత్వంలో ఉంది మౌనిక.

"నీ కవితాగానానికి నాదో చిన్న బహుమానం" అంటూ ఆమె వేలికి ఉంగరం తొడిగాడు శ్రీకాంత్.

అలా ఎంతసేపు ప్రకృతితో మమేకమైపోయారో వారికే తెలియలేదు. పార్లర్‌లో ఐస్‌క్రీం తిన్న తరువాత మౌనికను ఇంటి దగ్గర డ్రాప్ చేసాడు శ్రీకాంత్.

ఆ రాత్రి భోజనాలదగ్గర తన వేలికి ఉన్న ఉంగరాన్ని చూపించి విషయం తల్లికి చెప్పింది మౌనిక. పక్కనే ఉన్న తండ్రి నిశ్శబ్దంగా అంతా విన్నాడు. అమ్మాయి నిర్ణయంలో తప్పులేదనిపించింది ఆయనకు.

అక్కడ శ్రీకాంత్ కూడా తన తల్లితండ్రులకు మనసును విప్పిచెప్పి, తోటలో మౌనికను తీసిన ఫోటోలను, వీడియోలను పంపాడు.

"చాలా మంచి పని చేశావురా శ్రీ! మాకు శ్రమ తగ్గించావు. అమ్మాయి చూడచక్కగా ఉంది. "మేడ్ ఫర్ ఈచ్ అదర్" లా ఉంది మీజంట. శభాష్!" అన్నాడు మధుకర్.

తన తమ్ముడి కూతురితో శ్రీకాంత్ పెళ్ళి చేయాలనుకున్న రజనీకి ఇదంతా నచ్చ లేదు. అందుకే చాలాసేపు మౌనంగానే ఉంది. తాను కాదన్నా ఈపెళ్ళి ఆగదని అర్ధమైన ఆమె, "సరే, సాధ్యమైనంత తొందరలో ముహూర్తాలు చూస్తాం. మీరు ఓ నెల ఇక్కడ ఉండేలా రండి. పెళ్ళి వేడుకలన్నీ ఇక్కడే జరుగుతాయి. మన బంధుబలగం అంతా ఇక్కడే ఉన్నారుగా" అంది.

జరిగిన సంగతులన్నింటినీ మౌనికకు ఫోనులో చెప్పాడు శ్రీకాంత్. మౌనిక ద్వారా విషయం తెలుసుకుని, "పెద్ద పిల్ల అమల పెళ్ళి ఇక్కడే చేశాం. ఇప్పుడు ఇండియాలో పెళ్ళి చేయాల్సివస్తోంది. మధుకర్‌గారికి ఒక్కగానొక్క కొడుకాయే. బంధువులు, స్నేహితులందరితో అంగరంగ వైభోగంగా శ్రీకాంత్ పెళ్ళి చేయాలని ఉందేమో వారికి? అలాగే మనమే ఇండియా వెళ్ళి పెళ్ళితంతు పూర్తిచేద్దాం" అనుకున్నారు మౌనిక తల్లితండ్రులు.

పెళ్ళికి ఇంకా నాలుగు నెలల టైం ఉంది. ఓసారి అమలా వాళ్ళ దగ్గరకు వెళ్ళి, పిల్ల ఎలా వుందో చూసొద్దాం అనుకొని మౌనికతో పాటు బయలుదేరి వెళ్ళారు. ఓ రెండు వారాలలో తిరిగి వస్తామని శ్రీకాంత్‌కు ఫోనులో చెప్పింది మౌనిక.

ఈరోజు "మౌనికా వాళ్ళు తిరిగి వస్తారు, వెళ్ళి కలవాలి" అనుకొంటూ ఆఫీసు పనిలో బిజీగా ఉన్నాడు శ్రీకాంత్. ఇంతలో సెల్ మోగటంతో, తెలియని నెంబర్ నుండి వచ్చిన "ఆ కాల్ ఎవరు చేశారబ్బా?" అని రిప్లయి బట్టన్ నొక్కాడు.

"మీరు అర్జంట్‌గా మా హాస్పటల్‌కు రావాలండి. కార్ యాక్సిడెంట్ కేస్. పేషంట్ దగ్గర ఉన్న ఫోనులో మీ నుండి వచ్చిన కాల్ ఉండటంతో మీకు చేస్తున్నాం" అని అటునుండి సమాచారం వచ్చింది.

ఆఫీసులో పర్మిషన్ తీసుకుని హాస్పటల్‌కు హుటాహుటిన వెళ్ళాడు శ్రీకాంత్. అప్పటికే అమల, ఆమె భర్త వచ్చి ఉన్నారక్కడ.

"శ్రీకాంత్ ఎంత దారుణం జరిగిపోయిందో చూడు? ఇంకాసేపట్లో ఇంటికి చేరుకునే వారు. ఇంతలో ఈఘోరం జరిగిపోయింది. ఇప్పుడు చెల్లి, నేను అమ్మానాన్నలను పోగొట్టుకుని అనాధలమైపోయాం. మౌనిక... దానికి దెబ్బలు బాగా తగిలాయి. స్పృహలో లేదు." అంటూ బావురుమంది అమల.

శ్రీకాంత్ డ్యూటీ డాక్టర్‌ను కలసి మాట్లాడాడు. "మౌనికకు శరీరమంతా దెబ్బతింది. రెండురోజులు ఆగితేగానీ అమ్మాయి పరిస్థితిని చెప్పలేం" అన్నాడు డాక్టర్.

బరువెక్కిన గుండెతో, మరణించినవారికి అంతిమసంస్కారాలు నిర్వహించటంలో అమలభర్తకు చేదోడువాదోడుగా నిలిచాడు శ్రీకాంత్.

కొన్ని ఆపరేషన్స్ చేసిన తరువాత "మౌనిక ప్రాణానికి ముప్పులేదు" అన్నారు డాక్టర్లు. "రెండు కాళ్ళు పూర్తిగా దెబ్బతిన్నాయి. అందువల్ల ఆవిడ ఇకపై వీల్‌ఛైర్‌కే పరిమితమవ్వాల్సి ఉంటుంది. సంసారజీవితానికి పనికి రాదు. ఆమెను ఇంకా అయిదారు నెలలు చంటిపిల్లలా ఎల్లవేళలా చూసుకోవాలి. ఈ స్థితిలో ఉన్న ఈమెను ఎవరు చూసుకుంటారు?" అని అడిగాడు డాక్టర్.

ఆయనడిగిన ప్రశ్నలకు "మౌనిక దగ్గర నేనుంటాను" అని చెప్పలేకపోయింది అమల. భర్తను సంప్రదించాలని బయటకొచ్చింది. "మీతో మౌనిక విషయం మాట్లాడాలి బావా" అంటూ డాక్టర్ చెప్పిన సంగతులను చెప్పింది.

"మనం ఇద్దరం జాబ్‌లకు వెళ్ళాలికదా! ఓ హెల్పర్ దొరికితే మనదగ్గరకు తీసుకెళ్ళవచ్చు. ఆలోచిద్దాంలే. కంగారు పడకు" అన్నాడు అమల భర్త.

పక్కనే ఛైర్‌లో కూర్చుని అమల చెపుతున్న మాటలను వింటున్న శ్రీకాంత్‌కు ట్యూలిప్ తోటలో మౌనిక పాడిన "ఆలంబన నీవైతే, ఆశాలతను నేను, కరుణా సముద్రుడవు నీవు, కన్నీటి పడవలో నేను" అన్న పదాలు గుర్తుకువచ్చి దాని భావం ఒక్కసారిగా మనసులో మెదలి తన కర్తవ్యాన్ని తెలిపింది.

"ఇది నా ప్రేమకు సిసలైన అగ్నిపరీక్ష. ఇందులో నేను ఓడిపోకూడదు. నా పవిత్రమైన, నిర్మలమైన ప్రేమతో మౌనికకు నా హృదయాన్నే నందనవనంగా మలుస్తాను" అనుకుంటూ బయటకెళ్ళాడు. సాయంత్రం పూలదండలతో తిరిగి వచ్చాడు.

అమలతో చెప్పి, సాటి పేషంట్లే సాక్షులుకాగా, నర్సుల కదలికలే బాజాభజంత్రీలుగా, డాక్టర్ల సూచనలు వేదమంత్రాలుగా, తనకు గుడిలో పూజారిగారిచ్చిన పసుపుతాడును మౌనిక మెళ్ళో మూడు ముళ్ళేశాడు. అప్పటివరకు అచేతనంగా ఉన్న మౌనిక అంతరంగమే స్పందించిందో ఏమో, పెదవులపై చిరునవ్వొకటి వచ్చింది.

శ్రీకాంత్‌తో "ఇది కలా? నిజమా? నాకు ఓకంట కన్నీరు, మరోకంట పన్నీరు వస్తున్నాయి. నీవు చేసినపని పదుగురుమెచ్చేదే అయినా, మీ పెద్దలొప్పుకోరు. ఎందుకింత సాహసానికి ఒడిగట్టావు? మౌనిక జీవితాంతం తోడునీడగా నిలవగలవా? లేక ఇది క్షణికావేశంలో తీసుకున్న నిర్ణయమా?" అంది అమల.

తన చిరునవ్వునే సమాధానంగా ఇచ్చి, అందరికి స్వీట్స్ పంచాడు శ్రీకాంత్. తండ్రికి ఫోనులో పరిస్థితులను వివరిస్తూ, "మౌనిక అనాధ కాదు. ఏరోజైతే ఆమె వేలికి ఉంగరం తొడిగానో, ఆ రోజునుండి నామనస్సాక్షిగా ఆమే నా భార్య. నేను ప్రేమించిన అమ్మాయి వేరొకరి దయపై జీవించాల్సిన స్థితిలో ఉండకూడదనే స్వార్థంతోనే ఈరోజు ఈపెళ్ళి చేసుకున్నాను. నేచేసిన ఈపనికి అమ్మకు నాపై బాగా కోపం వస్తుంది. మీరు నచ్చ చెప్పండి" అన్నాడు

శ్రీకాంత్.

అలా శ్రీకాంత్ కొత్త కాపురం మౌనిక ఇంటిలో మొదలయ్యింది. ఒక 'డేమెయిడ్'ని ఏర్పాటుచేసి తాను ఉద్యోగానికి వెళ్ళేలా వీలు కల్పించుకున్నాడు. వీలైతే రమ్మనమని అమ్మానాన్నలకు చెప్పాడు.

"నేను రానుగాక రాను. నీవేమైనా నా మాట విన్నావా?" అని పలవరిస్తున్న రజనీని భుజంపట్టుకు లేపి కూర్చోపెట్టి, "కాసిని మంచినీళ్ళు తాగు. ఎన్నిసార్లు 'శ్రీ'ను గురించిన కలలు కంటావు. పేగు బంధం ఎక్కడికి పోతుంది. మనసులో వాడిపై అంత ప్రేమ పెట్టుకుని, బయటకు మాత్రం వాడిని సాధిస్తున్నాననుకుంటావు. తెల్లవారాక వాడితో మాట్లాడు. ప్రస్తుతం హాయిగా నిద్రపో" అంటూ రజని మెడవరకు దుప్పటి కప్పాడు మధుకర్.

ఇది జరిగిన ఆరునెలలకు మధుకర్‌కు ఓ వీడియో పంపాడు ఆదిత్య. "అంకుల్ ఈ వీడియోను ఆంటీకి చూపించండి" అని చెప్పాడు.

అమెరికాలోని ఓ యూత్‌క్లబ్ వాళ్ళు ఏర్పాటు చేసిన ఫ్రెండ్స్‌మీట్ పార్టీ అది. "వినోద కాలక్షేపాలలో భాగంగా ఈరోజు మనం ఓ ప్రేమజంటను ఎన్నుకోవాలి. అందువల్ల ప్రేమ పెళ్ళిళ్ళు చేసుకున్న వారు తమతమ అనుభవాలను అందరితో పంచుకుంటే న్యాయనిర్ణేతలు వారిలో నుండి ఒక ఉత్తమ ప్రేమజంటను ఎంపికచేస్తారు" అని ప్రకటించారు నిర్వాహకులు. కొన్ని జంటల పరిచయాలయ్యాక, శ్రీకాంత్, మౌనికల ఛాన్స్ వచ్చింది.

"నాకు మౌనిక అంటే ఆరాధన, ఆమె అంతఃసౌందర్యం, నిర్మలమైన మనసును చూసి ప్రేమించాను. విధివశాత్తు ఆమెకు యాక్సిడెంట్ అయ్యింది. అయినా ఆమెపై జాలితో కాకుండా, కలసిన మా అభిరుచులు, మనసుల విలువల ప్రకారం ఆమెకు సుఖంలోనైనా, కష్టంలోనైనా తోడునిలుస్తాననే భావనతోనే ఓ రోజు ఆమె వేలికి ఉంగరం తొడిగాను.

చిన్నతనంలో మా అమ్మ నేర్పిన 'రామాయణం' లోని సీతారాములే నాకు ఆదర్శం. భర్త అడవికి వెళ్ళాల్సి వస్తే తాను కూడా రాజభోగాలను వదలి నారచీరలు కట్టి రాముని అనుసరించింది సీత. అదే సీతను రావణుడు అపహరిస్తే, రాక్షస సంహారంచేసి తిరిగి చేపట్టాడు రాముడు.

వారి నడవడికలే శిరోధార్యమని నమ్మిన నేను, మౌనికకు వచ్చిన కష్టంలో, ఆమెను వదిలి ఎలా వెళ్ళగలను. అందుకే జీవితాంతం ఆమెను ఆ భగవంతుడు నాకు ఇచ్చిన అపురూప కానుకగానే చూసుకుంటాను" అన్నాడు శ్రీకాంత్.

ఇక మౌనిక తన అనుభవాన్ని చెపుతూ, "ఒక్కసారిగా అక్కకు పెళ్ళయి వెళ్ళటం, జరిగిన ప్రమాదంలో తల్లిదండ్రులతో పాటు శారీరకలోపం ఏర్పడటం వివరించింది. నాలాంటి వ్యక్తికి అన్ని పనులగురించి జీవితాంతం ఒకరిపై అధారపడటం అంటే అది ఆత్మహత్యా సదృశ్యమే.

హాస్పటల్‌లో స్పృహలేకుండా ఉన్న నన్ను మంచి మనసుతో, నైతిక విలువలకు ప్రాధాన్యమిస్తూ, నేతోడునీడగా ఉన్నంత కాలం నీవు అనాధవు కాదు అని జీవితంపై కొత్త ఆశలను రేకెత్తించిన ఆదర్శమూర్తి నా శ్రీకాంత్.

నేను సంసారజీవితానికి పనికిరానని తెలిసినా అతని నిర్ణయంలో మార్పు రాలేదు. మాకు పిల్లలు లేరనే బెంగలేకుండా, నన్నే ఓ చంటిపిల్లలా బుజ్జగిస్తూ, లాలిస్తూ, నా పనులన్నింటిలోను తనదైన ముద్రను వేస్తున్నాడు. తను ఆఫీసుకెళ్ళిన సమయంలో నా అవసరాల గురించి ఆయాను ఏర్పాటు చేశాడు.

సెలవు దినాలలో నా కిష్టమైనవి వండిపెడుతూ, నా మానసికోల్లాసానికి నేను ఇష్టపడే ప్రదేశాలకు తీసుకువెడుతున్నాడు. నాపై ఆకాశమంత ప్రేమను చూపే ఆవ్యక్తికి "ఏమివ్వనూ, ఇంకేమివ్వనూ, నా మనసే తనదైతే ఏమివ్వను. నా మౌన ఆరాధనా సుమాలు తప్ప" అంటున్న మౌనిక గొంతు బాధతో మరి పలకలేకపోయింది.

నిర్వాహకులు, శ్రీకాంత్ జంటనే ఆ ఏటి ఉత్తమజంటగా సత్కరించారు. "వీరి నుండి ఎన్నో విషయాలలో యువత స్ఫూర్తిని పొందాలి. బాహ్య సౌందర్యానికన్నా అంతఃసౌందర్యానికి ఉన్న విలువను గుర్తెరగాలి. ప్రేమ వివాహాలు విఫలం కావటంలో, పెద్దల వ్యతిరేకత కారణంగా చెపుతారుగానీ, ప్రేమికుల మనోనిబ్బరం ముందు మిగిలిన విషయాలు అడ్డుగోడలు కావనే విషయం శ్రీకాంత్ ఋజువు చేశాడు.

తన కొడుకును వివేకానందుని మార్గాన నడిపిన శ్రీకాంత్ తల్లి, తన కుమారునికి వెన్నెముకగా నిలచింది. బాహ్యంగా కుమారుని పనికి సమ్మతిని తెలియజేయక పోయినా, శ్రీకాంత్ మనోబలానికి కారణం మాత్రం అతని మాతృమూర్తే. శ్రీకాంత్, మౌనికల ప్రేమగుర్తుగా ఈ పుస్తకాల సెట్‌ను, స్వయంచోదిత వీల్‌ఛైర్‌ను కానుకగా అందిస్తున్నాం" అంటూ పార్టీను ముగించారు.

వీడియోను చూసిన రజని "ఏమండి మనం పిల్లల దగ్గరకు వెడదామండి. శ్రీకాంత్‌కు ఇష్టమైన పిండివంటలు, అమ్మాయికి నగలు, బట్టలు అన్నీ తీసుకెడదాం. పరాయిదేశంలో కూడా తన నడవడిక వల్ల, నాబిడ్డ ఎంతగా పేరు తెచ్చుకుంటున్నాడో! అటువంటి వాడిని ఇన్నాళ్ళుగా అలక్ష్యం చేశాను" అంది.

"హమ్మయ్యా! 'శ్రీ' పై నీకోపం పోయిందా! అలాగే మనం వాడి దగ్గరకు వెడదాం" అన్నాడు మధుకర్.

కొడుకు చేసిన గొప్ప పనికి "పుత్రోత్సాహం"తో ఆ దంపతుల హృదయాలు వెన్నెల జలపాతాలయ్యాయి.

★★★★★

"ఎంత ఘాటు ప్రేమయో!"

("**హాస్యానందం మాస పత్రిక**" ఆధ్వర్యంలో **నిర్వహించిన** "ముళ్ళపూడి సింగిల్‌పేజీ హాస్య కథల పోటీ – **2022**" లో **బహుమతి పొందిన కథ**)

"కాంతం! నాకు ఈరోజు ఆఫీసులో అర్జెంట్ మీటింగ్ ఒకటుంది. రాత్రికి కూడా ఆలస్యమౌతుందేమో! నా కోసం ఎదురు చూడకు" అంటూ వంటింట్లోవున్న భార్య కాంతానికి, హాల్లో ఉన్న అమ్మానాన్నలకు ఒకేసారి వినిపించేలా గట్టిగా చెప్పి బయటకు వెళ్ళిపోయాడు గోపాలం.

"ఇదేమిటండి, ఆఫీసులో మీటింగులంటాడు. అలా పిచ్చిపిచ్చి పూల చొక్కాలు, జీన్స్‌పాంట్లు వేసుకుని వెడతాడు" అని అనుమానంగా భర్త పరంధామయ్యను అడిగింది గోపాలం తల్లి పార్వతమ్మ.

"మనకెందుకు చెప్పు! వాడి గురించి వాడి పెళ్ళాం చూసుకుంటుంది. కోడలుపిల్ల వేడివేడిగా గారెలు వేస్తోందనుకుంట" వస్తున్న కమ్మని వాసనలను ఆఘ్రాణిస్తూ భార్యతో అన్నాడు పరంధామయ్య.

ఇంతలో "అత్తయ్యా! ఓసారిటురండి. ఈగారెలను పట్టుకెళ్ళి మామయ్యగారికి ఇవ్వండి. వేడి చల్లారిపోతాయి" అని అంటున్న కోడలి మాటలకు, వంటింట్లోకి వెళ్ళి ఓప్లేటులో నాలుగు గారెలు పెట్టుకొచ్చి భర్తకు ఇచ్చింది పార్వతమ్మ.

"అబ్బబ్బా! ఎండలు ముదిరిపోయాయి. ఎంత వేడిగా ఉందో? అత్తయ్యగారండి! మీకు ఇవిగో గారెలు. నేను గుడికెళ్ళాల్సిన పనుంది" అంటూ గబగబా లోపలికెళ్ళి తయారయ్యి వచ్చింది కాంతం.

ఈలోగా "ఏమండీ! కోడలు గుడికెడతానంటోందిగా నేనూ వెళ్ళనా?" అని భర్తను అడిగింది పార్వతమ్మ.

ఆమె మాటలను విన్న కాంతం "ఎక్కడికి మీరువచ్చేది అత్తయ్యా? నా పర్సనల్ పనిమీద దేవునికి మొరపెట్టుకోవటానికి గుడికి వెళుతున్నాను. అటునుండి మా స్నేహితురాలి

దగ్గరకు కూడా వెళ్ళివస్తాను" అంటూ మీరు రానవసరంలేదని నర్మగర్భంగా చెప్పకనే చెప్పింది కాంతం.

టీషర్ట్, ప్యాంట్, ఫుల్ మేకప్‌తో బ్యాగ్ తీసుకుని గుడికెళ్ళొస్తానని అత్తమామలకు చెప్పి బయటకు వెళ్ళింది కాంతం. పార్వతమ్మకు కొడుకు, కోడలి ప్రవర్తనలు మింగుడు పడటంలేదు. "ఇది దేనికి దారితీస్తుందో?" అని మనసులో అనుకుంటూ "ఏమిటీ పిల్లల వైఖరి?" అన్నట్లుగా దిగులుగా భర్తవైపు చూసింది పార్వతి.

ఇలా ప్రతిరోజూ పార్క్‌కో, గుడికో వెళ్ళాలని కోడలు బయటకు వెళ్ళిపోవటం, ఎప్పుడోగానిరాని పోస్ట్‌మాన్ దాదాపుగా ప్రతిరోజూ వచ్చి అందమైన కవర్లను కాంతానికి ఇవ్వటం, వంటచేస్తున్నా, మరేదయినా పనిలో ఉన్నా ఆ ఉత్తరాలను చదువుతూ 'గోపీ' అంటూ తన్మయత్వంతో ఫోనులో ప్రేమ కబుర్లను చెప్పుకోవటం కాంతానికి నిత్యకృత్యాలయ్యాయి.

ఆరునెలలుగా జరుగుతున్న ఈభాగోతాన్ని కొడుకుకు చెప్పినా పట్టించుకోకపోవటంతో విసిగివేసారిపోయిన పార్వతమ్మ, వియ్యాలవారికి ఫోనుచేసి "అర్జంట్‌గా మీరు బయలుదేరి రండి. ఓ ముఖ్యమైన విషయం చెప్పాలి" అంటూ పిలిచింది.

ముఖ్యవిషయమంటే, "కూతురు కాంతం కడుపు పండిందేమో?" అని తలచిన వియ్యాలవారు మరునాడు మధ్యాహ్నానికి, చలిమిడి చేసి, స్వీట్స్, హాట్స్, పళ్ళు, పువ్వులు పట్టుకొచ్చారు.

విషయం తెలియని పరంధామయ్యగారు వియ్యాలవారిని చూసి ఆశ్చర్యపోయి, సాదరంగా ఆహ్వానించారు. పార్వతమ్మగారు మాత్రం ఏదో మొక్కుబడిగా వచ్చినవారిని పలకరించారు.

దాంతో "ఏమయ్యిందో? ఏమిటో?" అని కాంతం తల్లి ఖంగుతింది. "కాంతం ఏది వదినా?" అని అడిగింది.

"ఏ రాచకార్యం చేయటానికి వెళ్ళిందో? ఏమో? మీ అమ్మాయి. కాసేపట్లో వస్తుందిగా మీరే అడగండి" అని నిష్ఠూరంగా బదులిచ్చింది పార్వతమ్మ.

బయటనుండి సెల్ మాట్లాడుతూ వచ్చిన కాంతం తల్లిని చూసి, "గోపీ, నీకు మరలా కాల్ చేస్తాను. సాయంత్రం నువ్వు తప్పక మా ఇంటికి రావాలి" అని చెప్పి "అమ్మా!" అంటూ ఆనందంగా ఆలింగనం చేసుకుంది. "నేనే ఫోను చేసి మిమ్మల్ని రమ్మనమని చెబుదామనుకున్నాను. మీరే నా మనసులో మాటను గ్రహించినట్లుగా వచ్చేశారు. మీకో మంచి మాట చెప్పాలి" అంటూ ఉబ్బితబ్బిబ్బైపోయింది కాంతం.

సాయంత్రం కాగానే కాంతం మోడ్రన్ డ్రస్సులో అందంగా తయారయ్యింది. పెద్దవాళ్ళు నలుగురు హాల్లో కూర్చునుండగా, "మీకో ప్రత్యేకమైన వ్యక్తిని పరిచయం చేయబోతున్నాను. కాసేపట్లో అతను ఇక్కడకు వస్తాడు" అని చెప్పింది కాంతం.

ఆమె చెప్పినట్లుగానే ఇంటి ముందు ఆగిన ఖరీదైన కారునుండి 'రెబాక్' కూలింగ్ గ్లాసెస్ పెట్టుకున్న అందమైన యువకుడు సినీహీరోలాగా కారు దిగి లోపలకు వచ్చాడు. అతణ్ణి చూడగానే 'గోపీ' అంటూ పరుగెత్తికెళ్ళిన కాంతం, లతలా అతన్ని అల్లుకుపోయింది.

"ఛా..ఛా.. ఇదా దీని నిర్వాకం" అంటూ పెద్దలందరూ కోపంగా చూసారామెవంక.

"ఇతను, నేను గత ఆరు నెలలుగా ప్రేమించుకుంటున్నాం. రేపు రాబోయే ఉగాది నాడు మీ అందరి సమక్షంలో పెళ్ళి చేసుకోవాలని నిర్ణయించుకున్నాం" అంటూ చెప్పింది కాంతం.

"కాంతి! ఇంత శుభవార్త చెప్పిన నువ్వు, పెద్దలందరి నోళ్ళు తీపిచేయవా?" అంటూ స్టైలిష్‌గా నవ్వుతూ అన్న గోపీ మాటలకు, గబగబా తల్లి తెచ్చిన స్వీట్స్ అందించింది కాంతం.

"కాంతం ఏమిటీ వేషాలు? అత్తమామల ముందు కొంచెమైనా భయంలేకుండా ఎవరినో తెచ్చి ప్రేమించానని చెప్పటానికి నీకు సిగ్గులేకపోయినా, మాకు తలెత్తుకోలేని పరిస్థితిని కల్పించావు. ఏదో మంచి మాట చెపుతావంటే, మనవణ్ణి చేతికందిస్తావనుకున్నాంగాని, ఇలా మరో పెళ్ళి చేసుకుంటావనుకోలేదు. ఇంతకీ మా అల్లుడుగారెక్కడ?" అన్నారు కాంతం తల్లిదండ్రులు.

"ఈ భాగోతం చూడటానికే మిమ్మల్ని రమ్మన్నది. మీరు రాగానే విషయం కదిలిద్దామన్నా నాకు నోరు రాలేదు. ఇప్పుడు మీరే చూశారుగా, మీ అమ్మాయి నిర్వాకం? అంది పార్వతమ్మ కోపంగా.

పరంధామయ్యగారైతే చేష్టలుడిగిపోయి కుర్చీలో కూలబడ్డారు.

పెద్దవాళ్ళ హావభావాలు, కోపతాపాలు చూసిన గోపి, కాంతంతో కలసి ఫక్కున నవ్వాడు. ఇద్దరు లోపలికెళ్ళి మామూలు దుస్తులలో వచ్చి "మీరందరూ మమ్మల్ని క్షమించాలి. మాది పెద్దలు కుదిర్చిన పెళ్ళి కదా! అందుకే ప్రేమించుకోవటంలోని ఆనందాన్ని పొందటానికి గత ఆరునెలలుగా ప్రయత్నిస్తున్నాం.

గోపాలం అనే నన్ను గోపిగాను, కాంతం అనే తనను కాంతిగాను పిలుచుకుంటూ, రేపు ఉగాది రోజున మీ అందరి ముందు దండలు మార్చుకుని మీ ఆశీర్వాదాలు పొందాలని అనుకున్నాం.

ఈలోపుగా అమ్మ కంగారుపడిపోయి, తన కోడలేదో దారితప్పి తిరుగుతోందని నిర్ణయానికి వచ్చి, మిమ్మల్ని పిలిచి మాకు బుద్ధిచెప్పించాలనుకుంది" అన్నాడు గోపాలం.

"ఇదంతా నిజమేనా? మీ తిరుగుళ్ళు, వస్త్ర ధారణ, మాటలను చూసి నేను ఎంత దుర్మార్గంగా ఆలోచించాను? చిన్నతనపు నీ అల్లరి చేష్టలు ఇంకా మారలేదురా గోపాలం. నీకు తగిన భార్య దొరికింది. ఇద్దరు కలసి మమ్మల్ని కంగారుపెట్టేసారు. మీ మాటెందుకు కాదనాలి. ఉగాదినాడు మరలా దండల పెళ్ళి చేసుకోండి" అంటూ ఆనందంగా పిల్లలను దీవించింది పార్వతమ్మ.

★★★★★

"మందు తెచ్చిన మార్పు"

("స్నేహ సాహితి, విశాఖపట్టణం" మరియు "విశాఖ సంస్కృతి మాస పత్రిక"ల సంయుక్త ఆధ్వర్యంలో నిర్వహించిన "పదహారణాల తెలుగు కథల పోటీ 2022" లో బహుమతి పొందిన కథ)

టూటౌను పోలీస్‌స్టేషన్‌లో అందరూ హడావిడిగా తమతమ పనులను చేసుకుంటున్నారు. ఇంతలో "సార్! దండాలయ్యా! ఓ పెద్దదొరగారు కూడా ఇక్కడే ఉన్నారే! మీక్కూడా దండాలండి" అంటూ స్టేషన్‌లోని ప్రతి ఒక్కరికి నమస్కారాలు చేస్తూ ఇనస్పెక్టర్ రూంలోకి కంగారుగా వచ్చాడు సాంబయ్య.

"ఏయ్ 202! ఏంటితణ్ణి డైరెక్ట్‌గా లోపలకు పంపావు? ఎందుకొచ్చాడో కనుక్కో?" అంటూ కానిస్టేబుల్‌ను కేకలేసారు ఇనస్పెక్టర్‌గారు.

"సార్! బయట మేమంతా ఆపినా ఆగలేదు. పెద్దసారుతోనే నాగోడు చెప్పుకోవాలంటూ మమ్మల్ని నెట్టుకుని వచ్చేసాడండి. కాస్త మందెక్కువైనట్లుంది" అన్నాడు కానిస్టేబుల్.

"సరే, సరే! ముందితణ్ణి తీసుకెళ్ళి ఆఫీసురూంలో ఆ ఫిర్యాదేమిటో రాసుకోమని రైటర్‌కు చెప్పు" అన్నారాయన.

"పదపదవయ్యా! ముందు రైటరుగారి దగ్గర నువ్వంతా చెపితే కంప్లయింట్ రాసుకుని ఆ తరువాత ఎంక్వైరీ చేస్తాం" అంటూ కానిస్టేబుల్ సాంబయ్యను ఆఫీసు రూంలోకి తీసుకొచ్చాడు.

"ఏమయ్యా! మేం చెపితే విన్నావా! ఇప్పుడు చూడు, పెద్దసార్ మాపై కేకలేస్తున్నారు. నీ పేరేమిటి? ఎవరిమీద నీ ఫిర్యాదు? అంటూ రైటర్‌గారు అడిగారు.

"నా పేరు సాంబయ్యండి. నా పెళ్ళాం, బావమరదులపైనే ఫిర్యాదు ఇవ్వటానికి వచ్చానండి అన్నాడు సాంబయ్య."

"ఆ! ఏంజరిగిందో చెప్పు" అంటూ రైటర్‌గారు ఆసక్తిగా అడిగారు.

"మరండీ, వాళ్ళిద్దరూ కలసి నన్ను మందుపెట్టి సంపెయ్యాలని గూడుపుఠాణి

చేస్తున్నారండి. సత్తె పెమానికంగా నిజమే సెపుతున్నాను. నా సెవులతో నేనే విన్నానండి. అందుకే భయమేసి మీదగ్గరకు పరిగెత్తుకొచ్చాను" అన్నాడు సాంబయ్య.

"ఆ! నువ్వు గతంలో తప్పతాగి మన కలెక్టర్‌గారి కారుకు నీ రిక్షాను అడ్డంగా పెట్టి కదలకుండా భీష్మించుకుని కూర్చుంటే, ఇదే స్టేషన్లో మావాళ్ళు సెల్‌లో పెట్టి మాద్దైన పద్ధతిలో నాలుగు తగిలించారుగా! ఏమైనా గుర్తున్నాయా ఆదెబ్బలు? మరునాటి పొద్దున్నే కబురు తెలిసిన నీ పెళ్ళాం ఏడుస్తూ, తప్పయిపోయింది క్షమించండి. మరోసారి ఇలాంటి తప్పు జరగకుండా చూసుకుంటాను అని ఇనస్పెక్టర్‌గారి కాళ్ళావేళ్ళాపడి బ్రతిమలాడి నిన్నింటికి తీసుకెళ్ళిన సంగతి జ్ఞాపకమొచ్చింది నాకు. నీకీ మధ్య తాగుడెక్కువై మతిమరుపు కూడా వచ్చి ఉంటుంది" అంటూ తన సీట్లోంచి లేచి ఇనస్పెక్టర్‌గారి దగ్గరకెళ్ళి "సార్! ఇతనో పక్కా తాగుబోతు నోటివెంట వచ్చేవన్నీ అబద్ధాలే" అని కిందటి సారి జరిగిన విషయం చెప్పి "ఇప్పుడు ఆ భార్యే తనని చంపెయ్యాలని ప్రయత్నం చేస్తోందని చెపుతున్నాడు" అన్నాడు.

"సరే! రేపు నీ భార్యను, బావమరిదిని కూడా పిలిపించి అడుగుతాం. అప్పుడే నీవు చెప్పేది నిజమో కాదో తేలుస్తాను. అయితే రేపు మందు తాగకుండా స్టేషన్‌కు రావాలి" అన్నారు ఇనస్పెక్టర్‌గారు.

"నిజమేమిటో ఆళ్ళ నోటితోనే సెప్పిస్తా, సెప్పకపోతే, సార్ ఊరుకున్నా నేనూరుకోనుగా" అని మనసులో అనుకుంటూ స్టేషన్ బయటకొచ్చాడు సాంబయ్య. భార్యమీద కోపంతో ఉదయం ఏం తినకుండా వచ్చేశాడేమో కడుపు నకనకలాడుతోంది. ఏదయినా తిందామంటే బేరాలే లేకపోయె. "ఇంటికి పోతే భార్య తనకేమయినా పెట్టకపోతుందా?" అన్న ఆశతో రిక్షాను ఇంటి దారి మళ్ళించాడు సాంబయ్య.

అతణ్ణి చూడగానే "మావా! వచ్చావా! సద్దన్నమన్నా తినలేదు. టీసుక్కన్నా తాగలేదు. ఎందుకొచ్చిన సెడుసావాసాలు సెప్పు. పొద్దస్తమానం రిక్షాతొక్కుతావు, వచ్చిన డబ్బంతా ఆ సారా కొట్టుకు కుమ్మరిస్తావు. ఆరోగ్యమేమయిపోతుంది. చూడు ముఖమెలా పీక్కుపోయిందో?. రారా! ముందు అన్నం తిను నీ కిష్టమైన కూరే చేశాను ఈరోజు" అంది మంగమ్మ.

ఏదో అందామనుకుని "తిన్నాక చెప్పొచ్చులే" అనుకుంటూ కాళ్ళుచేతులు ముఖం కడుక్కువచ్చి గబగబా అన్నం తిన్నాడు సాంబయ్య. తినటం పూర్తయిన తరువాత నులక మంచంపై పడుకుంటూ, "ఇదిగో ఈమాట చెవికెక్కించుకో! రేపు పొద్దుటేలనే మీ తమ్ముణ్ణి రమ్మని చెప్పు. మన ముగ్గురం ఓ పని మీద బైటకెళ్ళాలి" అంటూ నిద్రలోకి జారుకున్నాడు.

"ఈమాటలు ఎప్పుడూ అనేవేలే" అనుకుంటూ తనూ నేలపై పడుకుండి పోయింది మంగమ్మ. మరునాడు ఉదయమే "మావా! నాగేశొచ్చాడు. పద! ఎక్కడికోవెళ్ళాలన్నావుగా" అంది మంగమ్మ.

ఒక్క ఉదుటున కూర్చున్న చోటినుండి లేచి తయారయ్యి, "పదండి, మనం ఇప్పుడు పోలీస్‌స్టేషన్‌కు వెళ్ళాలి" అంటూ కదిలాడు సాంబయ్య.

"అక్కా! పోలీస్‌స్టేషనంటున్నాడు, కొంపదీసి మళ్ళా ఏ పెద్దోరి గొడవలో అయినా ఇరుక్కున్నాడా బావ? ఏమిటి సంగతి?" అని మంగమ్మ చెవిలో గుసగుసలాడాడు నాగేష్.

స్టేషన్‌కు చేరగానే "సార్! వీళ్ళేనండి నా వాళ్ళు. ఇద్దరిని గట్టిగా గదమాయించి నిన్న నేను సెప్పిన విషయం కనుక్కోండి" అన్నాడు సాంబయ్య.

ఇనస్పెక్టర్‌గారు మంగమ్మ వైపు తిరిగి "ఏమ్మా! నీ మీద, నీ తమ్ముడిమీద కేసు పెట్టమంటున్నాడు నీ మొగుడు. మీరిద్దరు కూడబలుక్కుని అతనిని మందుపెట్టి చంపాలని ప్రయత్నం చేస్తున్నారని, ఆ విషయమై మీరు మాట్లాడుకోవటం తన చెవులతో తానే విన్నానని చెపుతున్నాడు సాంబయ్య. అసలు జరిగిందేమిటో నువ్వే చెప్పు" అన్నారు.

"నిజమే సార్! ఓ పది రోజుల కిందట నేను నా తమ్మునితో ఆ మందును బేగే తీసుకురారా! పరిస్థితి చేజారక ముందే మీ బావకు తెలియకుండా మందు ఇచ్చేద్దామని చెప్పాను. కానీ ఆ మందు నా మావను చంపే మందు కాదు సార్! నా మావను బతికించుకునే మందండి" అంది మంగమ్మ.

"ఏంటమ్మా? నువ్వు చెప్పేది. బ్రతికించే మందా? అదేమిటి? వివరంగా చెప్పు" అన్నారాయన.

"సార్! నా పెళ్ళయ్యాక, ముగ్గురు పిల్లలు పుట్టేదాకా నామావ చాలా బాగున్నాడండి. రిక్షా నడుపుకుంటూ నన్ను పువ్వులలో పెట్టి చూసుకున్నాడు. చీకు చింతా లేకుండా సాగుతున్న నా సంసారంలో, నామావ చెడుసావాసాలు మరిగి, సారాకొట్టులో ఎక్కువ సమయం గడపటంతో, సుడిగుండాలు ఏర్పడ్డాయి. ఓసారి మందెక్కువై విపరీతంగా కడుపునొప్పి, వాంతులయితే ప్రభుత్వ ఆసుపత్రిలో కూడా చేర్పించాల్సొచ్చింది. ఈ తాగుడుతో రెండుసార్లు నేను మావ చేతిలో దెబ్బలు తిని చావును కూడా దగ్గరగా చూశాను.

నాకు వెనుక పెద్ద వాళ్ళెవరూ లేరండీ. నా తమ్ముడే నాకు అండగా నిలబడతాడు. రోజూ ఏదో సమయంలో వచ్చి పదోపరకో చేతిలో పెట్టి, ఎట్లా ఉన్నామో కుశలం కనుక్కుంటుంటాడు.

నా కూతురి పెనిమిటి కూడా తాగితాగి గుండెనొప్పితో ఆరునెలల కిందట చచ్చిపోయాడు. చిన్నపిల్లలతో అది కూడా మాఇంటికొచ్చి, ఇరుగుపొరుగు ఇళ్ళల్లో పనులకెళ్తూ పిల్లలను పెంచుకుంటూ నాదగ్గరే ఉంటోంది. మావ పరిస్థితిని చూసి, అది కూడా తండ్రిని గురించిన దిగులు పెట్టేసుకుంది.

నాకొడుకు డిగ్రీ చదువుతున్నాడయ్యా. వాడి స్నేహితుని తండ్రికి ఉన్న ఈ తాగుడు అలవాటుని మానిపించటానికి 'డ్రగ్ ఎడిక్షన్' సెంటర్ నుండి ఆయుర్వేద మందు తెచ్చి వాళ్ళ

నాన్నకు తెలియకుండా అన్నంలోనో, టిఫిన్లోనో, పాలలోనో కలిపి ఇచ్చారుట. మూడునెలలలో మంచి గుణం కనిపించటంతో నాకొడుకు చెపితే ఆ మందేమిటో తెమ్మనమని నా తమ్ముడికి చెపుతూంటే విన్నట్టుగా ఉన్నాడు నామావ. ఆ మందు తనని చంపటానికే అనుకుని అనుమానపడి ఇలా ఫిర్యాదు ఇచ్చుంటాడు" అంది మంగమ్మ కన్నీళ్ళతో.

"సార్! నా మేనల్లుడు చదువుతోపాటుగా గవర్నమెంట్ పోటీపరీక్షలకు వెడుతున్నాడు. రేపోమాపో ఉద్యోగం వస్తే తన తండ్రి ఇలా తప్ప తాగి గొడవలు చేస్తుంటే ఆడికెంత చిన్నతనంగా ఉంటుందయ్యా. దైవ సాక్షిగా నా బావను మంచోడిగా మార్చటానికే మా ప్రయత్నాలండి " అని ఇనస్పెక్టర్‌గారితో అన్నాడు నాగేష్.

కన్నీళ్ళ పర్యంతమౌతూ ఆమె చెప్పిన విషయాలు వింటున్న వాళ్ళతో పాటు సాంబయ్యను కూడా కదిలించాయి. ఆమె మాటలలోని నిజాలు, తనమీద ఆమెకున్న ప్రేమ, కొడుకుకుగల గౌరవం, బావమరిదికి ఉన్న ఆపేక్ష అతని హృదయాన్ని కరిగించాయేమో, అక్కడ నిలబడలేక జ్ఞానోదయమైన వ్యక్తిలా మౌనంగా శివాలయానికి వెళ్ళి మెట్లపై కూర్చున్నాడు.

కార్తీకపురాణం చదువుకుంటున్న బ్రహ్మానందశాస్త్రిగారి దృష్టి సాంబయ్యపైపడి రమ్మనమని కేకేసారు. "ఏమిటి సాంబయ్యా! ఇన్నాళ్ళకు గుడికొచ్చావు? వేళగానివేళ రిక్షా తొక్కటం మానేసి ఇక్కడకొచ్చావు, తప్పతాగి ఇల్లూవళ్ళూ గుల్లచేసుకుంటూ, కట్టుకున్న ఇల్లాలికి, కన్నబిడ్డలకు, నీతోటివారికి కష్టాలను రుచిచూపిస్తున్న నీకు శివుని కనికరం కావాల్సి వచ్చిందా?" అన్నారు.

"స్వామీ! నేనో ఘోరమైన తప్పిదం చేశానండి" అంటూ పోలీస్‌స్టేషన్‌లో జరిగిందంతా చెప్పుకొచ్చాడు. ఆ శివుడికి నా అపరాధాలనన్నింటిని చెప్పి మన్నించమని వేడుకోవటానికి వచ్చానన్నాడు.

"అదేరా జీవితమంటే! మొత్తానికి ఆ ఆయుర్వేదమందు వల్ల నీవు ఈమందు అలవాటుని మానుకోవటానికి సిద్ధపడ్డావు. ఇన్నాళ్ళుగా అందరం చెవునిల్లుగట్టుకుని చెప్పినా మనసుకెక్కనిది, ఈరోజు నీకునీవుగా నీ తప్పును తెలుసుకున్నావు. ఇకనైనా నీ భార్య మాటలను విని నీ జీవితంతో పాటు నీపిల్లల జీవితాలను కూడా బంగారుబాటలో పయనించేలాగా కృషి చెయ్యి" అంటూ శివాభిషేక పంచామృత తీర్థం అతని చేతిలో పోసారు.

★★★★★

"పూరింటి నుండి పార్లమెంట్ దాకా.."

(డి ఎస్ సిద్ధార్థ సాంస్కృతిక సామాజిక సేవా సంస్థ, గుంటూరు వారు నిర్వహించిన జాతీయ స్థాయి కథల పోటీలో ద్వితీయ బహుమతి పొందిన కథ)

"రామాయణం" చదువుతున్న తాతగారి దగ్గరికి వచ్చిన భరత్ ఏదో అడగటానికి సందేహపడుతున్నాడు.

అతని పరిస్థితిని గమనించిన తాతగారు "ఏమిటి భరత్, ఏమికావాలి?" అని అడిగారు.

"తాతగారూ! రేపు మా స్కూలులో ఎవరైనా ఒక జాతీయ నాయకుని జీవితంపై వక్తృత్వ పోటీలు ఉన్నాయి. నేను పేరు ఇచ్చాను. అయితే ప్రస్తుత కాలం మరచిపోతున్న గతతరం నాయకుని గురించి నాకు చెప్పాలని ఉంది. అటువంటి నాయకులెవరైనా ఉంటే వారి గురించి నాకు చెప్పండి" అంటూ తాతగారి దగ్గర కూర్చున్నాడు భరత్.

మంచి అంశం గురించి అడిగావు నాయనా! గాంధీగారి సమకాలీకుడుగా, త్యాగాలకు, నీతినియమాలకు విలువలిచ్చిన కాలాన, కుల, మత, జాతి విచక్షణలేక అందరం కలసి ఐక్యంగా భారత దేశ స్వాతంత్ర్యం కొరకు బ్రిటిష్ దొరలపై సంగ్రామం జరుపుతున్న సమయంలో, రాజకీయ వనాన తులసి మొక్కలా మొలిచాడు ఒక నాయకుడు.

భారత స్వాతంత్ర్యానంతరం, అతను దళిత వర్గానికి చెందిన వ్యక్తి అయినా నెహ్రూగారే ఏరికోరి ఆయనను తన మంత్రి వర్గంలో చేర్చుకున్నారు. అందుకు ప్రధాన కారణం ఆ కాలంలో దళిత కులంలోని ఒక నిరుపేద ఇంట పుట్టి దారిద్ర్యంతో పోరాటంచేస్తూ, స్వశక్తితో పెద్దల మనస్సును గెలుచుకున్న అతని నిజాయితీ, నిరాడంబరత్వం, సాహితీ ప్రపంచంలో ప్రవేశం, వివాదాలకు దరిజేరనీయని అతని గొప్ప వ్యక్తిత్వమే.

తాతగారు తన్మయత్వంలో మునిగిపోయి ఆ వ్యక్తి గురించి తనకు ఒక కథలాగా చెప్తూండటంతో వారికి అంతరాయం కలిగిస్తూ "తాతా! ఆ వ్యక్తి పేరైనా చెప్పకుండానే, వారి జీవితమంతా కంఠోపాఠంలా చెప్పేస్తున్నారే? ఇంతకీ ఆ వ్యక్తి పేరేమిటి తాతా?" అని అడిగాడు భరత్.

అవునురా భరత్, నీకు వారి పేరు చెప్పనేలేదు కదా! ఆయనే మన ఉమ్మడి రాష్ట్రానికి రెండవ ముఖ్యమంత్రిగా పనిచేసిన శ్రీ దామోదరం సంజీవయ్య గారు. కాకతాళీయంగా వారి జన్మదినమైన ఈ ఫిబ్రవరి 14వ తారీఖునాడు నీ కారణంగా వారిని గురించి మననం చేసుకోవటమౌతోంది.

రాజకీయాలలో రాణించాలంటే కోట్ల రూపాయిలను ఖర్చుపెట్టటం కాదు, కోట్ల మంది ప్రజల మనస్సులను గెలుచుకోవాల్సి ఉంటుంది. ఇప్పటి రోజులలో సంజీవయ్యగారిలా ప్రజాసేవే ఊపిరిగా, ధ్యాసగా ఒక తపస్సులాగా భావించే వ్యక్తులు ఒక్కళ్ళు కూడా ఉండటంలేదు.

అదెలా సాధ్యమౌతుంది? అన్నాడు భరత్.

"చూడు నాన్నా భరత్, మన దేశంలోనే మొట్టమొదటి దళిత ముఖ్యమంత్రిగా పనిచేసిన సంజీవయ్యగారు తన దళిత వర్గ ప్రజల కోసమే కాకుండా భూమిలేని నిరుపేదలందరికి ప్రభుత్వ భూమిని పంచిపెట్టారు. ఆ భూదానోద్యమం గురించి కేంద్రంలో ఒక చట్టాన్ని కూడా తెచ్చారు. ఆడపిల్లలకోసం, వారికి చదువుకొనే అవకాశాలతో పాటుగా ఉపాధి కల్పించే దిశగా మన హైదరాబాద్ నందు ఒక పాలిటెక్నిక్ కళాశాలను స్థాపించారు. ఆయన కార్మిక శాఖామంత్రిగా పనిచేసిన సమయంలో అనేక మంది కార్మికులకు ప్రయోజనం కలిగే విధంగా "బోనస్" పథకాన్ని ప్రవేశపెట్టారు. ఆయన ఆశయాలు అంత సమున్నతమైనవి.

"సంజీవయ్య గారిని అంత గొప్ప వ్యక్తిగా తీర్చిదిద్దటానికి వారి తల్లిదండ్రులు ఎంత కష్టపడి ఉంటారోకదా?" అన్నాడు భరత్.

భరత్ అడిగిన ప్రశ్నకు తాతగారికి నవ్వు వచ్చింది. "ఒరేయ్ భరత్! ఎంత అమాయకంగా అడిగావురా? సంజీవయ్యగారు పుట్టిన మూడవరోజునే అతని తండ్రి మరణించాడు. ఐదుగురు పిల్లలున్న ఆ నిరుపేద కుటుంబంలో సంజీవయ్యగారు చివరివాడు.

తండ్రి చనిపోయాక మేనమామతో కలిసి ఆ కుటుంబం "పాలకుర్తి" వెళ్ళిపోయింది. సంజీవయ్యగారు ఆ ఊరిలో పశువులను కాసేవారు. తరువాత అతని అన్నయ్య సంజీవయ్యగారిని బడికి పంపటంతో చదువులో తొలిమెట్టు ఎక్కారు. వివిధ వ్యక్తుల సహాయ సహకారాలతో అంచెలంచెలుగా "స్వయంశక్తి"ని నమ్ముకొని డిగ్రీ పూర్తి చేశారు. చిన్నాచితక ఉద్యోగాలుచేసి డబ్బును పొదుపుచేసుకొని "లా" చదివారు. అప్పట్లో స్కాలర్‌షిప్ పద్ధతి లేకపోవడంతో పార్ట్‌టైం జాబ్ చేస్తూ కష్టపడి చదువుకొనాల్సి వచ్చింది.

ఒకవైపు శ్రద్ధగా చదువుకొనసాగిస్తూనే మరోవైపు సాహిత్యంపై మక్కువను పెంచుకొన్నారు. ఆయన వ్రాసిన "గయోపాఖ్యానం", "శివాజి" నాటకాలు ఆ రోజులలో

విశేషమైన ఖ్యాతి గడించినాయి. సంజీవయ్యగారు మంచి వక్త. తెలుగు, ఇంగ్లీష్, హిందీ, ఉర్దూ ధారాళంగా మాట్లాడేవారు.

"లా" చదివే సమయంలోనే వివిధ రాజకీయ నాయకులతో జరిగిన పరిచయాలు, వారి సాంగత్యం వలన సంజీవయ్యగారికి రాజకీయాలపట్ల ఆసక్తి కలిగింది. తన నిజాయితి, వాక్పటిమ, సమర్థతలతో అఖిల భారత కాంగ్రెస్‌కు అధ్యక్షులయ్యారు. వారి రాజకీయ ప్రస్థానం 1950 నుండి 1972 దాకా సాగింది. కర్నూలు రాజధానిగా ఏర్పడిన ఆంధ్ర రాష్ట్రప్రభుత్వంలో మంత్రిగా, ఆ తరువాత రాష్ట్ర రెండవ ముఖ్యమంత్రిగాను, కేంద్రప్రభుత్వంలో మంత్రిగాను, పనిచేశారు" అని చెప్పారు తాతగారు.

"నిజమా తాతా! నేడు ప్రతి రాజకీయ పార్టీవారు తమతమ ఎన్నికల మ్యానిఫెస్టో లో "దళితనేత"ను ముఖ్యమంత్రిని చేస్తామని వాగ్దానాలైతే చేస్తున్నారుగాని, ఎవరూ ఇంత దాకా ఆచరణలో పెట్టలేదు కదా" అన్నాడు భరత్.

"ఔనురా ఆ రోజులలో నెహ్రూగారి నేతృత్వం నుండి లాల్ బహదూర్ శాస్త్రి గారి దాకా ఉన్న మంత్రి వర్గాలలో వీరు మంత్రిగా కొనసాగారంటే, వీరి వ్యక్తిత్వ పరిమళమే కారణం రా" అని చెప్పారు తాతగారు.

"తాతా! నాకు వారి గురించి మరిన్ని విషయాలను తెలుసుకోవాలనుంది" అన్నాడు భరత్.

తాతగారు సంజీవయ్యగారి గురించి మరింతగా చెపుతూ, ఒక హరిజనుడు రాష్ట్ర ముఖ్యమంత్రి కావడాన్ని సహించలేక, సంజీవయ్యగారి పైన, వారి రాజకీయ అభివృద్ధి మీద ఈర్ష్య కలిగిన కొందరు నాయకులు, నెహ్రూగారితో సంజీవయ్యగారిపై లేనిపోని చాడీలను చెప్పటం జరిగింది. సంజీవయ్య అవినీతిపరుడని, లక్షలాది రూపాయిలను అక్రమంగా సంపాదించాడని ఫిర్యాదులు చేశారు. నెహ్రూగారు ఆ ఆరోపణలను ముందుగా కొట్టిపారేశారు. అయినా ఆ నాయకులు సంజీవయ్యగారిపై విచారణ చేయించమని పట్టుపట్టడంతో, నెహ్రూగారు తన ఆంతరంగిక మిత్రుణ్ణి పంపి నిజానిజాలు తెలుసుకోమన్నారు. ఆ మిత్రుడు, అప్పటి నాయకులైన శ్రీ చక్రపాణిగారి దగ్గరకు వెళ్ళి ఈ విషయం చెప్పారు.

ప్రధానమంత్రి ఆదేశాన్ని అమలుచేయడానికి, ఆ మిత్రులిద్దరూ కలసి సంజీవయ్యగారి ఊరు వెళ్ళారు. ఊళ్ళో అందరినీ అడుగుతూ, చివరకు సంజీవయ్యగారి ఇల్లు పట్టుకోగలిగారు. ఓ పాడుపడిన పూరిపాకలో ఒక వృద్ధురాలు కట్టెల పొయ్యిపై మట్టి కుండలో అన్నం వండుతోంది.

"ఏమిటి కారిక్కడ ఆపారు?" అని ఢిల్లీనుండి వచ్చిన నాయకుడు ప్రశ్నించగా, "మరి మనం వెతుకుతున్న సంజీవయ్య గారి ఇల్లు ఇదే! ఆమే వారి తల్లిగారు" అని చక్రపాణిగారు

బదులు చెప్పారు. ఆ నాయకుడు తెల్లబోయాడు.

ఆ నాయకుడు, "అమ్మా మీ అబ్బాయి ఈ రాష్ట్రానికి ముఖ్యమంత్రి కాబోతున్నారు" అని చెప్పారు.

అందుకు ఆ ముసలి తల్లి, "అయితే మా వాడి జీతం ఏమైనా పెరుగుతుందా? కట్టెల పొయ్యి మీద వంట చెయ్యటం కష్టంగా ఉంది, ఒక బొగ్గుల కుంపటి కొనమని ఎన్నాళ్ళనుండో అడుగుతూంటే డబ్బులు లేవంటున్నాడు నా కొడుకు మరి" అంది.

"సంజీవయ్యగారిపై వచ్చిన ఆరోపణలలో నిజంలేదని గ్రహించటానికి ఈ ఒక్క ఉదాహరణే చాలు" అనుకొన్నారు మిత్రులు.

"భరత్! నీకు వీరి జీవితం గురించి మరో విషయం కూడా చెప్పాలి. సంజీవయ్యగారు మన రాష్ట్రంలో ఎన్నెన్నో అవమానాలకు ఎదురొడ్డి నిలిచి సహనంతో దిగమింగారు. కులం పేరుతో చేసిన హేళనలను, ఎద్దేవాలను సహించారు. పదవి పోయినప్పుడు కూడా దిగులు చెందలేదు. హాయిగా ఆ సాయంత్రం భార్యతో కలసి ఓ సినిమాకు వెళ్ళి సంతోషంగా గడిపారు". తరువాత జరిగిన ఎన్నికలలో పార్టీ తరపున ప్రచారం చేసి కాంగ్రెస్ అభ్యర్థులను గెలిపించిన రథసారథి సంజీవయ్య.

ఈనాడు మంత్రి పదవినుండి తొలగించటం వరకు అఖ్ఖరలేదు, అసలు పార్టీ టిక్కట్ ఇవ్వకపోతేనే, వేరే పార్టీలో చేరడం, తనకు రాజకీయ జన్మనిచ్చిన పార్టీకి వెన్నుపోటు పొడవటం, కుటిలత్వంతో పార్టీని ముక్కలు చెయ్యటం చూస్తే సంజీవయ్యగారి ఔన్నత్యం, త్యాగనిరతి, నిరాడంబరత్వం నేటి రాజకీయ నాయకులకు మార్గదర్శకం కావలసిన అవసరం ఎంతైనా ఉంది.

భరత్! నీవు ఎం.ఎ.(పొలిటిక్స్)లో చేరి ఆ తరువాత రాజకీయాలలోకి వచ్చి ప్రజా సేవ చేయాలని కలలుగంటున్నావు కదా. కాబట్టి సంజీవయ్యగారి లాంటి గొప్ప వ్యక్తిపై పరిశోధన(రీసెర్చ్) చేసి ప్రజలకు స్ఫూర్తిని కలిగించాలి.

రాజకీయాలను ఒక సేవా వనంలా భావిస్తే, నీవు ఆ వనంలో ఒక తులసి మొక్కలాగా పెరగాలి. అప్పుడు నిన్ను కన్నందులకు నీ తల్లిదండ్రులు, భరతమాత ధన్యులవుతారు.

ఇటువంటి స్ఫూర్తి ప్రదాతల జీవితాల గురించి మరిన్ని వివరాలను మన గ్రంథాలయాలలో వెతికి చదవాలి. అప్పుడు రాజకీయాలలోకి ఎందుకు రావాలి అనే దానిపై నీకు ఒక అవగాహన వస్తుంది.

"చాలా పొద్దు పోయింది, ఇక నిద్దురలోనైనా ఆ బంగారులోకం గురించిన కలలు కను" అని భరత్‌ను దీవించి పంపారు తాతగారు.

★★★★★

"తెలుగును వెలిగిద్దాం"

("ఆంధ్ర సారస్వత పరిషత్" వారు నిర్వహించిన అంతర్జాతీయ చిన్న కథల పోటీ, 2021లో కన్సోలేషన్ బహుమతి పొందిన కథ)

మేము ముగ్గురం మిత్రులం. మా స్నేహితుడైన శ్రీనాథ్ ఆహ్వానం మేరకు నగరంలో పేరుమోసిన 'ఉడా పార్క్'కు వెళ్ళాం. ఉదయం పదిగంటల వేళ అయినందువల్ల పెద్దగా జనసంచారం లేదు. వర్ష ఋతువు కావటంతో పచ్చిక పచ్చదనంతో, బంతి చామంతుల నవ్వులతో ఉద్యానవనం అచ్చతెలుగు కన్యలా విరాజిల్లుతోంది.

మేమందరం విశ్రాంత ఉద్యోగులం. నగరంలో కాస్తదూరాలలో ఉన్నా ప్రతినెలా ఓఆదివారం ఒక్కొక్కళ్ళింటికి కుటుంబసమేతంగా వెళ్ళి సాయంత్రందాకా మాకు నచ్చిన కబుర్లతో, ఆటలతో కాలం గడుపుతాం.

అందరిలో కాస్త మితభాషి శ్రీనాథ్. చివర్లో మాత్రం 'పుష్పవిలాపం', 'కుంతీవిలాపం', భాగవతం, 'భగవద్గీత'ల నుండి కొన్ని శ్లోకాలను పాడి సెలవు పుచ్చుకుంటాడు. శ్రీనాథ్ ప్రభుత్వ కాలేజీలో తెలుగు ఉపాధ్యాయునిగా పనిచేసిన ప్రభావం అతని స్వరంలోని మధురిమలే చెపుతూంటాయి.

అప్పుడప్పుడూ, పుట్టలుపుట్టలుగా ఏర్పడుతున్న ఇంగ్లీష్ మీడియం స్కూళ్ళమీద చిరాకుపడి, "చందనాలద్దిన అందాల తెలుగు భాష"ను ప్రభుత్వం నిర్లక్ష్యం చేస్తోందని బాధపడేవాడు. అతని మనస్సు ఎప్పుడూ ఏదో ఆలోచనలతో నిండి ఉంటుందని ఆ కళ్ళను చూస్తే అనిపిస్తుంది.

క్రిందటినెలలో మా ఇంట్లో అంతా కలసి మాట్లాడుకుంటున్న వేళ, "వచ్చేనెలలో మాఇంట్లో కాక వేరే ప్రదేశంలో మన కలయికను ఏర్పాటు చేసే ఉద్దేశ్యంతో ఉన్నాను. మీరు అక్కడికి మీ బంధుమిత్రులను కూడా తీసుకుని రండి. మంచి కార్యక్రమాన్ని ఆస్వాదిద్దాం" అన్నాడు శ్రీనాథ్.

"అబ్బో! భలే! మేమందరం తప్పకుండా వస్తాంరా" అని చెప్పాం. అలా శ్రీనాథ్ ముందుగా ఫోన్లో చెప్పటంతో ఈ ఉద్యానవనానికి వచ్చాం. ఓపెన్ఎయిర్థియేటర్ దిశగా

అడుగులేశాం. అక్కడ శ్రీనాథ్ కుటుంబ సభ్యులు వేదికను అలంకరిస్తూ కనిపించారు. శ్రీనాథ్ ఎవరితోనో ఫోన్లో మాట్లాడుతున్నాడు.

"ఈరోజు నీ మనవడి పుట్టిన రోజేమిట్రా? హడావిడి పడుతున్నావు" అని అడిగాం.

"ఓసారి ఆ దిక్కుగా చూడండి" అంటూ "తెలుగు భాషా దినోత్సవం" అని రాసున్న బ్యానర్ వైపు చూపించాడు.

"ఓహో! ఎవరైనా గొప్ప వక్తలొస్తున్నారా?" అని ఆసక్తిగా అడిగాం.

"ఈ ఆగస్ట్ 29వ తేదీనాడు పూజ్యులు 'శ్రీగిడుగు రామ్మూర్తి పంతులు'గారి జన్మదినం సందర్భంగా మనం ఈ తెలుగు భాషా దినోత్సవాన్ని జరుపుకుంటాం. పేరుమోసిన సహస్రావధానిగారిని, కొంతమంది వేదపండితులను పిలిచాను. పిల్లలు పద్యాలతో మీకు వీనుల విందు చేస్తారు. ఆలకించి ఆశీర్వదించండి. రండి కూర్చోండి" అన్నాడు శ్రీనాథ్.

ఇంతలో అవధానిగారు, కవివరేణ్యులు వచ్చారు. శ్రీనాథ్‌తో కలసి మేమంతా ఎదురెళ్ళి వారిని సాదరంగా ఆహ్వానించి సముచిత ఆసనాలనలంకరింపజేసాం. తెలుగుతల్లి పటంముందు పెద్దలతో దీపారాధన చేయించాడు శ్రీనాథ్. అతని కోడలు "మా తెలుగు తల్లికి మల్లెపూదండ..." అన్న ఆపాత మధురమైన తెలుగు పాటను శ్రావ్యంగా పాడింది. మైక్‌లో పాట వినగానే చాలామంది జనం చేరారు.

తిరిగి అంతా ఆసీనులయినాక, శ్రీనాథ్ "ఇప్పుడు మన జాతిరత్నాలైన ఈ పిల్లలు మీకు తెలుగు పద్య మాధుర్యాన్ని అందిస్తారు" అని చెప్పాడు.

పదమూడేళ్ళ లోపు పిల్లలు పదిమంది 'వేమన', 'సుమతి', 'దాశరథి', 'భాస్కర', 'శ్రీకృష్ణ' శతక పద్యాలను, ఆరుద్రగారి 'కూనలమ్మ' పదాలను రాగయుక్తంగా ఆలపించారు. అతిధులందరి కరతాళధ్వనుల మధ్య శ్రీనాథ్ కృష్ణదేవరాయలుగా పిల్లలే అష్టదిగ్గజాలుగా వేదికపై భువన విజయాన్ని ఆవిష్కరింప చేసారు. తెలుగు భాషా ఔన్నత్యాన్ని కీర్తిస్తూ శ్రీకృష్ణదేవరాయలు చెప్పిన

"తెలుగ దేలయన్న దేశంబు తెలుగేను
తెలుగు వల్లభుండ తెలుగొకండ
ఎల్ల నృపులు గొలువ ఎరుగవే బాసాడి
దేశ భాషలందు తెలుగులెస్స.."

పద్యం శ్రీనాథుని కఠంలో అలవోకగా జాలువారింది.

సుమధురమైన ఆ పద్యసౌరభాలతో రెండుగంటల సమయం ఎలా గడిచిపోయిందో ఎవరికీ తెలియలేదు. శ్రీనాథ్ ఇంతమంది పిల్లలనెలా రప్పించాడో, వారికి ఎన్ని రోజులుగా

శిక్షణనిచ్చాడో అని మేమంతా ఆశ్చర్యపోయాం.

మా అనుమానాలకు తెరదించుతూ "సభ చివరిగా అవధానిగారు రెండు మంచి మాటలు చెబుతారు" అని శ్రీనాథ్ చెప్పటంతో ఆయన మైక్ ముందుకొచ్చారు.

అవధానిగారు 'అమ్మ' పై పద్యాన్ని శ్రావ్యంగా ఆలపించి, నేటి వాస్తవిక సంఘటనలకు అన్వయించి అర్ధం విశదీకరించారు. ఇక్కడ ఈ ఉద్యానవనంలో 'తెలుగు భాషామతల్లి'కి ఇంత గొప్పగా పండుగ చేయటం చక్కని ఆలోచన. ఈపిల్లలు తమ నిర్మల గళాలతో తెలుగుతల్లి చరణాలకు పద్యపూజ చేయడం మహాద్భుతం. ఇంత చక్కటి కార్యక్రమాన్ని క్రమ శిక్షణతో నిర్వహించటం అభినందనీయం. వ్యర్ధ విషయాలోచనలతో కాలాన్ని వృధాపరచకుండా ఇలాంటి పనులుచేయడమే గొప్ప జీవితం అని నా ఉద్దేశ్యం.

శ్రీనాథ్‌గారు క్రిందటి వారం మా ఇంటికొచ్చి తాను చేసే ఈ చిన్న కార్యక్రమాన్ని మన్నించి, తమ పిల్లలను ఆశీర్వదించమని అభ్యర్ధించి, ఆ పిల్లల గురించి చెప్పగానే ఒక్కసారిగా నా మనస్సు పులకించింది. అందుకే నా మిగిలిన పనులను వాయిదా వేసుకుని ఈరోజు ఇక్కడకు వచ్చాను.

శ్రీనాథ్‌గారు ఈ అనాధ పిల్లల ఆశ్రమాలకు వెళ్ళి వాళ్ళకు తెలుగు పద్యాలను, కథలను నేర్పుతూ తెలుగు భాషకు వైభవం చేకూర్చుతున్నారు. ఈ పిల్లలంతా దాదాపుగా ప్రభుత్వ పాఠశాలలలో చదువుతున్నవారే. మరి మన ప్రభుత్వం వారు ప్రభుత్వ పాఠశాలలలో కూడా తెలుగు ప్రాధాన్యాన్ని తగ్గించి పరాయి భాష ఆంగ్లానికి పట్టం కట్టే దిశగా చట్టం తీసుకొచ్చి అమలుచేస్తుంటే, మన తెలుగుతల్లి ప్రాభవాన్ని పునరుద్ధరించాలని శ్రీనాథ్‌గారు కంకణం కట్టుకొని తెలుగు భాషాభివృద్ధికి పాటుపడుతున్నారు.

అంతా ఉద్యోగాలనుండి విరమణపొందాక ఉన్న డబ్బుతో ఏవో యాత్రలు చేస్తూ గడిపేస్తున్న ఈరోజులలో, తనకి జీవితాన్ని, జ్ఞానాన్ని అందించిన తెలుగు భాషకు తనవంతు బాధ్యతగా తనకు వచ్చే పెన్షన్ డబ్బులో కొంత ఈ విద్యార్థులకొరకు ఖర్చుచేసి, వారిలో తెలుగు భాష పట్ల ఆసక్తి కలిగించి ఇంత మంచి కార్యక్రమాన్ని నిర్వహించటం అమోఘం. మీరంతా కూడా మన పిల్లలకు జ్ఞానాన్ని అందించేదిశగా, తెలుగుభాషను అందలం ఎక్కించే ప్రయత్నంలో మీ సహాయ సహకారాలనందించండి" అంటూ ముగించారు.

వింటున్న మేమంతా తెల్లబోయాం. శ్రీనాథ్ ఇంతకాలం మంచి ఆశయంతో ఇలాంటి పనులు చేస్తుంటే మాకు తెలియకపోవటం చాలా విచారించదగ్గ విషయం. అందుకే శ్రీనాథ్ కృషిలో మా వంతు సహకారంగా అతనితో మేముకూడా చేతులుకలిపి తెలుగు భాషాభివృద్ధికి చేతనైన సాయం చేయాలని సంకల్పించాం.

★★★★★

"అమ్మ కోసం"

("సాహితీ కిరణం మాస పత్రిక" మరియు "సూర్య సాహితీ వేదిక" ల సంయుక్త ఆధ్వర్యంలో నిర్వహించిన "బాలల కథల పోటీ – 2022" లో ద్వితీయ బహుమతి పొందిన కథ)

అది లక్కవరం గ్రామంలోని ప్రభుత్వ ఉన్నత పాఠశాల. ఏడవ తరగతి గదిలోని సోషల్ మాష్టారు శంకరంగారు తాను పాఠం చెప్పేముందు ప్రతిరోజు పిల్లలను ఏదో ఒక చిన్న పొడుపు కథను విప్పమనడం, వాళ్ళు చేసిన మంచి పనులకు చిన్నచిన్న బహుమానాలివ్వడం చేస్తూంటారు. అందుకే పిల్లలంతా ఉత్సాహంగా ఉండటమే కాక సోషల్ మాష్టారి క్లాసు అస్సలు మానరు.

ఆరోజు శంకరంగారు "పిల్లలూ! మనం పాఠం మొదలుపెట్టుకునే ముందుగా మిమ్మల్ని ఓ ప్రశ్న అడుగుతాను. నాకు నచ్చిన సమాధానం చెప్పిన వారికి బహుమతి ఇస్తాను" అన్నారు.

పిల్లలంతా ముక్త కఠంతో "సరే సార్!" అన్నారు.

"నేను మీకు ఓ వంద రూపాయల నోటునిస్తే, దాంతో మీరేం చేస్తారో చెప్పండి? ముందుగా నాగేంద్రా, నువ్వు చెప్పు" అన్నారు శంకరంగారు.

"మాష్టారూ! నేనెప్పటినుండో మంచి ఐస్‌క్రీం తినాలనుకుంటున్నాను. అది కొనుక్కుంటాను" అన్నాడు.

"రఘూ! మరి నీ సంగతేమిటి?" అని అడిగారు శంకరంగారు.

"నేను ఎప్పుడు సినిమా చూసినా నేల టిక్కట్టు కొనుక్కునే చూస్తున్నాను. మీరిచ్చే డబ్బుతో బాల్కనీ క్లాస్‌లో కూర్చుని సినిమా చూస్తూ, కూల్‌డ్రింక్ తాగుతూ ఆనందిస్తాను" అని చెప్పాడు.

"రవీ! నువ్వేంచేస్తావు?" అని అడిగారు శంకరంగారు.

"మంచి షర్ట్ కొనుక్కుంటాను సార్" అని బదులిచ్చాడు.

ఆ స్కూలులో చదివే పిల్లలంతా గూడెంలో నివసించేవారే. వాళ్ళంతా ఏనాడూ వంద నోటును చూసి ఎరుగరు. అందుకే వాళ్ళంతా తమ చిన్న చిన్న కోరికలను విలువైనవాటిగా

చెప్పారు. కానీ శంకరంగారికి ఈ సమాధానాలు తృప్తిగా అనిపించలేదు. అందుకే చివరిగా "గోపీ! నువ్వు ఏం చెపుతావు?" అని అడిగారు.

గోపీ తండ్రి అంతు చిక్కని జ్వరంతో సరైన వైద్యం అందక చనిపోయాడు. తల్లి గోపీని చదివించేటందుకు చాలా కష్టపడుతోంది.

వాళ్ళ గిరిజన గూడెంలో బట్టలు కుట్టే దర్జీవాడు లేడు. పక్క ఊరికెళ్ళి కుట్టించుకోవాలి. దాన్ని తెలివితేటలతో తన సంపాదనగా మలచుకుంది. గోపీతల్లి ఆ పక్కఊరికెళ్ళి రోజుకు అయిదారుగంటలు కష్టపడి కుట్టుపని నేర్చుకుంది.

కానీ ఈ మధ్యన కళ్ళకు చూపుతగ్గి డాక్టర్‌కు చూపించుకుంటే కళ్ళజోడు రాసారు. అది కొనాలంటే ప్రతినెలా ఏదో ఖర్చుతో సరిపోతోంది. ఈ నెల కళ్ళజోడుకు ఒక్క వంద రూపాయలే తగ్గాయి. ఇవన్నీ మాష్టారు వంద నోటిస్తాననగానే గోపీకి గుర్తుకొచ్చాయి.

"అమ్మకు కళ్ళజోడు వస్తే బట్టలు కుట్టేటప్పుడు ఎక్కువ శ్రమ పడనక్కరలేదు. అందుకే అమ్మకు కళ్ళజోడు కొంటాను" అని మాష్టారికి చెప్పాడు.

గోపీకి తన తల్లి పట్ల ఉన్న ప్రేమకు శంకరంగారి కళ్ళు చెమర్చాయి.

"శభాష్ గోపీ! నేనిచ్చే డబ్బును నీకోసం కాకుండా, 'అమ్మకోసం' ఖర్చు చేస్తానన్నావు. ఇంత చిన్న వయస్సులో అమ్మ కష్టం తెలుసుకున్నావు. మరి నీవు ఇంకా శ్రద్ధగా చదువుకుని పెద్ద ఉద్యోగం సంపాదించి మీ అమ్మను సుఖపెట్టాలి తెలిసిందా! ఇదిగో ఈ వంద రూపాయిలు తీసుకుని మీ అమ్మకు కళ్ళజోడు కొనివ్వు" అంటూ నోటును గోపీకి ఇచ్చారు మాష్టారు.

అందరి కరతాళ ధ్వనులమధ్య ఆనందంగా దానినందుకుని మాష్టారికి నమస్కరించాడు గోపి.

★★★★★

"పరివర్తన"

("తెలుగు తల్లి – కెనడా డే" వారి 2019 కథల పోటీలలో ఉత్తమ బహుమతి పొందిన కథ)

రాత్రి దాదాపుగా ఒంటి గంట కావస్తోంది. హోటల్స్, షాపులు, తోపుడు బండ్లు మొదలైనవాటితో నిత్యం రద్దీగా ఉండే ఆ ప్రాంతమంతా ప్రస్తుతం నిర్మానుష్యంగా మారి నిశ్శబ్దమౌతోంది. జనం అక్కడక్కడా ఓ పాతిక మంది దాకా ఉన్నారు. తెరచి ఉన్న కొద్ది షాపులను కట్టేసే ప్రయత్నంలో తాళాలు వేసుకొని తమ తమ ఇళ్ళకు బయలుదేరబోతున్నారు దుకాణదారులు.

ఇంతలో ఓ కారు హారన్ వేసుకొంటూ శరవేగంతో దూసుకొస్తోంది. ఆ కారు రాంగ్‌రూట్‌లో రావటమేకాక పేవ్‌మెంట్ మీద ఆదమరచి నిద్రపోతున్న ఓ మనిషి పైకి ఎక్కి అక్కడున్న ఓ స్తంభాన్ని ఢీ కొట్టి ఆగిపోయింది.

ఆ ప్రమాదానికి గురైన మనిషి వద్దకు అక్కడున్న జనం పోగై అంబులెన్స్‌కొరకు, పోలీస్ వాళ్ళకు ఫోన్లు చేసి పరిస్థితిని చెపుతున్నారు. "కారాగిందికాని ఎవరూ కారు దిగడంలేదెందుకనో" అనుకొంటూ ఇద్దరు వ్యక్తులు కారు దగ్గరకొచ్చారు. వాళ్ళు బలంగా కారు డోర్లను తీయటంతో ఒక్కొక్కరుగా నలుగురమ్మాయిలు చుట్టుప్రక్కల పరిశీలిస్తూ కారు దిగారు.

"ఇప్పుడేమౌతుందో? ఏమిటో? ఏమే! సుష్మా డ్రైవింగ్ చేస్తానని మాతో దెబ్బలాడి ఇప్పుడింత పని చేస్తావా?" అంది రాగిణి. "నేను పార్టీకి రానురానంటే బలవంతంచేసి మరీ తీసుకొచ్చారు. ఇప్పుడు యాక్సిడెంట్ అయ్యింది. ఆ వ్యక్తి పరిస్థితి ఏమవుతుందో? అసలు బ్రతికున్నాడో? లేడో?" అంటూ ఏడుపు మొదలుపెట్టింది శోభన. ఇక దేవకికి అయితే జరిగిన సంఘటన నుండి ఇంకా తేరుకోలేక నోట మాట రావటం లేదు. సుష్మా, రాగిణి, శోభన, దేవకి స్నేహితురాళ్ళు. ఓ ఫాంహౌసులో పుట్టినరోజు జరుపుకున్న ఇంకొక స్నేహితురాలు పద్మ దగ్గరకు వెళ్ళి పార్టీలో పాల్గొని ఇళ్ళకు తిరిగి వెళ్తూ ఈ ప్రమాదంలో చిక్కుకున్నారు.

"ఏమ్మా! డ్రైవర్ లేడా? మీరే కారు డ్రైవ్ చేస్తున్నారా? అయినా ఆడపిల్లలు ఇంత అర్ధరాత్రిదాకా ఈ తిరుగుళ్ళేమిటమ్మా? చూడబోతే అయినింటి పిల్లలా ఉన్నారు. పోలీసులు కేసు రాసి జైల్లో పెడితే మీ భవిష్యత్తు ఏమౌతుందో కొంచెమైనా అలోచించారా?" అన్నారు కారు దగ్గరకొచ్చిన వ్యక్తులు.

వారికేమీ సమాధానం చెప్పకుండా నలుగురూ పేవ్‌మెంట్‌పై పడున్న వ్యక్తి దగ్గరకు వచ్చి చూసి షాక్ అయినారు. రక్తం మడుగులో పడి ఉన్నాడతను. ఇంతలో పోలీస్ వ్యాను, అంబులెన్స్ ఒకేసారి వచ్చాయి. పోలీసులు ప్రమాదం ఎలా జరిగిందో చుట్టుపక్కల వారి నడిగి వివరాలను సేకరించి కేసు రాసుకొన్నారు. దెబ్బలు తగిలిన అతనిని అంబులెన్స్‌లో ప్రభుత్వ ఆస్పత్రికి పంపించారు.

"రాంగ్‌రూట్‌లో రావటమేకాక రాష్‌గా డ్రైవింగ్ చేయటం ఈ ప్రమాదానికి కారణం" అని చుట్టూ గుమిగూడిన వ్యక్తులు పోలీసులకు చెప్పారు.

"పదండమ్మా? స్టేషన్ కెళ్ళి కేస్ ఫైల్ చేసి మీ సంతకాలు తీసుకోవాలి" అని చెప్పి పోలీసులు ఆ నలుగురిని స్టేషన్ కు తీసుకెళ్ళారు. అక్కడ సుష్మను కొంతమంది స్టేషన్ సిబ్బంది గుర్తుపట్టారు.

"అమ్మా! మీరేమిటి? ఇంత రాత్రప్పుడు ఇక్కడికెందుకొచ్చారు? ఎవరైనా ఏమైనా..." అంటూ నసిగాడు వీరాస్వామి అనే కానిస్టేబుల్.

"ఏయ్ వీరాస్వామీ! ఈ అమ్మాయి నీకు తెలుసునా?" అని సి.ఐ. గారు గట్టిగా అడిగారు.

"అదే సార్ మనందరం ఎప్పుడూ ఆ సార్ గురించి గొప్పగా మాట్లాడుకొంటుంటాం. భగత్ సార్, జైళ్ళ అధికారి వారి అమ్మాయే సార్ ఈమె" అన్నాడు వీరాస్వామి.

"మొన్ననే మీ నాన్నగారు రాష్ట్రపతి చేతులమీదుగా ఉత్తమ పోలీసు అధికారిగా అవార్డ్‌నందుకున్నారు కదా. ఎంత మంచి వ్యక్తిత్వమో, అంత మంచి అధికారిగా డిపార్ట్ మెంట్‌లో ఆయన పేరు తెచ్చుకుంటున్నారు. అలాంటి వ్యక్తి కడుపున పుట్టిన నీవు ఇలా అర్ధరాత్రి అపరాత్రి అనక పార్టీలంటూ నలుగురు స్నేహితులను వెంటేసుకొని, డ్రింక్ చేసి, రాష్‌డ్రైవింగ్‌తో జనాల ప్రాణాలతో చెలగాటం ఆడుతున్నావేమిటి?" అని గట్టిగా అడిగాడు సి.ఐ.

"ఆ గాయపడిన వ్యక్తి పరిస్థితి ఎలా ఉందో? అతని ప్రాణాలు పోతే తిరిగి తెప్పించగలవా? నాన్నగారి ఫోన్ నెంబర్ నా దగ్గరుంది. ఇప్పుడే మాట్లాడతాను" అని భగత్‌సార్‌తో ఫోనులో మాట్లాడాడు సి.ఐ. వెంటనే వస్తున్నానని చెప్పారాయన.

ఆ సమయంలో భగత్ "ఖైదీలలో తీసుకురావలసిన మానసిక ప్రశాంతత, సహనం, శాంతి, దేశంలోని జైళ్ళలోని పరిస్థితులనెలా బాగుచేయాలి వంటి అంశాలపై పరిశోధన చేస్తూ, విదేశాలలోని జైళ్ళలో ఉన్న స్థితిగతులను, అక్కడి ఖైదీలలో తీసుకొస్తున్న మానసిక సంస్కరణల గురించి ఓ ఫైల్ పుటప్ చేసి దానిని కేంద్ర జైళ్ళ శాఖాధికారికి పంపించే ప్రయత్నంలో" ఉన్నాడు.

ఈలోగా "ఫలానా స్టేషన్‌కు అర్జెంట్‌గా రండి" అంటూ ఫోన్ వచ్చింది. వెంటనే

బయలుదేరిన భగత్ "కారణం ఏమయి ఉంటుంది? ఎవరైనా ఖైదీ తప్పించుకొని పారిపోయి తిరిగి పోలీసులకు పట్టుబడ్డాడా?" అనుకుంటున్నాడు. ఈలోగా ఆ పోలీసు స్టేషన్ వచ్చింది.

భగత్‌ను "రండి సార్!" అంటూ ఆహ్వానించాడు సి.ఐ.

"విషయం ఏంటిసార్? మీ స్టేషన్‌లో ఖైదీలెవరైనా తప్పించుకొని పారిపోయి, తిరిగి దొరికారా?" ఆతృతగా అడిగాడు భగత్.

"అలాంటి దేమీ లేదు సార్! మీరుండగా, మీ ఆలన, పాలనలో అంత పనిచేసే ధైర్యం ఎవరికుంటుంది చెప్పండి. కాసేపటి క్రితం ఓ కారు యాక్సిడెంట్‌కు గురయ్యింది. ఆ కారులో నలుగురు ఆడపిల్లలున్నారు. మద్యం తాగి రాంగ్‌రూట్‌లో అతివేగంగాను, నిర్లక్ష్యంగాను కారును నడపడంవల్ల, ఆ కారు పేవ్‌మెంట్‌పై నిద్రిస్తున్న ఒక వ్యక్తి పైనుండి వెళ్ళి, అక్కడ ఉన్న ఒక స్తంభాన్ని ఢీకొని ఆగిపోయింది.

ఆ వ్యక్తికి గాయాలయినాయి. అక్కడ ఉన్న వ్యక్తులనుండి జరిగిన యాక్సిడెంట్ విషయాలను సేకరించిన తరువాత, ఆ ప్రదేశంలోని ఆనవాళ్ళను ఫోటోలు తీసుకొని, అతనిని ఆసుపత్రికి తరలించాం. ఆ నలుగురి అమ్మాయిలలో సుష్మ అనే అమ్మాయి మీఅమ్మాయనంటున్నారు మాసిబ్బంది. వాళ్ళు ఆపక్క గదిలో ఉన్నారు. మరందుకని ఆమెను గుర్తుపట్టటానికే మిమ్మల్ని పిలవడం జరిగింది" అంటూ సి.ఐ. ఆ అమ్మాయిలున్న గదిలోకి దారితీశాడు.

వివర్ణమౌతున్న ముఖంతో సి.ఐ. ను అనుసరించాడు భగత్. తన కూతురుని ఆ స్థితిలో చూస్తూనే "సుష్మా! నిజమేనా సి.ఐ. గారు చెప్పింది" అంటూ గద్దించాడు భగత్.

తలవంచుకొని మౌనంగా రోదిస్తూ, ఔనన్నట్లుగా తలూపింది సుష్మ.

"సి. ఐ గారు వెంటనే కేస్ ఫైలు చేయండి. విధినిర్వహణలో బంధుత్వాలకు, పరిచయాలకు ప్రేమలకు చోటివ్వరాదు" అన్నాడు భగత్.

ఇంతలో ఆస్పత్రినుండి ఆ వ్యక్తి ప్రాణానికి ఏమీ హాని లేదని, కానీ ఒక కాలును మాత్రం తీసేయాల్సి వస్తుందని సమాచారం వచ్చింది. అప్పటికి మిగిలిన పిల్లల తల్లిదండ్రులు కూడా స్టేషన్‌కు వచ్చారు.

సి.ఐ. గారు, మిగిలినసిబ్బంది భగత్‌ను కన్విన్స్ చేయటానికి ప్రయత్నించారు. ఆ నలుగురి ఆడపిల్లల ఏడుపు కూడా భగత్‌ను కరిగించింది.

గాయపడిన వ్యక్తి కొరకు అయ్యే వైద్య ఖర్చులనంతటిని ఇవ్వటానికీ, ఆ కుటుంబానికి కావలసిన అవసరాలకు తగ్గ డబ్బునివ్వటానికీ, ఆపైన కోర్టువారు చెప్పిన విధంగా

నడుచుకోవటానికి పిల్లల తల్లితండ్రులందరూ అంగీకరించారు. బెయిల్‌పై వారిని విడుదల చేయటానికి తానే హామీగా ఉండి ఆ కార్యక్రమం పూర్తిచేశాడు భగత్.

జరిగినదానికి చాలా పశ్చాత్తాప పడుతూ పిల్లలు తమ తల్లిదండ్రులతో కలసి ఎవరిళ్ళకు వాళ్ళు చేరుకున్నారు. ఈ తతంగమంతా ముగిసేసరికి తూర్పున అరుణోదయ రేఖలు వస్తున్నాయి.

భగత్, సుష్మా ఇంటికి చేరేటప్పటికి, సుష్మ తల్లి హాల్లో కంగారుపడుతూ కనిపించింది. ఆమె కూడా ఆ రాత్రంతా నిద్రకు దూరమైన దానికి గుర్తుగా ఆమె కళ్ళు ఎర్రబడ్డాయి. సుష్మను చూస్తూనే పట్టుకొని ఆ చెంప ఈ చెంప వాయించేసింది.

"మీ నాన్నగారు ఎంత సంస్కారం, బాధ్యత కల వ్యక్తి! నిజాయితీ కలిగిన ఆఫీసర్‌గా ఆయనకు సంఘంలో ఎంత మంచి పేరు ఉంది. ఇప్పుడు నీవు చేసిన పనివల్ల ఆయనకు చెడ్డపేరు వస్తుంది కదా. నీకు ఈ అర్ధరాత్రి తిరుగుళ్ళు వద్దని ఎన్నిసార్లు చెప్పాను. నా మాటను లెఖ్ఖపెట్టలేదు. ఫలితం ఇదిగో ఇలా అయ్యింది. నీ చదువు, భవిష్యత్తు పాడైపోయాయి కదా" అంటూ ఆమె కింద కూలబడిపోయింది.

భగత్‌గారు కూడా బాధపడుతూ "తల్లిదండ్రులుగా మనం పిల్లలను సరిగా పట్టించుకోలేదు. దానిష్టమొచ్చినట్లు అది పబ్బులు, పార్టీలంటూ తిరుగుతూ లేనిపోని ప్రమాదాలను కొని తెచ్చుకొంటోంది. నేనేదో దేశాన్ని బాగుచేయాలని ప్రయత్నిస్తున్నానుగాని, ఆ సంస్కరణలు నా ఇంటి నుండే మొదలు పెట్టాల్సి వస్తుందని అనుకోలేదు" అంటూ తన రూం లోకి వెళ్ళి తలుపులేసుకున్నాడు.

సుష్మ తన గదిలోకి వెళ్ళి పక్కమీద వాలిపోయింది. స్వతహాగా బుద్ధిమంతురాలైన ఆ అమ్మాయి మనసు అపరాధభావంతో నిండిపోయింది. "ఎంతపని చేశాను?. తండ్రికి ఉన్న మంచి పేరుకు కళంకం తెచ్చేలా ప్రవర్తించాను. ఈ విషయం మీడియా, పత్రికలలో వస్తే తన కుటుంబం తలెత్తుకు తిరగగలదా?"

"తానెప్పుడూ డ్రింక్ చేయలేదు. "ఈ ఒక్కసారికే, ఈ ఒక్కసారికే," అంటూ స్నేహితురాళ్ళు బలవంతపెట్టినా ఏనాడూ మద్యం ముట్టుకోలేదు. మరి ఈరోజు నాకు కూల్‌డ్రింకని చెప్పి ఇచ్చిన దానిలో మద్యం కలిపి ఇచ్చుంటారా వాళ్ళు?"

"ఏమో పాపం నా కారణంగా అతనికి ప్రమాదం జరిగింది. నా పాపానికి నిష్కృతి ఉంటుందా?" అని తలపోస్తూ అలాగే నిద్రలోకి జారిపోయింది సుష్మ. అప్పుడే ప్రమాదం జరిగి వారం రోజులయ్యింది. ఈ మధ్యలో భగత్‌గారు సుష్మతో ఏమాటా మాట్లాడలేదు.

ఆ రోజు ఉదయం ఆరుగంటలౌతోంది. తల్లి వచ్చి సుష్మతో "ఓ అరగంటలో తయారయ్యి క్రిందకిరా. నాన్నగారు నిన్ను ఎక్కడికో తీసుకెడతారుట. ఓ నెలకు సరిపడినన్ని

బట్టలు, ఇతర వస్తువులు రెడీ చేసుకోమన్నారు. ఈ నెలరోజులు నిన్ను కాలేజీకి పంపరట" అని ముభావంగా చెప్పి వెళ్ళిపోయింది.

సుష్మ తల్లి చెప్పినట్లుగానే గబగబా తయారై, కిందకెళ్ళి తల్లి పెట్టిన టిఫెన్ తిని, పాలు తాగి తండ్రితో బయలుదేరింది. ఏదైనా హాస్టల్ లో జేరుస్తున్నారా? లేక నానమ్మ తాతగార్లుండే పల్లెకు వెళ్తున్నామా? అని మనసులో ఎన్నెన్నో సంశయాలు. అయినా "ఎక్కడకెళుతున్నాం? ఎందుకు వెడుతున్నాం?" వంటి ప్రశ్నలేయకుండా కారెక్కి కూర్చుంది సుష్మ.

ఓ అరగంట ప్రయాణం సాగినాక "కిందకు దిగు" అన్న తండ్రి మాటలకు ఉలిక్కిపడి కారు దిగి, బ్యాగ్ తీసుకొని తండ్రితోపాటు నడిచింది సుష్మ.

చుట్టూ పరిశీలించి చూస్తే అదో ఆసుపత్రని అర్ధమయ్యింది సుష్మకి. ఓ స్పెషల్‌రూంలో బెడ్ మీద ఓ పేషంట్ పడుకొని ఉన్నాడు. అతనికి ఒక కాలు లేదు. మనిషి స్పృహలో ఉన్నట్లుగా లేడు. ఓ నర్స్ అతనికి సేవలు చేయటానికి కాబోలు అక్కడే ఉంది.

"ఏమ్మా! ఇంకా మెలకువలోకి రాలేదా? మధ్యలో ఏమైనా మాట్లాడాడా?" అని భగత్ ఆ నర్స్‌ను అడిగారు.

"నిన్న మధ్యాహ్నం ఆపరేషన్ అయ్యి కాలు తీసేసాక, మీరు వెళ్ళినప్పటి నుండి ఇతనికి పూర్తి స్పృహ రాలేదండి. మీ సూచనలమేరకు ఈ ఉదయమే ఇతనిని ఈ రూంకు మార్చాము. మధ్యలో ఓ పది నిముషాలు మాత్రం మెలకువలోకి వచ్చి "అమ్మా నొప్పి" అంటూ బాగా బాధ పడ్డాడు. డాక్టర్‌గారు వచ్చి చూసి ఇంజెక్షన్ ఇచ్చారు. తిరిగి మత్తులోకి వెళ్ళిపోయాడు. ఇంతవరకు వాళ్ళ వాళ్ళెవరూ రాలేదు సార్. ఇక్కడ యాక్సిడెంట్ అయిన విషయం వారికి తెలిసిందో లేదో?" అని ఆ నర్స్ జాలిగా, బాధగా అంది.

"మా పోలీస్ ఇన్వెస్టిగేషన్‌లో కూడా ఇతని వివరాలేమి ఇంతవరకు తెలియలేదమ్మా. ఇతనికి స్పృహ వస్తేనే గాని వాళ్ళ వాళ్ళకు విషయం తెలియజేయలేం. అయినా ఫర్వాలేదమ్మా! ఇదిగో ఈ అమ్మాయి సుష్మ, ప్రమాదం జరిగిన సమయంలో అక్కడే ఉంది, ఆపరేషన్ విషయం తెలిసి ఇతనికి సేవచేయటానికి వచ్చింది. ఇతనికి చేయాల్సిన సేవలేమిటో ఈమెకు చెప్పు. నీవు నీ ఇతర డ్యూటీలకు వెళ్ళవచ్చు. పేషంట్ కోలుకొనే వరకు ఈ అమ్మాయి ఇక్కడే ఉంటుంది" అని నర్స్‌కు చెప్పాడు భగత్.

"సుష్మా! ఇక ఇతనికి నీవే అమ్మవై, సోదరివై వేళకు ఆహారాన్ని, మందులనిస్తూ, కి ధైర్య వచనాలను చెపుతూ త్వరగా కోలుకొనేలా చేయాలి. అది నీ బాధ్యత. ఇదిగో ఈ డబ్బు నీ దగ్గర ఉంచుకో, ఏ అవసరమున్నా నాకు ఫోన్ చెయ్యి. నీకు సెల్‌ఫోన్ ఇవ్వటం లేదు. రిసెప్షన్ దగ్గరనుండి మాట్లాడు. నీవు బ్రేక్‌ఫాస్ట్, భోజనం చేయటానికి ఈ ఆస్పత్రిలో క్యాంటీన్ ఉంది. ఇతనికేమైనా కావాలంటే కొని పెట్టు. ఇతను కోలుకొనేదాకా ఇదే నీ జీవితం" అంటూ తగిన

జాగ్రత్తలను చెప్పి నర్స్‌ను తీసుకొని వెళ్ళిపోయాడు భగత్.

సుష్మకు తన కర్తవ్యం ఏమిటో అర్థమయ్యింది. మధ్యలో డాక్టర్ వచ్చి అతణ్ణి పరీక్షించి "అంతా బాగానే ఉంది. మందులు సక్రమంగా వాడండి" అని చెప్పి వెళ్ళిపోయాడు.

సాయంత్రానికి అతనికి పూర్తిగా మెలకువ వచ్చింది. కొద్దిగా కదులుతూ 'దాహం' అంటున్నాడు. కొద్ది కొద్దిగా నీటిని అతని నోటికి అందించింది సుష్మ.

"మీరెవరు? నేనెక్కడున్నాను?" అని అడిగాడు.

జరిగిన విషయాన్ని క్లుప్తంగా అతనికి చెప్పింది సుష్మ. "మీ విషయాలను చెప్పండి. మీది ఏ ఊరు? మీకు ప్రమాదం జరిగిన విషయం మీ అమ్మనాన్నలకు చెబుదామన్నా ఎవ్వరూ మీ గురించి చెప్పలేక పోయారు" అంది సుష్మ.

దానికి అతడు "తనపేరు బలరాం అని, తనది శ్రీకాకుళం జిల్లా 'పలాస' పట్టణమని, అమ్మానాన్నలు చాలా పేదవారని, రోజుకూలీ చేసుకొని బ్రతుకుతున్నారని, పై చదువులు చదివించే స్థోమత వారికి లేకపోవటంతో తన చదువు ఇంటర్‌తో ఆగిపోయిందని, ఒక నెల క్రిందట ఈనగరానికి వలస వచ్చానని, ఒక హోటల్‌లో చిన్న ఉద్యోగం చేస్తున్నానని, రోజంతా హోటల్‌లోనే సరిపోతుందని, కేవలం పడుకోవటానికి రూం తీసుకుంటే డబ్బు ఖర్చు అవుతుందని పేవ్‌మెంట్‌పై నిద్రపోతాను" అని చెప్పాడు.

సుష్మకు అమెరికాలో ఉన్న తనఅన్న బాగా జ్వరపడి, "ఇక్కడ నాగురించి పట్టించుకునేవారెవరూ లేరు, మీరంతా ఎంతో దూరాన ఉన్నారు" అంటూ బెంగ పెట్టుకున్న రోజులు గుర్తుకొచ్చాయి.

బాగా నొప్పిగా ఉందని కాలువైపు చూసుకున్నాడు బలరాం. అప్పుడు తెలిసిందతనికి తనకు ఆపరేషన్ చేసి కాలు తీసేశారని. అమ్మానాన్నలకు సాయం చేద్దామని ఇక్కడికొస్తే వారికి భారంగా అవిటితనంతో తిరిగి వాళ్ళపైనే ఆధారపడవలసి వచ్చింది" అని బాధపడసాగాడు.

"నా కారణంగా మీకు జరిగిన ప్రమాదానికి నాకు చాలా బాధగా ఉంది. అన్నింటికీ పైన భగవంతుడున్నాడు. అతని కరుణతో ఎన్నో అద్భుతాలు జరుగుతాయి. నన్ను మీ అక్కగానే భావించండి. మీరు అన్ని విధాలుగా బాగుపడేవరకు నేను మీ వెంటనే ఉంటాను" అని చెప్పి అతనికి ధైర్యం నూరిపోసింది సుష్మ.

మరునాటికి అతను కొద్దిగా కోలుకున్నాడు. సుష్మ అతనికి అన్ని సపర్యలను చేస్తూ ప్రమాదం ఏవిధంగా జరిగింది, అందుకు తాను ఏవిధంగా బాధపడుతున్నది వివరించింది. చేసిన తప్పును కొంతైనా సరిచేయాలని అనుకొన్న ఆమె పట్ల బలరాంకు కోపం రాలేదు.

తన అభివృద్ధికి కృషిచేస్తానన్న ఆమె సంకల్పం అతనిని అబ్బురపరచింది. తన

అమ్మానాన్నలను పిలిచి వారికి ఉపాధి కల్పించి, ఉండటానికి వసతి కల్పిస్తానని చెప్పింది. తనకు వైవిద్యలకు ఆర్థికంగా సాయం చేస్తానంది. జైపూర్ కాలు తెప్పించి అందుకయ్యే ఖర్చును తనే భరిస్తానని చెప్పింది.

ఆమె మాటల్లో ఆత్మ విశ్వాసం, మంచితనం పరిమళిస్తున్నాయి. ఆరువారాలకు బలరాంకు జైపూర్ ఫుట్ అమర్చారు. కాని కొంత కాలం వాకర్ సహాయంతో నడవాలని చెప్పారు. అతను బాగా కోలుకున్నాడు. సుష్మ తండ్రికి ఫోన్ చేసి బలరాం విషయాలను ఎప్పటికప్పుడు తెలియజేస్తూనే ఉంది.

ఆ రోజు సాయంత్రం సుష్మ తల్లితండ్రులు ఆస్పత్రికి వచ్చారు. బలరాంను డిస్చార్జ్ చేశారు. వాకర్ సహాయంతో నడుస్తూ అతను కారు ఎక్కాడు. సుష్మ అతని వెన్నంటి ఉండి, అన్ని విధాలుగా సహాయం చేస్తోంది.

బలరాం, భగత్‌తో "సార్! సుష్మ, అక్కలా నాకు సాయపడకపోయుంటే ఇంత త్వరగా నేను కోలుకునేవాణ్ణి కాదు. నేను మీకేమౌతానని నాకు ఇంత సాయం చేశారు? చేసిన తప్పును డబ్బుతో కప్పిపుచ్చుకొనే ఈరోజులలో, ప్రమాదంలో గాయపడిన వ్యక్తి బాగోగులను ఇంత శ్రద్ధగా చూస్తున్న మీకేమి ఇచ్చి ఋణం తీర్చుకో గలుగుతాను" అంటున్న బలరాం గొంతు ఆర్ద్రమయ్యింది.

"నీకు మాతో రక్త సంబంధమే ఉండనక్కరలేదు బాబూ! మానవత్వమనే బంధం అన్నింటికన్నా చాలా గొప్పది. అందుకనే నీవు మాకు ఇంతగా దగ్గరయ్యావు. ఇక నీవు మంచిగా చదువుకొని, అభివృద్ధిలోకి రావాలి. నాసాయం అన్ని విధాలుగాను నీకు ఉంటుంది" అని అనునయంగా అన్నాడు భగత్.

అందరి హృదయాలు శాంతి చెందాయి. సుష్మకు తండ్రితో మాట్లాడాలని, తన తప్పును క్షమించమని అడగాలని ఉంది. ఆ రాత్రి భగత్ ఏవో ఫైల్స్ చూసుకుంటూండగా "నాన్నా! నాకు మంచి శిక్ష విధించారు. దాని ద్వారా నాలో పశ్చాత్తాపం కలిగింది, మనోబలం పెరిగింది. తప్పొప్పుల విచక్షణ అలవడింది, ఆత్మపరిశీలనతో అన్వేషించి నేను మానవత్వం నిండిన మనిషినయ్యాను. చక్కటి ప్రవర్తన, మంచి స్నేహం, నిరాడంబరత్వం, సౌశీల్యం ప్రతి మనిషికి అవసరమని గ్రహించాను. నన్ను మనస్ఫూర్తిగా క్షమించండి నాన్నా" అంది సుష్మ.

"చిట్టితల్లీ! నీతో మాట్లాడక ఈ నెలరోజులు నేను ఎంతగా బాధపడ్డానో ఆ భగవంతునికే తెలియాలి. అయినా నా తల్లికి మంచి జరగాలని దానిని భరించాను. మంచి నర్స్‌గా పనిచేసి బలరాం త్వరగా కోలుకొనేలా చేసినందులకు నీకు ప్రత్యేక శుభాకాంక్షలు" అంటూ సుష్మను మనస్ఫూర్తిగా, ఆప్యాయతతో హృదయానికి హత్తుకున్నాడు భగత్.

★★★★★

"పేదింటి పెన్నిధి"

("తెలుగు తల్లి కెనడా దే 2021 అంతర్జాతీయ కథల పోటీ"లో బహుమతిపొందిన కథ)

అంతర్జాతీయ వ్యాపార కేంద్రమైన 'శాన్‌ఫ్రాన్సిస్‌కో' నగరంలోని 'క్రిస్టోఫర్ క్లార్క్ ఫైన్ ఆర్ట్స్ గ్యాలరీ'లోని ఇండోర్ స్టేడియం కిక్కిరిసిన కళాభిమానులతోను, కళాకారులతోను కళకళలాడుతోంది.

ప్రముఖ చిత్రకారుల సమక్షంలో ఇంకో పదినిమిషాలలో అక్కడో బహుమతి ప్రధానోత్సవం జరగబోతోంది. అందుకనే ఆ హడావిడి.

అక్కడ రకరకాల కళారంగాలలో పోటీలు జరుగుతూంటాయి. అందులో ప్రపంచ వ్యాప్తంగా ఉన్న కళాకారులు పాల్గొంటారు. ప్రైజ్‌మనీ ఎక్కువగా ఉండే ఈ పోటీలను పక్కా ప్రణాళికతో నిర్వహిస్తూంటారు. విజేతలకు రానూపోనూ విమాన చార్జీలను, బసను మిగిలిన విషయాలను ఆ సంస్థే భరిస్తుంది. ఇంగ్లీష్ పేపర్లు, మాగజైన్స్, ఫేస్‌బుక్‌లో వీరి ప్రకటన చూసి పాల్గొనే వాళ్ళున్నారు.

ఒక్కో సంవత్సరం ఒక్కో విషయంపై పోటీలను నిర్వహిస్తూంటారు. ఈఏడు సంస్థవారు "పేదరికం" అనే అంశంపై నెలరోజుల కిందట ఛాయాచిత్రాల పోటీను నిర్వహించారు. ప్రపంచం నలుమూలలనుండి వచ్చిన అనేక ఎంట్రీలను వడబోసి 150 చిత్రాలను పోటీకు స్వీకరించి అందులోనుండి పది చిత్రాలకు బహుమతులను ప్రకటించారు.

ప్రముఖులొకక్కరుగా సభాస్థలికి వస్తున్నారు. ఈలోగా సభాసదులకు విసుగు రాకుండా పోటీ చిత్రాలను వరుసగా స్క్రీన్‌పై చూపిస్తున్నారు నిర్వాహకులు. వారివారి ప్రాంతాలలోని పేదరికాన్ని చక్కగా కెమెరాలలో బంధించి కనులకు విందు చేకూర్చటంతోపాటు ఆయా దేశాల పేదరికం తొలగించుకోవటానికి తమతమ నేతలకు దిశానిర్దేశం చేయటానికి ఆ వేదికను ఉపయోగించుకుంటున్నారు పోటీదారులు.

తెలంగాణాలోని 'లింగంపేట' అనే పల్లెటూరిలో పుట్టి పెరిగిన దివాకర్ తన "పేదల పెన్నిధి" అనే చిత్రానికిగాను ప్రధమ బహుమతిని పొంది భారతదేశ ప్రతినిధిగా ఆ బహుమతిప్రధానోత్సవంలో పాల్గొంటున్నాడు. భారత దేశ గొప్పదనాన్ని, మానవతా

విలువలను తన చిత్రాల ద్వారా చక్కగా తెలియజేసాడు. మిగిలిన వారిలా పేదరికంలోని కష్టాలను కన్నీళ్ళను చూపించకుండా ఓ కొత్త కోణాన్ని సృజించాడు.

తన చిత్రాల కథాంశంగా ఎన్నుకున్న 'దేవుడయ్య' జీవితగాధ దివాకర్ మదిలో మెరుపులా కదిలింది. తన ఊరిలోని అతి సామాన్య వ్యక్తి దేవుడయ్య. చెప్పులు కుట్టటం అతని వృత్తి అయితే నిరుపేదలైన వారికి తన పరిధిలో సాయం చేయటం అతని ప్రవృత్తి. తనకు కేటాయించిన ఇళ్ళస్థలంగానీ, మరేదయినా ఆర్థిక సాయంగానీ వికలాంగులకో, తన కన్నా వెనుకబడినవారికో కేటాయించమని ప్రభుత్వ అధికారులను కోరటం అతని గొప్ప మనసుకు నిదర్శనం. వీటన్నిటినీ తన చిత్రాలలో ప్రతిఫలించేలా తెరవెనుక దివాకర్ వ్యాఖ్యానం సాగుతోంది.

"అన్నింటికన్నా ముఖ్య చిత్రం చూడండి" అంటూ దివాకర్ మరో చిత్రాన్ని ప్రదర్శించాడు.

"ఓ మతి స్థిమితంలేని ఆడపిల్ల రోడ్డుప్రక్కనున్న చెత్తకుండీ దగ్గర మురికిలో ఏరుకుంటూ ఆకలి తీర్చుకునే దృశ్యమది. ఆతరువాత చిత్రంలో ఓ యువతి స్కూల్లో టీచర్‌గా పనిచేస్తూ ఆత్మవిశ్వాసంతో పిల్లలకు ఆంగ్ల విద్యను బోధిస్తూ వెలిగే కళ్ళతో కనిపించింది. మొదటి చిత్రంలోని మతిస్థిమితంలేని ఆడపిల్లే రెండో చిత్రంలోని టీచరమ్మ అని ఎవరూ పోల్చుకోలేని విధంగా చిత్రీకరించబడ్డాయి.

ఈ మార్పుకు 'దేవుడయ్య' నిరంతర శ్రమ, పట్టుదల, దయ, మానవత్వం కలగలసి ఆమెను అలా తీర్చిదిద్దాయి. మరో మనిషికి ఆపన్న హస్తం అందించటానికిగానీ, సేవచేయటానికిగానీ పేదరికం అడ్డుగోడ కానేకాదని ఈ చిత్రాలు నిరూపిస్తాయి. నా జీవితంలో ఎదురైన సంఘటనలే నా ఈ ఛాయాచిత్రాలకు మూలాధారాలు" అని దివాకర్ సభాముఖంగా చెప్పాడు. సభలోని పెద్దపెద్ద వ్యక్తులంతా "ఎంత గొప్ప సంస్కారమో భారతీయులది" అని మెచ్చుకున్నారు.

తనకు జరిగిన సన్మానానికి ఓ పక్కన ఆనందం, మరో పక్క అపరాధనా భావం ఒకేసారి దివాకర్‌ను చుట్టుముట్టాయి. ఆభావోద్వేగంలో "తన చిత్రాలకొచ్చిన బహుమతి మొత్తమంతా దేవుడయ్యకే ఇస్తాను" అని సభాముఖంగా చెప్పాడు దివాకర్.

మర్నాడు న్యూఢిల్లీకి వెళ్ళే విమానంలో కూర్చున్న దివాకర్‌కు స్మృతిపథంలో జ్ఞాపకాలు ఒక్కసారిగా మెదిలాయి.

సరిగ్గా పదేళ్ళ క్రిందట ఉస్మానియా యూనివర్సిటీలో జర్నలిజం కోర్స్ పూర్తి చేసుకుని హాస్టల్ గదిని ఖాళీచేసి తన సొంత ఊరు లింగంపేటకు బయలుదేరాడు.

ఉదయం బస్ దిగి నాలుగడుగులు వేసాడోలేదో చెప్పు తెగిపోయింది. పక్కనే ఉన్న టీస్టాల్‌లో దగ్గరలో ఎవరైనా చెప్పులు కుట్టేవాళ్ళున్నారేమో తెలుసుకుందామని ఆ దిశగా కదిలాడు.

ఈలోగా వెనుకనుండి "అరే! చినబాబుగారేనా? ఎప్పుడొచ్చారు దొరా?" అంటూ తమ పొలం కమతం చేసే సుబ్బన్న పలకరించాడు.

"ఓ! సుబ్బన్నా! బాగున్నావా? ఇప్పుడే బస్సుదిగాను. ఇంటికెళదామని బయలుదేరానోలేదో ఈ చెప్పు తెగిపోయింది. ఇక్కడ ఎవరైనా చెప్పులు కుట్టేవాళ్ళున్నారా? కాస్త చూడు" అన్నాడు దివాకర్.

"అదిగో ఆ కనపడే పాకలో దేవుడయ్య అనే చెప్పులుకుట్టే అతనున్నాడు. పదండి బాబు! అయిదు నిముషాల పని అంతే" అంటూ ఆపక్కకు నడిచాడు సుబ్బన్న.

"ఓయ్! దేవుడయ్యా! ఇటు పక్కకు చూడు. మా చినబాబుగారి చెప్పు తెగిపోయింది. కాస్త జల్దీగా కుట్టిస్తావా?" అని బిగ్గరగా అన్నాడు సుబ్బన్న.

"అట్లాగే కుడతానుగానీ సుబ్బన్నా! జర మెల్లిగా మాట్లాడవయ్యా! ఆడకూతురు బెదిరిపోతోంది" అన్నాడు దేవుడయ్య.

"ఆడపిల్ల ఎవరా?" అని చూశాడు దివాకర్. ప్లేటులోని టిఫెన్ తింటోంది ఓ పద్దెనిమిదేళ్ళ అమ్మాయి. "నల్లగా చింత బొగ్గులాంటి దేవుడయ్యకు ఇంత అందమైన కూతురుందా?" అని ఒక్కసారిగా తెల్లబోయాడు దివాకర్. సందేహనివృత్తికోసం మెల్లగా "సుబ్బన్నా! ఎవరా అమ్మాయి? కూతురేనా? మరి ఆపిల్ల తీరేమిటి వింతగా ఉంది" అని అడిగాడు.

"వీళ్ళ తాతముత్తాతల కాలం నుంచి వీళ్ళంతా అదోరకం దొరా! ఇంటిల్లిపాదీ కష్టం చేస్తారు. వాళ్ళు మాత్రం పైకి రారు. ఊరోళ్ళను మాత్రం బాగు చేయటానికి తమ కష్టార్జితాన్ని ఉపయోగించేస్తారు. అదేమంటే మెట్ట వేదాంతాలు చెపుతారు. ప్రభుత్వ పధకాల జోలికి పోతే ఒట్టు. మాకన్నా అరుగో, ఆ కాళ్ళు లేనివారికో, కళ్ళులేనివారికో ఇవ్వండి. మాకంటే ఆఫలం అందుకునే అవసరం వారికే ఎక్కువగా ఉంది. ఎందుకంటే మాగురించి మేము కష్టపడగలం. కానీ వారికా అవకాశంలేదుకదా అంటారు ఈ ఎర్రిబాగులోళ్ళు.

ఇప్పుడీ పిల్ల దారినపోయే మతిస్థిమితంలేని ఓ పిచ్చిది. రోడ్డు ప్రక్కన చెత్తలో ఆకలి తీర్చుకోవటానికి ఏది దొరికితే దానిని తినేది. గేలిచేసి ఏడిపించే పిల్లలపై రాళ్ళనేసేది. కన్నవారెవరో, ఏ ఊరినుంచి ఇక్కడకు వచ్చిందో తెలియదు. మన భాష కూడా రాదు. కొద్దిగా ఇంగ్లీష్, తమిళం మాట్లాడుతోంది. ఆ పిల్ల బాధ్యతను తాను తీసుకుని, ఇంటికి తీసుకొచ్చి వేళకు తిండితిప్పలను చూసి ఓ దారిలోకి తేవటానికి ప్రయత్నిస్తున్నాడు.

'ఈనాటి బంధమేనాటిదో' అన్నట్లుగా దేవుడయ్య ఏది చెపితే అది వింటోంది. ఇతరులతో మాటాపలుకు లేదు. పనిమీద దేవుడయ్య బయటకెళ్ళినంతసేపూ ఇల్లుకదలక ఈ పాకలోనే ఉంటుంది. అతను రాగానే పెట్టిన బువ్వ తినటం. ఇదీ ఆమె దినచర్య" అన్నాడు సుబ్బన్న.

"నిజమా? అంతా ఆశ్చర్యంగా ఉందే" అన్నాడు దివాకర్.

ఇంతలో దేవుడయ్య వచ్చి, "ఆలస్యానికి మన్నించండి సామీ" అంటూ చెప్పులు తీసుకుని తెగిన దానిని నిముషంలో కుట్టి పాలీష్ చేసి దివాకర్ ముందుంచాడు. బాబూ! మీరు ప్రెసిడెంట్‌గారి అబ్బాయిగారు కదా" అని అడిగాడు.

"అవునయ్యా! చదువు పూర్తిచేసుకుని ఇప్పుడే పట్నం నుండి వస్తున్నాను. నేను పేపర్లకు, పత్రికలకు వార్తలను, వ్యాసాలను, కథలను వ్రాస్తూంటాను. సుబ్బన్న ఇప్పుడే నీగురించి చెప్పాడు. నీవు చేసే మంచి పనులను నాకు ఓ కథనంగా రాయాలని ఉంది. మళ్ళావచ్చి నిన్ను, ఆ అమ్మాయిని కలిపి ఓ ఫోటో తీసుకుంటాను" అని ఆదరంగా అన్నాడు దివాకర్.

"అయితే మీరు పేపరోళ్ళా బాబూ! రెండు నెలల కిందట మీలాంటి బాబే వచ్చి నా తల్లి కథను విని, గొప్ప వార్త అవుతుందని, ఈమెను గురించి తెలుసుకునే వీలు కలుగుతుందని చెప్పి, చెత్తకుండీ దగ్గర కూర్చున్న అమ్మాయి ఫోటో తీసుకునెళ్ళి పేపర్లో వేయించాడు" అంటూ లోపలి నుంచి పాత పేపరు తెచ్చి చూపించాడు దేవుడయ్య. కానీ ఈ అమ్మాయి కోసం ఎవరూ రాలేదు. మీరూ, మన ఊరిపెద్దలు కలసి ఈ తల్లి ఫోటోను మరోసారి పేపర్లలో వేయిస్తే ఆమెనుకన్నవాళ్ళకు విషయం తెలిసి వచ్చి తీసుకెడతారేమో? దయ చూపండి దొరా" అంటూ చేతులు జోడించి వేడుకున్నాడు.

"సరే నీకు నేనా సాయం చేస్తాను దేవుడయ్యా! నా చదువు అందుకు ఉపయోగపడితే నాకదే తృప్తి" అంటూ సుబ్బన్నతో కలసి ఇంటిదిశగా నడిచాడు దివాకర్.

ఆ తరువాత తన ఉద్యోగ ప్రయత్నాలలోపడి దేవుడయ్య సంగతిని గాలికి వదిలేశాడు దివాకర్. తండ్రి పలుకుబడిని ఉపయోగించుకోకుండా తన స్వశక్తిసామర్థ్యాలతో ఓ పేరొందిన ఇంగ్లీష్ పత్రికకు ఉప సంపాదకునిగా ఉద్యోగంలో చేరాడు. అదిమొదలు పేపర్ సర్క్యులేషన్ ఎలా పెంచాలి అనుకుంటూ వ్యాపార, ప్రభుత్వ ప్రకటనలను పత్రికలో వేయటం ద్వారా బిజినెస్ పెంచటంలో మునిగిన దివాకర్, విలువైన వార్తాకథనాలకు తన పేపర్లో ప్రచురించటానికి అంతగా ప్రాధాన్యం ఇవ్వలేదు. తాను చదువుకున్న జర్నలిజం కోర్సులో చెప్పిన ధర్మసూక్ష్మాలూ, నైతిక విలువలను పుస్తకాలకే పరిమితం చేసాడు.

ఏళ్ళు గడిచిపోతున్నాయి. ఓ రోజు ఓ టి.వి. ఛానల్‌లో తన ఊరిపేరు మారుమోగిపోతూంటే ఆసక్తిగా వినసాగాడు దివాకర్. ఓ వ్యక్తి సాధించిన సంస్కరణ బాట గురించిన వార్త అది.

అతి పేద కుటుంబం నుంచి వచ్చిన దేవుడయ్య అనే వ్యక్తి చెప్పులు కుడుతూ తన జీవనం సాగిస్తున్నాడు. 'ధనం కన్నా గుణం మిన్న' అని తన తాతముత్తాతలు చెప్పిన ధర్మసూత్రాన్ని తు.చ. తప్పకుండా ఆచరిస్తున్న ఆసాధకుడు తన మాటలతో, చేతలతో నిరుపేదల తలరాతలను మార్చే దిశగా అడుగులనేస్తున్నాడు. తనకు వచ్చిన అవకాశాలను ఆర్తులకు అందించి గొప్ప మనసును చాటుకున్న సార్థక నామధేయుడు.

అంతకన్నా గొప్ప విషయమేమంటే కొన్నాళ్ళ క్రిందట తనదారిలో వెడుతున్న దేవుడయ్యకు ఓ చెత్తకుండీ దగ్గర ఆకులు అలములలో పదార్థాలను ఏరుకుని తిని ఆకలి తీర్చుకుంటున్న ఓ మతిలేని ఆడపిల్ల కనిపిస్తే ఆమెను చేరదీసి బువ్వపెట్టి తన మాటలను వినేలా చేసుకున్నాడు. ఆడపిల్లలేని తన కుటుంబంలో ఆమెను మానస పుత్రికగా ఆదరించి కుటుంబసభ్యుల, ఊరిపెద్దల సహకారంతో ఆమెను మనిషిగా మలచి ఓ ఉద్యోగస్థురాలిని చేసిన తీరు అద్భుతం, అమోఘం. గతంలో తాను చూసిన దేవుడయ్య కూతురుకు ఈ రోజు తాను చూస్తున్న పంతులమ్మకు ఎంత వ్యత్యాసం?

ఇతరులను సంతోషంగా ఉంచాలన్నా, మనం ఆనందంగా ఉండాలన్నా మన మనస్సులో దయావాత్సల్యం అనే సుగుణాల సంపద ఉండాలి. దేవుడయ్య ఆ మనోబలంతోనే ఆమె జీవితానికి చక్కని బాట వేశాడు. అతని సేవానిరతిని గుర్తించిన ప్రభుత్వంవారు దేవుడయ్యకు పౌరసన్మానం చేస్తున్నారు. చూస్తున్న దివాకర్‌కు , దేవుడయ్యకు తానిచ్చిన మాట గుర్తుకువచ్చింది.

దేవుడయ్య జీవితం తమలాంటి వారికి చెంపపెట్టు కాగా, అతని సంకల్ప దీక్షను ప్రపంచానికి తెలియజేసే ప్రయత్నంగా తాను తీసిన ఛాయాచిత్రం బహుమతికి ఎన్నికై తనకు కీర్తిని తెచ్చిపెట్టింది. అందుకే బహుమతిని అందుకుంటున్న సమయంలో అపరాధభావం తన మదిలో మెదిలింది. చేసిన తప్పును సరిదిద్దుకునే ప్రయత్నంలోనే తన బహుమతిమొత్తాన్ని దేవుడయ్యకు అందజేయాలనే తలంపు వచ్చింది. కాలమే తెలియనంతగా చుట్టుముట్టిన గతస్మృతుల జడివాననుండి బయటపడి తేలికైన హృదయంతో విమానం దిగాడు దివాకర్.

ఓ వారం తరువాత కార్లో తన ఊరువెళ్ళి దేవుడయ్యను కలిశాడు దివాకర్. "దేవుడయ్యా! నీ జీవితాన్ని ఛాయాచిత్రంగా తీసి అంతర్జాతీయ స్థాయిలో జరిగిన పోటీకి పంపితే బహుమతిని గెలుచుకుంది. ఆరోజున నీకిచ్చిన మాటను మరచిపోయిన నేను, ఈరోజు నీ కూతురి విషయాన్ని ప్రపంచవేదికపై లోకానికి తెలియజేసాను.

        ఇదిగో ఈ బహుమతిసొమ్ము నీ సేవా కార్యక్రమాలకు ఉపయోగపడాలని నీకే
కానుకగా ఇస్తున్నాను" అంటూ చెక్కును దేవుడయ్య చేతిలో పెట్టాడు. అది దేవుడయ్యకు తానిచ్చే
గొప్ప వందనంగా భావిస్తూ ముందుకు సాగాడు దివాకర్.

★★★★★

“గురువారం”

(“సినీవాలి తెలుగు సాహిత్య వారపత్రిక ఆధ్వర్యంలో నిర్వహించిన చిన్న కథల పోటీ” లో బహుమతి పొందిన కథ)

“పుట్టింది, పెరిగింది, చదివిందీ ఈ మహానగరంలోనే. నా సర్టిఫికెట్స్ అన్నీ చూసే ఉంటారు కదా ఆ ఇంటర్వ్యూకి పిలచిన పెద్దలు. మరి నాకు ఆ మారుమూల పల్లెటూరి బ్రాంచ్‌లో పోస్టింగ్ ఇవ్వటం ఏమిటి?” సూట్‌కేస్ సర్దుకుంటూ అమ్మ ముందు విసుక్కుంటున్నాడు అశోక్.

“నాన్నా అశోక్! మొదటిసారి ఉద్యోగంలో జాయిన్ అవ్వబోతున్నందుకు ఎంత ఆనందంగా ఉండాలో తెలుసా? ఆ ఊరు కూడా మన దేశంలో భాగమే! మన సిటీకి ఆరు గంటల ప్రయాణం! అంతేగా! బస్ ఎక్కి నిద్రపోతే ఉదయానికల్లా మనింట్లో ఉంటావు. నీకో విషయం తెలుసునా? పల్లెప్రజల ఆత్మీయత, మల్లె వంటి వారి మంచి మనసులు నీకు వరంగా మారతాయి. వాళ్ళకు చదువులుండకపోవచ్చు. కానీ సంస్కారంలో ఎంతో ఎత్తులో ఉంటారు. చదువుకున్న వాళ్ళంటే చాలా గౌరవం ఇస్తారు. వెళ్ళాక నీకే అనుభవంలోకి వస్తుంది. ఈ అమ్మ మాట నిజమని తెలుసుకుంటావు. అయినా ఏపనినైనా ఆనందంగా మొదలుపెడితే అంతా విజయవంతంగా జరుగుతుంది. పదపద, మనం ఇంకా గుడికెళ్ళిరావాలి. వచ్చాక నీకు పచ్చళ్ళు, పొడులు అన్నీ సర్దాలి” అంటూ “ఏమండీ! త్వరగా తెమలండి” అని భర్తకు కావలసినవి అందించటానికి లోపలికెళ్ళింది భారతి.

ఆ సాయంత్రం అశోక్ ఇమ్లీబన్ బస్టాండ్ కెళ్ళి ‘శివాజీపురం’ అనే ఊరెళ్ళే బస్ ఎక్కి కూర్చున్నాడు. “ప్రతిదీ సానుకూల దృక్పథంతో చూడటం, చేయటం చేస్తే తృప్తి మిగులుతుంది మనకు” అని తల్లితండ్రులు చెప్పిన మాటలు గుర్తుకొచ్చాయి ఆ సమయంలో అశోక్‌కు.

బస్ కదిలింది. అయిదు గంటల ప్రయాణం బాగా జరిగింది. ఇంకొక గంటలో ఊరు చేరతామనుకొన్నాడు అశోక్. రోడ్డు అధ్వాన్నంగా ఉండటంతో ఒకటే కుదుపులు. దాంతో ప్రయాణం రెండు గంటలు పట్టింది. “అలవాటులేని ప్రయాణం, అదీ పల్లెటూరికి. తన స్నేహితులందరికీ మంచి ఊళ్ళలో పోస్టింగ్స్ వస్తే తనకి మాత్రం...” అదుపు తప్పిన మనసులో

తిట్టుకుంటున్న అశోక్, 'శివాజీపురం' అన్న కండక్టర్ కేకతో గబగబా లగేజి తీసుకుని బస్ దిగాడు.

ఇంకా పూర్తిగా తెల్లవారలేదు. బస్‌స్టాప్ దగ్గర చిన్న కాకాహోటల్ లాంటిది ఉంది. డ్రైవర్, కండక్టర్ టీలు తాగుతున్నారక్కడ.

ఇష్టం లేకపోయినా అశోక్‌కు అక్కడకు వెళ్ళక తప్పలేదు. "బ్యాంక్ అడ్రస్ తెలుసుకోవాలన్నా, అద్దెకు ఇళ్ళేమైనా దొరుకుతాయా?" అని అడగాలన్నా ప్రస్తుత పరిస్థితులలో అదే దిక్కు అనిపించి అటుగా కదిలాడు.

అశోక్ సామాను, వాలకం చూసిన టీ కొట్టు యజమాని ఊరికి కొత్తేనని గ్రహించేసాడు. "బాబూ! కూర్చోండి, ఎవరి తాలూకు? టీ వేడిగా ఉంది తాగుతారా"? అంటూ అడిగాడు.

"నీళ్ళు...." సణిగాడు అశోక్.

"అదిగో ఆగోళాంలో ఉన్నాయి. ఆప్రక్కకెళ్ళి మొగమదీ కడిగేసుకురండి" అన్నాడు టీకొట్టతను.

టీ తాగుతూ, ఈఊరిలో బ్యాంక్ ఎక్కడుంది? అని అడిగాడు అశోక్.

"మీకు బ్యాంక్ నౌకరీనా? కొత్తగా వచ్చారా? బ్యాంక్‌లో ఇంతకు ముందు మిమ్మల్ని చూడలేదు. ప్రతి గురువారంనాడు తప్పకుండా బ్యాంక్‌కు వెళ్తాను నేను" అన్నాడు కొట్టతను.

"ఔను! ఇవాళే జాయిన్ అవుతున్నాను. ఇంతకీ.. అని అశోక్ అంటూండగానే అక్కడికొచ్చిన 'శేఖర్' తనని తాను పరిచయం చేసుకుని "నేను కూడా అదే బ్యాంక్‌లో పనిచేస్తున్నాను. ఇవాళ మీరు వస్తారని అనుకుంటున్నాం. ప్రస్తుతానికి నా రూంలోనే ఉందురుగాని. నాతో రండి" అని ఆప్యాయంగా పలకరించాడు.

అశోక్‌తో కబుర్లు చెపుతూ రెండు సందులు తిప్పి, ఓ పెంకుటింటిని చూపిస్తూ అదే మన బ్యాంక్ అన్నాడు. తలపైకెత్తి చూసిన అశోక్‌కు ఆంధ్రప్రదేశ్ గ్రామీణ వికాస్ బ్యాంక్, శివాజీపురం శాఖ అన్న బోర్డ్ కనిపించింది.

తాను పని చేయబోయే కార్యాలయాన్ని చూసిన అతని మనసు ఆనందంతో మెరిసింది. అంతలోనే "పెంకుటింట్లో బ్యాంకేమిటండీ?" అని చిరాగ్గా అడిగాడు శేఖర్‌ను.

"ఈ పల్లెలో ఇదే కాస్త పెద్ద ఇల్లు. అయినా పోనుపోను మీకే తెలుస్తుంది ఈ పెంకుటింట్లోని మన బ్యాంక్ ఎంత మంచి పనులను చేస్తుందో, ఎందరికి ఆపన్న హస్తాన్ని అందిస్తుందో?" అంటూ "అదిగో ఈ సందు చివరనున్న ఇంట్లోనే నేను ఉండేది" అంటూ కదిలాడు శేఖర్.

పదిగంటలకల్లా స్నానాదికాలను ముగించుకుని ఇద్దరూ బ్యాంక్‌కు వెళ్ళారు. మేనేజర్‌గారికి జాయినింగ్ రిపోర్ట్ ఇచ్చాడు అశోక్. "మంచి బ్రాంచ్‌కు వచ్చారు. ఇక్కడ పనిచేయటం మీకు జీవితంలో ఓ మరపురాని అనుభూతిగా మిగిలిపోతుంది. ఆల్ ద బెస్ట్" అంటూ సీట్ చూపించారు మేనేజర్‌గారు.

ఆ రోజు గురువారం. పదకొండు గంటల దాకా పని మందకొడిగా సాగింది. అక్కడి నుండి ఒకరివెనుకగా ఒకరు క్యూలో వచ్చి "ధీరేంద్ర" అనే ఖాతాలో నగదు కడుతున్నారు. అశోక్‌కు ఆశ్చర్యంగా అనిపించింది. అదే విషయాన్ని శేఖర్‌ను అడుగుదామనుకున్నాడు.

లంచ్ టైంలో "మనం భోజనానికి ఎక్కడకు వెళ్ళాలి"? అని శేఖర్‌ను అడిగాడు అశోక్.

"ప్రతిరోజూ మన స్టాఫ్ అంతా కిష్టయ్య ఇంటికే, అదే ఉదయం మనం టీ తాగిన చోటికే భోజనానికి వెళ్తాం. కానీ వారంలో ఈరోజు మాత్రం ఈఊరి సర్పంచ్‌గారు మనకు లంచ్ ఏర్పాటు చేస్తారు" అని చెప్పాడు శేఖర్.

ఇంతలో స్టాఫ్ అందరూ అక్కడికి చేరుకున్నారు. సర్పంచ్‌గారు కూడా వచ్చి ప్రతి ఒక్కరికి కొసరికొసరి వడ్డించి భోజనాల కార్యక్రమం ముగించారు.

"మీరు ఈ వూరిలో ఇంకొక ప్రత్యేకతను గమనించాలి. ఇక్కడ కుటుంబానికో మగబిడ్డను సైన్యంలో చేరుస్తారు. ఊరిమధ్యన రచ్చబండ దగ్గరున్న శివాజీ విగ్రహం ముందు పెళ్ళయిన ప్రతి కొత్త జంటతోను ప్రమాణం చేయిస్తారు. కేవలం నోటి మాటలా కాకుండా, దానిని ఆచరణలో చూపించటం ఈ గ్రామస్తుల అకుంఠిత దేశభక్తికి నిదర్శనం.

సరిహద్దుల్లో దేశమాత రక్షణకొరకు ప్రాణాలొడ్డిన వీర జవాన్ల కోసం "ధీరేంద్ర" ఖాతాను తెరిచారు. ఈ ఖాతాలో ప్రతి గురువారంనాడు ఈ గ్రామస్తులు తమ వారం సంపాదనలో కొంత సొమ్మును జమ చేస్తారు. ఉన్నవాళ్ళు ఇవ్వటం గొప్ప విషయం కాదు, కూలినాలి చేసుకునే నిరుపేదలు సైతం ఈ యజ్ఞంలో భాగస్వాములవుతారు" అని శేఖర్ చెప్పిన విషయం విన్న అశోక్‌కు ఆరోజు "ధీరేంద్ర" ఖాతాలో అన్ని జమలకు కారణం తెలిసింది. అతని మనసు కూడా ఆ గ్రామస్తుల దేశభక్తికి పులకించింది.

"మరి ఇలా సేకరించిన డబ్బును ఏవిధంగా ఉపయోగిస్తారు?" అని శేఖర్‌ను అడిగాడు అశోక్.

"ఎవరైతే దేశరక్షణలో ప్రాణాలను కోల్పోతారో వారి కుటుంబాలు వీధిన పడకుండా ఈ సొమ్మును వారికి ఆసరాగా అందిస్తారు. ప్రభుత్వం వారు ఆ కుటుంబానికి పరిహారమందించేవరకు ఈ సాయం కొనసాగుతుంది. తండ్రులను కోల్పోయిన పిల్లల బాధ్యతను కూడా గ్రామస్తులే వహిస్తారు. మనకు స్వాతంత్ర్యం వచ్చిన తరువాత జరిగిన

పాకిస్థాన్ యుద్ధంలో పనిచేసిన సైన్యంలో ఈగ్రామస్తుడొకరు మరణించిన నాటినుండి, అంటే గత 50ఏళ్ళుగా ఈ పుణ్యకార్యం కొనసాగుతోంది" అని చెప్పాడు శేఖర్.

మరునాడు సాయంత్రం శేఖర్‌తో పాటు శివాజీ విగ్రహాన్ని చూడటానికి వెళ్ళాడు అశోక్. త్రోవలో పిల్లలు కుస్తీపట్లను వేయటంలో, తుపాకీని పేల్చటంలోను శిక్షణ పొందటం చూసి ఆశ్చర్యంగా "ఇదేమిటి?" అన్నట్లుగా శేఖర్ వైపు చూశాడు.

"అశోక్ ఇక్కడి పెద్దలు, విద్యావంతులు తీసుకున్న నిర్ణయమిది. పిల్లలు వారికిష్టమైన ఆటలతో పాటు ఈ రెండు విద్యలను తప్పని సరిగా నేర్చుకోవాలి. సెలవలపై ఇక్కడికొచ్చిన జవాన్లూ వీళ్ళకు శిక్షణ ఇస్తారు" అని చెప్పాడు శేఖర్.

"అబ్బా! ఎంత అదృష్టం నాది. సిటీలో ఉండి స్నేహితులతో సినిమాలకు, షికార్లకూ తిరగొచ్చనుకున్న నేను పోస్టింగ్ ఆర్డర్‌లో ఈ ఊరిపేరుచూసి, ఎంతగా తిట్టుకున్నానో అమ్మ దగ్గర. కానీ ఇక్కడి పరిస్థితులు చూశాక, "ఏ పూర్వ పుణ్యమో, ఏ యోగ ఫలమో, జనియించినాడనీ స్వర్ణ ఖండమున...," అని అమ్మ నేర్పిన కమ్మని పాట గుర్తుకొస్తోంది. మనసు ఎంతో ఆనందంగా ఉంది" అనుకుంటూ వెంటనే అమ్మకు ఫోను చేశాడు అశోక్.

"ఈ ఆదివారం నాకోసం ఎదురుచూడకండి, నేను రాదలచుకోలేదు. ఎందుకంటే ఈ పల్లె నన్ను అమ్మలా ఆదరించి దేశభక్తి అనే పరమాన్నాన్ని పెడుతోంది" అంటూ ఆ ఊరిగురించి పూర్తిగా అమ్మకు చెప్పాడు. "దేశం కోసం అర్పించటానికి నాకు ఒక్క జీవితమే ఉందని బాధ పడకుండా ఊరంతా ఒకే త్రాటిపై నిలబడి ఇంటికో వ్యక్తిని దేశంకోసం వీరాభిమన్యుల్లా పంపడం ఎంత గొప్ప విషయమమ్మా! నువ్వు అప్పుడప్పుడు అంటూంటావు చూడు "ఇతరుల దుఃఖాలను చూసి బాధపడే వ్యక్తి కన్నా నా దృష్టిలో గొప్పవారెవరూ ఉండరు" అని, అలా చూస్తే ఈ ఊరిలోని ప్రజలందరూ గొప్ప వారేనమ్మా! ప్రతి గురువారం మాత్రం డబ్బును 'ధీరేంద్ర' ఖాతాలో జమ చేయమని గుర్తుచెయ్యి నాకు. దానివల్ల నీకు కూడా పుణ్యమొస్తుంది" అంటూ ఆనందంగా ఫోన్ పెట్టేసాడు.

★★★★★

"మట్టి మిద్దె"

("పురిమళ్ళ శ్రీరాములు స్మారక కథల పోటీ - 2020" లో కన్సొలేషన్ బహుమతి పొందిన కథ)

రాయలసీమ కరువుకు మారుపేరైన అనంతపురం జిల్లా నుండి ప్రతిరోజు వందలాది మంది రైలు, రోడ్డు మార్గాలలో బెంగుళూర్, దాని చుట్టుప్రక్కల ఉన్న పట్టణాలు పల్లెలకు వలస వెడుతూంటారు. వీరిలో కొందరు వ్యవసాయ కూలీలైతే మరికొంతమంది జట్లుగా ఏర్పడి కర్మాగారాలలో కార్మికులుగాను, భవనాల మేస్త్రీల కింద కూలీలుగాను, పనిచేస్తుంటారు.

బుక్కపట్నం, పామిడి పక్కనే ఉన్న చిన్న పల్లెల నుండి ఓ పాతిక మంది కలసి ఉపాధి కొరకు బెంగుళూర్‌కు వలస వచ్చారు. వాళ్ళలో ఒకడు చెన్నప్ప.

అతనికి పామిడి గ్రామంలో ఉన్న ఓ ఎకరం పొలం, కరువు బారిన పడి బీడైపోతే, మొలకెత్తిన పంట మొక్కలు, గడ్డీ ఎండిపోయి గేదెలకు, మేకలకు ఆహారం అయ్యి, ప్రస్తుతం నేల నీటికోసం నోరుతెరచి అర్రులుచాచి పగుళ్ళతో ఉంది. ఉన్నఊరిలో కూలిపనిదొరకక, ఇంటి దగ్గర పెద్దతనంలో ఉన్న అమ్మానాన్నలను, పదేళ్ళలోపు కొడుకులిద్దరిని, భార్యను, సొంత ఇంటిని వదిలి, మిగిలిన వారితో కలసి సిటీలో తన అదృష్టాన్ని పరీక్షించుకుందామని వలసబాట పట్టాడు.

చెన్నప్ప జట్టుకు బెంగుళూర్ నుండి **150** కి.మీ. దూరంలో ఉన్న ఊరిలో పనిదొరికింది. వందెకరాల భూమిలో ఉన్న నర్సరీ, పొలాలు, పశువులను చూసుకోవాలి. వ్యవసాయం తనకు చిన్నప్పటినుండీ వచ్చిన విద్యే కాబట్టి చేసే పని గురించిన బాధలేదు. వాతావరణం చాలా బాగుంది.

కాని ఉండటానికి ఇల్లు మాత్రం దొరకలేదు. పశువులనుంచే కొట్టం ప్రక్కనే ఓ షెడ్ ఉంది. దానిలో పశువుల దాణా, పంటలకు, నర్సరీ మొక్కలకు వేసే ఎరువుల బస్తాలు ఉన్నాయి. వాటినన్నింటిని ఓ గోడవారగా సర్ది, నాలుగు చాపలేసుకొని పదిమందినీ సర్దుకోండని యజమాని చెప్పాడు.

వేరే దారిలేక అదేవిధంగా పదిమంది అక్కడే ఉంటున్నారు. దగ్గరలోనే చిన్న హోటల్ ఉంది, దానిని నడిపే పెద్దమ్మ వంటచేసి పెడతాను. నెలకింతని ఇమ్మంది. కాబట్టి తిండి సమస్య కూడా తీరింది.

ప్రతిరోజూ పగలు బండెడు చాకిరీచేసి రాత్రి పడుకోగానే చెన్నప్పకు తన "మట్టిమిద్దె" గుర్తుకొచ్చేది. పక్కనే పడుకున్న పెద్ద కొడుకుపై చెయ్యివేసి, తన పొట్టపై చిన్న కొడుకును పడుకోబెట్టుకోవటం అలవాటతనికి.

అదే అలవాటుతో చెయ్యివేశాడు. పక్కనే పడుకొన్న బసవప్ప నోట్లోని చుట్ట చెయ్యికంటుకుని చుర్రుమంది.

"ఏందప్పా? సరిగా పడుకోలేవా?" కసిరాడతను. కాళ్ళు చాపి పడుకొందామంటే వేరేవాళ్ళ కాళ్ళు తగిలి వాళ్ళూ విసుక్కున్నారు.

"ఓరి దేవుడా! నాకేమిటీ పరీక్ష" అనుకున్నాడతను. నా ఇల్లెంత హాయిగా ఉండేది. ఎండాకాలమైతే హిమాలయాలంత సల్లగా ఉండేది. ఇక్కడ ఒకటే దోమలు, రేకుల షెడ్ వేడి, ఉక్కబోత, పక్కనున్నోడి సుట్ట వాసనలు, సారాకంపులు, ఇవి చాలవన్నట్లుగా పందికొక్కుల ఉరుకుళ్ళు, వీటినన్నింటిని ఎట్టా భరించాలో? అనుకొంటూ ప్రతి రాత్రీ మదన పడసాగాడు చెన్నప్ప.

అక్కడ చెన్నప్ప ఇంట్లో ముసలాళ్ళిద్దరు "మట్టిమిద్దె" అరుగులమీద పడుకొని తమ జీవితాలు ఇన్ని మలుపులెందుకు తిరుగుతున్నాయి? పదేళ్ళ క్రిందటి దాకా ఎంత బాగా ఉండేవాళ్ళం. ఉన్న ఊళ్ళోనో, పక్క ఊళ్ళోనో ఏదో ఒక పని దొరికేది. ఈ కాలంలో నేల తడవటానికి తప్ప పొలం దున్నటానికి సరిపడినంతగా వానలే లేకపోయె. చెరువులు, కాలువలు ఎండిపోయి, ఎడారులను తలపిస్తున్నాయి. బావుల్లోని కాసిని నీళ్ళు తాగటానికి కూడా చాలటంలేదు. నీళ్ళు వచ్చే దోవలేదు.

ఎన్ని ప్రభుత్వాలొచ్చినా, అది చేస్తాం, ఇది చేస్తాం అంటారేగాని ఫలితం శూన్యమే. ఎలక్షన్ల సమయంలో ఆ ప్రాజక్ట్, ఈ ప్రాజక్ట్ అంటారు, ఈ కాలువనీరు మీ ఊరికేనంటారు, రెండు పైర్లతో మీ ఊరు పచ్చగా మారుతుందంటారు. తిరిగి ఐదేళ్ళకే వాళ్ళు కనిపించేది.

కాయకష్టాన్ని నమ్ముకొన్న మనకు, ఈ ఊరు కాకపోతే మరో ఊరు, ఈ రాష్ట్రం కాకపోతే వేరే రాష్ట్రం. అలా అనుకొనేగా ఉన్న ఒక్క కొడుకు సొంత ఊరిని, అయిన వారినందరిని ఒదులుకొని పనులకోసం వలస పోయినాడు. "దుడ్లు" లేందే నోటికి వరన్నం, పిల్లకాయలను ఇస్కూల్‌కు పంపటం కుదరదు. ఈ రాగిసంకటి, గంజినీళ్ళు తాగి బతుకులెళ్ళమారిపోవాల్సిందే.

చెన్నప్ప పెళ్ళి నాటికి తమది పూరిపాక. కోడలు లచ్చిమి దేవిలా వచ్చింది. ఆ పూరిపాకను "మట్టిమిద్దె" గా మార్చుకొన్నారు. తమ ముగ్గురి కూలి డబ్బులలో సగం దాచి, ఈ మూడు గదుల మట్టిమిద్దెను కట్టించిందా ముసలామె. ఈ మిద్దెనే పెద్ద మనుమడు ఉయ్యాల ఊగింది. చిన్నవాడు గవర్నమెంట్ ఆస్పత్రిలో పుట్టాడు. ఎంతో సంతోషపడ్డ చెన్నప్ప నా బిడ్డలను 'మారాజుల్లా' పెంచుతాననేవాడు.

ఈళ్ళెంతగా బక్కచిక్కిపోయారో? సరైన తిండెక్కడిది? వరన్నం తిని ఎంత కాలమయ్యిందో? పాపం! ఆడకూతురు నాలుగిళ్ళలో పాచి పనులు చేస్తూ తెచ్చే నాలుగు డబ్బులతోనే ఇల్లు గడిచేది. పనిచేసే చోట్లనుండి తెచ్చిన అన్నం, టిఫెన్లను ముందుగా తమకే పెడుతుంది, మిగిలితేనే పిల్లలకు పెట్టేది.

చిన్నపిల్లలు "పండగెప్పుడొస్తుందమ్మా?" అని రోజు రాత్రిళ్ళు వాళ్ళమ్మను సతాయిస్తూంటారు. పండుగరోజుల్లో పిండివంటలు అవీ ఇస్తారు యజమానులు మరి, వాటిని తినాలని చకోర పక్షుల్లాగా ఎదురు చూసేవారా చిన్నవాళ్ళు. ఇలా సాగేవా ముసలోళ్ళ కబుర్లు.

చెన్నప్ప భార్య లక్ష్మి పేరుకు తగినట్లుగానే ఆ ఇంటి మహాలక్ష్మి. వచ్చిన నాలుగు డబ్బులను పొదుపుగా వాడుతూ భర్తకు చేదోడు వాదోడుగా ఉంటోంది. సొంత ఇల్లు ఉండటంతో బతుకులు వెళ్ళమారిపోతున్నాయి. భర్త ఇక్కడున్నప్పుడయితే ధైర్యంగా ఉండేది. అతను వెళ్ళిన తరువాత ఈ పెద్దవాళ్ళతోను, చిన్నపిల్లలతోను కూటికీ గుడ్డకు వెతుకులాటగానే ఉంటోంది. "వీళ్ళకు చదువులేం చెప్పిస్తాం. మాలాగే రెక్కలను నమ్ముకొని బ్రతకాల్సి ఉంటుంది పాపం ఈ చిన్నపిల్లలు" అనుకొంటూ పిల్లల్ని పొదుముకొని పడుకునేది.

చూస్తూండగానే, చెన్నప్ప ఇల్లు వదలి ఒక సంవత్సర కాలమైపోతోంది. రోజుకో ప్రాంతానికి ట్రాక్టరుపై వెళ్ళటం, సాయంకాలమయ్యేదాకా ఊపిరిసలుపని పనులు చేస్తూండటం అతని దినచర్య. ఇంతా చేసి రోజుకు రెండు వందల రూపాయిల కూలి ఇచ్చేవారు. నెలకు బస కింద యాభై రూపాయలు పోయేవి. తిండికి పోను మిగిలిన డబ్బును జాగ్రత్త పరుస్తున్నాడు. ఇంకొక రెండునెలలాగితే, అమ్మావాళ్ళను, పిల్లలను చూసి వాళ్ళకు కొంత డబ్బులిచ్చి రావచ్చని అనుకొన్నాడు.

వాతావరణం బాగుండటంతో తాను బాగానే ఉన్నాడు. కానీ రాత్రిళ్ళు నిద్ర ఉండటంలేదు. పిల్లలు, అమ్మా, అయ్యలు తనపై బెంగ పెట్టుకొన్నట్లుగా ఒకటే కలలు. నిజానికి వాళ్ళను వదిలి తాను కూడా ఇంత కాలం దూరంగా ఉన్నదిలేదు, అందువల్ల ఎప్పుడెప్పుడు వాళ్ళను చూడాలా అన్నట్లుంది అతని పరిస్థితి. ఇంకొక్క రెండునెలలు కష్టపడితేగాని కాసిని డబ్బులు కనిపించవు వాళ్ళకిచ్చి రావటానికి అనుకొన్నాడు.

ఇంకా పది రోజులలో తన ఊరికెళ్ళి అందరినీ చూస్తానన్న ఆశతో పనిలోకెళ్ళిన చెన్నప్పకు, ఆ సాయంత్రం యజమాని పెద్ద షాకే ఇచ్చాడు. జట్టు వారినందరిని పిలిచి మీరు వేరే పనులు చూసుకోండి, మా ఊరివాళ్ళే మా దగ్గర మీకన్నా తక్కువ కూలికి పనిచేస్తామని చెప్పారు, మీకు రావలసిన డబ్బులు రేపు ఉదయం తీసుకొని సాయంత్రానికల్లా షెడ్ ఖాళీ చేసెయ్యమని చెప్పాడు.

అంతా ఉసూరుమంటూ షెడ్‌కు వచ్చి "ఇక పొట్టకూటికోసం మరో ఊరు వెతుక్కోవాలి" అనుకుంటూ పడుకొన్నారు. చెన్నప్పకు దిగులేసింది.

"ఛీ! ఏమిటీ బ్రతుకు? ప్రతి క్షణం వెతుకులాటేనా? ఉన్న ఊరే తరిమేస్తే, వేరే ఊరు వాళ్ళు తరిమెయ్యరా? ఇలా ఎంత దూరం పోవాలి?" ఈ ఆలోచనలతోనే తెల్లారిపోయింది.

ఎవరో పెద్ద హోటల్ కడుతున్నారు. అక్కడ పని దొరుకుతుందని చెప్పటంతో అంతా కలసి అక్కడకు వెళ్ళారు. ఉన్నరోజు పని ఉండేది, లేని రోజు లేదు. ఎక్కడా బసకూడా దొరకలేదు. బస్సు షెల్టర్‌లోనో, పార్కులోనో ఉండాల్సి వస్తోంది. రాత్రిపూట చాలా కష్టంగా ఉంటోంది. ఒక్కోసారి పేవ్‌మెంట్‌లే దిక్కయ్యేవి.

చెన్నప్పకు చల్లని తన "మట్టిమిద్దె" తనను రమ్మని పిలచినట్లనిపించింది. నీ ఇల్లు నీకుండగా, "ఉన్న ఊరిని, కన్నవారిని, కట్టుకున్నవాళ్ళను, చంటిపిల్లలను వదిలి ఎందుకింత కష్టం? కలో గంజో తాగి కష్టమైనా, సుఖమైనా అంతా కలసి నా నట్టింట్లో బ్రతకండి" అని "మట్టిమిద్దె" చెన్నప్పకు సందేశాన్నిచ్చింది.

మరునాడు తనకు పనేమి దొరకలేదు. ఇక అక్కడ ఉండ బుద్ధికాలేదు. లారీలెక్కి ఆ మరునాటికి తన ఇల్లు చేరాడు చెన్నప్ప. అయ్యను చూస్తే జాలేసింది. చిక్కి శల్యమై మంచం పట్టాడు. కొడుకునుచూచి కన్నీరుకార్చారా ముసలివాళ్ళు. పిల్లలు చెరో చంకా ఎక్కారు. తెచ్చిన డబ్బు భార్యకిచ్చి మంచి భోజనం వండమన్నాడు.

తల్లి అతని వీపు నిమురుతూ "అయ్యా చెన్నప్పా! ఇక పనులకోసం ఆ దేశం ఈ దేశం తిరగవద్దురా. మాకా వయస్సు మీద పడుతోంది, రోగాలు చుట్టుముడుతున్నాయి, ఏ నిముషం ఎలా ఉంటుందో? ప్రక్క ఊళ్ళో ఉపాధి పనులు జరుగుతున్నాయట, ఎన్ని రోజుల పని ఉంటే అన్ని రోజులు చెయ్యి, ఆ తరువాత ఏదో ఒక పని దొరుకుతుంది, అంతా భగవంతుని దయ" అంటూ చెన్నప్పకు సర్ది చెప్పింది.

"అలాగేనమ్మా! దూరపు కొండలు నునుపని పరాయి దేశానికెళ్ళొచ్చాక తెలిసిందమ్మా! పడుకోవటానికి మూడడుగుల నేల కూడా లేని జాగాలో పడుకోవటం. పదే పదే మన "మట్టిమిద్దె" కల్లోకొచ్చి నా కళ్ళు తెరిపించింది. ఆ కష్టమేదో, ఎంత తక్కువ డబ్బులొచ్చినా,

ఇక్కడే నా చల్లనితల్లి దగ్గరే పడతాను. నీవన్నట్లుగా ఇక ఆ దేమునిపైనే భారం వేసి కష్టపడి బతుకుదాం" అన్నాడు.

మరునాడు ప్రక్క ఊళ్ళో పనికెళ్ళి సైకిల్ మీద తిరిగి వస్తూంటే దూరం నుండి సంధ్యాకాంతులలో "మట్టిమిద్దె" మెరుస్తూ కనపడింది. ఆ రాత్రికి హాయిగా కాళ్ళు చాపుకొని పక్కనే పెద్దకొడుకును, గుండెలపై చిన్నకొడుకును వేసుకొని ఆదమరచి నిద్రపోయాడు చెన్నప్ప. "జననీ జన్మ భూమిశ్చ స్వర్గాదపి గరీయసి..." అన్న వేద మంత్రం దూరంగా ఉన్న గుళ్ళో నుండి వినిపిస్తోంది.

★★★★★

"జీవన పోరాటం"

(కీ.శే. దూబగుంట నారాయణరావు మరియు సరస్వతమ్మల స్మృత్యర్థం సర్వేపల్లి ఛారిటబుల్ ట్రస్ట్, నెల్లూరు వారు నిర్వహించిన సాహిత్యపోటీ 2021లో ప్రథమ బహుమతి పొందిన కథ)

మధుకర్ కొత్తగా పాత్రికేయరచనా రంగంలోకి అడుగు పెట్టాడు. ఏదైనా నూతన విషయంతో తాను పనిచేస్తున్న దినపత్రికకు ప్రజలలో ఆసక్తి కలిగించాలని, రోజూ వివిధ వ్యక్తులతో ముఖాముఖి సమావేశాలను చేయటం, ప్రకృతి అందాలను తన కెమెరాలో బంధించి కథలల్లటం అతనికి అలవాటుగా మారింది.

ఓరోజు అతని స్నేహితునిద్వారా విన్న విషయం మధుకర్‌లో నూతనోత్సహాన్ని కలిగించింది. వెంటనే స్నేహితునితో కలసి మోటారుసైకిల్ మీద ఆవిషయంలోని తెరచాటు ప్రత్యేకతలను ప్రత్యక్షంగా తెలుసుకోవటానికి బయలుదేరాడు. రోడ్డుపక్కనే గోదావరిపాయ ఉరకలువేస్తూ పరవళ్ళతో ప్రవహిస్తోంది. మోటారుసైకిల్ మీదనున్న మధుకర్ మనస్సు గోదారమ్మ వరవడికన్నా ఎక్కువగా ఆలోచనలతో సుళ్ళు తిరుగుతోంది.

చుట్టూ అడవిలా పెరిగిపోయిన పెద్దపెద్ద చెట్లతో చూపులకే భయానకంగా కనిపిస్తున్న ఆ ప్రాంతంలోనికి ప్రవేశించే ద్వారంపై "హిందూ శ్మశానవాటిక, రామవరం" అని రాసుంది. మోటారుసైకిల్‌నాపి గబగబా లోపలకు వెళ్ళబోయేంతలో కాస్త దూరంగా ఓపెద్దాయన, నిండాపాతికేళ్ళయినాలేని ఓయువతి మాట్లాడుకుంటూ కనిపించారు. ఓచెట్టు పొదవెనుక వాళ్ళకు కనిపించకుండా నిలబడి వాళ్ళ సంభాషణను వినసాగారు మిత్రద్వయం.

"గౌరమ్మా! నామాట ఇనుతల్లి. ఇక్కడ మగవాళ్ళే పగటిపూటకూడా తిరగటానికి భయపడతారు. ఈ శ్మశాన ముంగిట, శవాలమధ్యన నీబ్రతుకేమిటమ్మా? పిల్లలను చూస్తే చిన్నవాళ్ళాయె, ఆళ్ళ భవిష్యత్తును ఆలోచించు" అని బతిమాలుతున్నాడు ఆ పెద్దాయన.

"చిన్నాన్నా! నా భర్త ఇదేపని చేస్తూ అర్ధంతరంగా పోయాడు. అత్తగారు దరిజేరనీయకపోవటంతో అమ్మోళ్ళదగ్గరకు వస్తే తమ పాకలో ఓనెల ఉంచుకోవటానికే దడదడలాడారు. జ్ఞానమున్న మనుషులు నాబ్రతుకును కబళిద్దామని, వివిధరకాలుగా నన్ను మోసగించాలని చూశారు.

"పిల్లల్ని వదిలివచ్చేస్తే పట్నంపోయి హాయిగా బతుకుదాం" అని ఒకడు, "దుబాయిలో షేకుల ఇంట్లో పనులకు వెళ్ళావంటే లక్షలకులక్షలు సంపాదించవచ్చు" అని ఒకడు, "నా సరదాలు తీర్చావంటే నీకు లోటులేకుండా చూసుకుంటాను" అని ఓవివాహితుడు, ఇలా కల్లబొల్లికబుర్లతో నా మనస్సులో విషబీజాలనునాటితే, అదితట్టుకోలేక మనశ్శాంతిగా కూలిపనులకు కూడా పోలేక, ఇదిగో నాభర్తచేసే ఈకాటికాపరిపనినే పంచాయతీ వాళ్ళ దయతో దక్కించుకోగలిగాను. నాపిల్లలతోపాటు మరికొంత మందికి అమ్మలా మారాను.

"నడవటానికి పాదాలుండాలేగానీ లోకంనిండా దారులే కదా!" అందుకే ధైర్యంగా ఈ పనినెంచుకున్నాను. "అనాధల కన్నీళ్ళు తుడిచే చేతులను, చేతలను నేనే అయ్యాను."

ఇది శ్మశానంగా నాకెప్పుడూ కనిపించలేదు. ఆ పరమ శివుడి కైలాసమే అనిపిస్తుంది. కరోనా బారినపడి శవాలుగా మారిన వాళ్ళని కాల్చే దిక్కులేనప్పుడు, ఈగోదారమ్మ నీళ్ళతో ఆశవాలకు స్నానమాడించి, అంత్యక్రియలను చేసి బాంధవినైనాను. తరువాత పిడికెడు భస్మాన్ని ఏటిలో కలిపి వాళ్ళకు కైలాస ప్రాప్తిని కలిగించాను. చితిమంటలనుండే వాళ్ళు నన్ను దీవించినట్లుగా భావిస్తున్నాను.

నేను చేసే ఈ పనులే నా పిల్లలను మంచిదారిలో నిలబెడతాయి. వారిని ఉన్నత స్థితికి తీసుకెడతాయి అని నావిశ్వాసం" తన జీవన పోరాటాన్ని వివరిస్తోంది గౌరమ్మ.

చెట్టుచాటు నుండి ఈమాటలను విన్న మధుకర్‌కు, తను చేయవలసిన పనిబోధపడి ముందుకు కదిలాడు స్నేహితునితో.

★★★★★

"చెదరని బంధం"

(సిరిమల్లె వెబ్ మ్యాగ్జయిన్ ఆగస్ట్, 2020/సెప్టెంబర్, 2020 నెలలలో ధారావాహికంగా ప్రచురితమైనది)

పక్షుల కిలకిలారావాలతో, కోయిలమ్మల కుహుకుహు రాగాలతో రాజ్యలక్ష్మి గారికి అప్పుడే మెలకువ వచ్చింది. పక్కనే నిద్రపోతున్న భర్తను నిద్ర లేపుతూ, "వాకింగ్‌కు వెళ్ళాలని 05.00 గంటలకే అలారం పెట్టుకున్నారు. ఇప్పుడు ఆరవుతోంది. ఇంకా నిద్ర లేవలేదేమిటి? ఒంట్లో బాగాలేదా?" అని ఆదుర్దాగా అడిగింది.

భార్యను చూసి నవ్వుతూ "తొందరదేనికి రాజ్యం? ఇక రోజంతా ఖాళీ సమయమే! ఉదయం 08.30 కల్లా తినేసి స్కూలుకు పరిగెత్తాల్సిన పనిలేదు! విశ్రాంతి తీసుకోమనే కదా రిటైర్మెంట్ ఇచ్చేది" అంటూ మెల్లిగా మంచం దిగారు టీచరుగా గతనెలలోనే రిటైరైన కృష్ణమూర్తిగారు.

సర్వీసులో ఉండగానే ఇల్లు కట్టుకున్నారు. గ్రౌండ్‌ఫ్లోర్‌లో తాము ఉంటూ పై పోర్షన్ అద్దెకిచ్చారు. ఇంటి ముందు చిన్న పూలతోటను పెంచుతున్నారు. పిల్లలులేని ఈ దంపతులకు పైన అద్దెకుండే వాళ్ళపిల్లలతో కావలసినంతగా సందడి ఉండేది. సరిగ్గా కృష్ణమూర్తిగారి రిటైర్మెంట్ రోజే, పై పోర్షన్ వాళ్ళు సొంత ఇల్లు కొనుక్కొని వెళ్ళిపోవటంతో ఆపోర్షన్ ఖాళీగా ఉంది.

"రాజ్యం! త్వరగా తెములు! ఈ రోజు డాక్టర్ దగ్గరకు వెళ్ళివద్దాం. నా శిష్యుడని చెప్పటంకాదుగాని డా.రమేష్ హస్తవాసి చాలా మంచిదని పేరు తెచ్చుకున్నాడు. ఎంతెంత దూరాలనుండో రోగులు వస్తూంటారు. మనదగ్గర ఫీజు మాత్రం తీసుకోడు. అదే నాకు కాస్త బాధగా ఉంటోందంటే, 'మీ దగ్గర ఫీజు తీసుకొంటే నాకు పాపం వస్తుంది మాష్టారూ' అంటాడు. అతనంత పేరు తెచ్చుకోవడం నాకు చాలా గర్వంగా ఉంది. ఈరోజు అతని దగ్గరకు వెడదాం పద" అంటూ హడావిడి చేశారు.

ఆ రోజు ఉదయం పదకొండు గంటలకల్లా ఆస్పత్రికెళ్ళారు కృష్ణమూర్తి దంపతులు. అప్పుడే ఇన్‌పేషంట్లను చూసి వస్తున్న డా.రమేష్ వీరిని చూస్తూనే, "రండి! మాస్టారూ! ఎలా

వున్నారు? అమ్మా! మీకెలా ఉంది? కాస్త నీరసంగా ఉన్నట్లుగా ఉన్నారేం?" అంటూ ఆప్యాయంగా పలకరించాడు.

అతని ఆప్యాయతతో కూడిన పలకరింపుకే సగం నీరసం తగ్గినట్లనిపించింది రాజ్యలక్ష్మిగారికి. "ఔనయ్యా! పైన పోర్షన్ ఖాళీ అయ్యింది. దానిని శుభ్రం చెయ్యడం కోసం క్రిందకు పైకి తిరగడంతో కాస్త నీరసంగానే ఉంటోంది" అన్నారు.

"అమ్మా! నేను ఓమనిషిని పంపిస్తాను. పైన శుభ్రం చేయించుకోండి. ఈ వయస్సులో కష్టపడకండి. మాష్టారేమో అనాధాశ్రమాలలోని పిల్లలకు, పేదపిల్లలకు చదువులు చెప్పాలని విశ్రాంతి లేకుండా ఇంటి పట్టున ఉండకుండా తిరుగుతూంటారు. మీరిద్దరూ మూలపడితే ఎలా?" మందలిస్తున్నట్లు కాస్త కోపంగా అన్నాడు డా.రమేష్.

ఇంతకూ "మా కోడలు, మనవళ్ళు ఎలా ఉన్నారు?" నవ్వుతూ అడిగారు కృష్ణమూర్తిగారు. "ఇవిగో! ఇవి పిల్లలకివ్వు" అంటూ రవ్వలడ్లూ, చేగోడీలున్న ప్యాకెట్ డా.రమేష్ కిచ్చారు.

"మాస్టారు! మీ మాటలనే వేదవాక్యాలుగా భావిస్తూ, సేవయే పరమార్ధంగా ఈ వైద్యవృత్తిని నిర్వహిస్తున్నాను. ఇలా సింపుల్‌గా జీవితాన్ని గడపటం, డబ్బునెక్కువ సంపాదించకపోవటం మీ కోడలికి కష్టం కలిగిస్తోంది. నేను ఏదో ఒకటి సర్దిచెప్పి కాలం గడిపేస్తున్నాను. పిల్లలు బాగానే చదువుతున్నారు. నాకారణంగా నా భార్య మిమ్మల్నెక్కడ ఆడిపోసుకుంటుందోనన్న భయం, ఆమె మాటలకు మీరెక్కడ బాధపడతారోనన్న సంశయంతోనూ, అమ్మా! మిమ్మల్ని ఇంటికి పిలచి మీ ఇరువురికి గుప్పెడన్నం పెట్టలేక పోతున్నాను. మీరేమో మా కోడలు, మా మనవళ్ళు అని భావిస్తూ ఏవో ఒకటి తెస్తూంటారు" బాధపడుతూ అన్నాడు డా.రమెష్.

"అవేమి మేము మనస్సులో పెట్టుకోం. నీ నిజాయితి, ధర్మపథం, నిన్ను నీకుటుంబాన్ని ఎప్పుడూ కాపాడుతుంటాయి" అన్నారు కృష్ణమూర్తిగారు.

"అన్నట్లు మాస్టారూ! ఒక సాఫ్ట్‌వేర్ ఇంజనీర్ ఇల్లుకోసం వెతుకుతూ నా దగ్గరకు వస్తే, మీ ఇంటిపై పోర్షన్ గురించి అతనికి చెప్పాను. వచ్చాడా అతను?" అని అడిగాడు డా.రమేష్.

"ఇంకా రాలేదు. అయినా ఆ పోర్షన్ అతనికి నచ్చుతుందో లేదో?" అన్నారు రాజ్యలక్ష్మిగారు.

వాళ్ళిద్దరికీ అవసరమైన పరీక్షలన్నింటిని చేసి, మందులను రాసియిచ్చి వాళ్ళని దగ్గరుండి ఆటో ఎక్కించాడు డా.రమేష్.

కృష్ణమూర్తిగారి దంపతులు ఇంటికొచ్చేటప్పటికి ఓ యువకుడు గేటు బయిట అటుఇటు తచ్చాడుతూ కనిపించాడు. వీళ్ళు ఆటో దిగటం చూసి ఎదురొచ్చి "మీరేనా కృష్ణమూర్తి మాష్టారంటే? డా. రమేష్‌గారు మీ ఇంటికెళ్ళమని చెప్పారు. అమ్మా! నేను బెంగళూర్ నుండి ఇక్కడికొచ్చాను. కొత్తగా ఉద్యోగంలో చేరాను. మీ ఏరియా ప్రశాంతంగా ఉంటుందని మా ఆఫీసులో కొలీగ్స్ చెప్పారు. మీ పైపోర్షన్‌లో ఉంటాను. త్వరలో నా కారు బెంగళూర్ నుండి వస్తుంది. మీ ఇంటి వెనుక స్థలంలో నా కారుకి పార్కింగ్ ఏర్పాటు చేసుకుంటాను" ఎంతో పూర్వ పరిచయమున్న వ్యక్తివలే మాట్లాడుతున్నాడు.

గబగబా అంత చనువుగా అతను చెపుతున్న మాటలకు, ఆ సంభోధనలకు తెల్లబోయారా దంపతులు. ఏవరో బంధువుల పిల్లాడిలా ఉన్నాడనుకుంటూ ఆశ్చర్యంగా అతనిని పరికించారు. డీసెంట్‌గా ఉన్నాడు. ముఖం ప్రశాంతంగా ఉంది.

ఇంటి తాళాలుతీసి లోపలికొచ్చిన మాష్టారు "ముందుగా కాసిని మంచినీళ్ళు తాగు, మంచి ఎండలో వచ్చావు. ఇవాళ ఆఫీసు లేదా? నీ పేరేమిటి?" అని అడిగారు.

"నా పేరు వంశీకృష్ణ, మా స్వస్థలం తెనాలి. వ్యాపారరీత్యా మా అమ్మానాన్నలు బెంగళూర్‌లో ఉంటారు. నాకు అయిదేళ్ళు ఉండగా బెంగళూర్ వచ్చామని, చెల్లి అక్కడే పుట్టిందని అమ్మ చెప్తూంటుంది. నా చదువైన తరువాత ఇక్కడ నాకు ఉద్యోగం వచ్చింది" అని చెప్పాడు.

ఈలోగా రాజ్యలక్ష్మిగారు టీలు పట్టుకొచ్చారు. "బాబూ! ఒక్కడివేనా ఉండేది. పెళ్ళి..." అంటూ అడిగింది.

"లేదమ్మా! నాకు ఇంకా పెళ్ళికాలేదు. సంబంధాలను చూస్తున్నారు. ఇంతలో ఈఉద్యోగరీత్యా ఇక్కడికి రావలసి వచ్చింది" అన్నాడు వంశీ.

"సరే బాబు! పద ఇల్లు చూద్దువుగాని" అంటూ మెట్ల వైపు నడిచారు కృష్ణమూర్తిగారు.

రాజ్యలక్ష్మిగారు అతనికికూడా కాస్త అన్నం వండింది. ఈలోగా పైకెళ్ళి చూసివచ్చారు వంశీవాళ్ళు.

"అమ్మా ఇల్లు బాగా నచ్చింది. మంచి గాలివెలుతురు వస్తున్నాయి. ఇంటి చుట్టూ ఉన్న మీ తోటలోని పూవులు, పెరడు బాగుంది. నాకు ఇల్లు సరిపోతుంది. అద్దె ఎంతో చెప్పలేదు? నేను నెలకు రెండువేలు ఇస్తాను. అడ్వాన్స్‌గా ఈ నాలుగు వేలు ఉంచండి. సరేనా? తక్కువా?" అడిగాడు వంశీ.

"అంతా?" ఆశ్చర్యంగా అన్నారు రాజ్యలక్ష్మిగారు.

"అమ్మా! చెప్పాను కదా? నాకు ఆర్థికంగా పర్వాలేదు" అన్నాడు వంశీ.

"మాకు ఒక నెల అద్దె అడ్వాన్స్‌గా చాలు" అంటూ రెండువేలు తీసుకున్నారు కృష్ణమూర్తిగారు.

"బాబూ! కాళ్ళు కడుక్కొనిరా! ముగ్గురం భోంచేద్దాం" అంటూ వడ్డించటానికి లోపలికెళ్ళారు రాజ్యలక్ష్మిగారు.

పెరట్లోకెళ్ళి కాళ్ళు చేతులను కడుకొచ్చారు వంశీ, కృష్ణమూర్తిగార్లు. పక్కపక్కనే కూర్చుని భోంచేశారు.

"అమ్మా! మీరూ భోంచేయండి. చాలా నీరసంగా కనిపిస్తున్నారు. ఇక మాకేమి వడ్డనక్కరలేదు కదా" అన్నాడు వంశీ. అతని ప్రేమకు "ఏ తల్లి కన్నబిడ్డో? ఎంత సంస్కారయుతంగా ప్రవర్తిస్తున్నాడో?" అనుకున్నారు రాజ్యలక్ష్మిగారు.

భోజనాలు పూర్తయినాయి. వంశీ వెళ్ళిపోయాడు. అతడు వెళ్ళాక, ఆదంపతుల మనస్సులో ఆప్రేమ ఝరి తడిలా మిగిలిపోయింది.

"ఎవరీ వంశీ? ఏమండీ! ఈ వంశీను చూస్తుంటే మన వాసు గుర్తుకొస్తున్నాడెందుకు?" మనసు పొరల్లో దాగిన ఆ విషాదం వెల్లువలా బయటకు పొంగుకురాగా, ఏడుపును దిగమింగుతూ అడిగింది రాజ్యలక్ష్మి.

భార్య మాటలకు కృష్ణమూర్తిగారు కూడా మాట్లాడలేక పోయారు. వారి హృదయం మౌనంగా రోదిస్తోంది. తను డీలా పడితే భార్య మరింతగా బాధపడుతుందని ఆమెనోదార్చుతూ, "గతం గురించి ఆలోచిస్తే బాధే మిగులుతుంది. వర్తమానంలో జీవిస్తే ఆనందం ఉంటుంది. నీకు ఆనందం కావాలంటే మరి ఇక ఏడవకు. రేపు మరలా వంశీ వస్తాడు. మన వాసుని ఈ వంశీలో చూచుకొని ఆనందపడు. వాడు బ్రతికుంటే ఇప్పుడీ వంశీలాగే ఉండేవాడు" అన్నారు కృష్ణమూర్తిగారు.

"ఔనండీ! వంశీ ఉరికే జలపాతంలాగా హుషారుగా మాట్లాడుతూ మాటిమాటికి అమ్మా! అమ్మా! అని పిలుస్తూంటే అచ్చు మన వాసు వచ్చి తిరుగుతున్నట్లే ఉంది" అంది రాజ్యలక్ష్మి.

"మనకంత అదృష్టమే ఉంటే వాడంత అర్థంతరంగా మనలనొదలి వెళ్ళి పోయేవాడా? అప్పటికి వాడికి నిండా పధ్నాలుగేళ్ళ వయస్సు కూడా లేదు. స్కూలు బస్సు దిగి రోడ్డుక్రాస్ చేస్తూండగా వాడిని మృత్యు రూపంలో లారీ గుద్దేయటం ఏమిటి? రోజూ చక్కగా ఇంటికొచ్చే బిడ్డ ఆసుపత్రిలో పదిరోజులు కోమాలో పడివుండటం, మన ఆత్మీయ పిలుపులకు స్పందించలేకపోవటం, డాక్టర్లు దానిని బ్రెయిన్‌డెత్‌గా నిర్ణయించటం జరిగింది" అనుకొంటూ గతాన్ని నెమరేసుకున్నారు కృష్ణమూర్తిగారు.

అదే సమయంలో బెంగళూర్ 'హృదయాలయ' హాస్పటల్ డాక్టర్ల నుండి ఫోన్ రావటం, అత్యవసరంగా ఓ పది సంవత్సరాల అబ్బాయికి 'గుండె మార్పిడి' ఆపరేషన్ చేయాలని, ఎవరైనా దాతలుంటే ఒక ప్రాణాన్ని కాపాడవచ్చని, అందుకు అవసరమైన అన్ని చర్యలను వెంటనే ప్రారంభించాలని కోరటం జరిగింది.

హాస్పటల్ డాక్టర్లంతా వచ్చి 'అవయవదాన విశిష్టత'ను కృష్ణమూర్తి దంపతులకు వివరించి చెప్పి, వాసు గుండెను బెంగళూర్ లోని బాలునికి మార్పిడిచేయటానికి ఒప్పించే ప్రయత్నం చేశారు.

తన కుమారుని గుండెను మరొకరికి దానం చేస్తే ఆ మారిన గుండెతో ఆ వ్యక్తి చిరంజీవిగా మారి నూతన జీవితాన్ని ప్రారంభించగలడని ఆలోచించి, మరో తల్లికి తనలాగా కడుపుకోతకు గురి కావలసిన పరిస్థితి ఏర్పడకూడదనే తలంపుతో, ఆ బాధను తప్పించే బాధ్యతను దేముడు తనకు కల్పించాడని భావించిన రాజ్యలక్ష్మిగారు, భర్తతో మాట్లాడి వెంటనే దంపతులిద్దరూ అవసరమైన కాగితాలపై సంతకాలు చేసి ఇచ్చారు.

ఓగంటలో వాసుగుండెను ఓప్రత్యేక విమానంలో బెంగళూర్‌కు తీసుకెళ్ళి పోయారు. గుండెమార్పిడి విజయవంతమైనదన్న మాట వినటం కోసం కృష్ణమూర్తి దంపతులు ఇంటికెళ్ళకుండా నిద్రాహారాలు లేకుండా ఎదురుచూస్తూ హాస్పటల్ లోనే ఉండిపోయారు.

ఆరాత్రి భారంగా గడచి, తెల్లవారుఝామున బెంగళూర్ నుండి ఫోన్ వచ్చింది. ఆపరేషన్ విజయవంతమైనదని, ఆ పిల్లవానికి వాసుగుండె చక్కగా అమరి సక్రమంగా పనిచేస్తోందని డాక్టర్లు చెప్పారు.

"అమ్మా! ఎంత గొప్పమనసు మీది! నా బిడ్డకు నూతన జీవితాన్నిచ్చారు" అంటూ ఫోనులో కృష్ణమూర్తి దంపతులకు ధన్యవాదాలను తెలియజేశారు ఆ పిల్లవాని తల్లితండ్రులు.

ఒక్కసారిగా ఆ పాత విషయాలు కృష్ణమూర్తి దంపతులనిద్దరిని అల్లకల్లోల పరచాయి. రేపు వంశీ వచ్చి మన కళ్ళముందు తిరుగుతూంటే మన మనస్సులు ఎంతగా ఆనందపడతాయోననుకుంటూ ఒకరినొకరు సముదాయించుకున్నారు. "ప్రస్తుతం మనసుకు ప్రశాంతత ఎక్కడ దొరుకుతుందో వెతుక్కుందాం" అనుకొన్నారు.

మరునాడు కృష్ణమూర్తిగారు వాకింగ్‌కు వెళ్ళబోతూండగా ఇంటి ముందు ఆగిన ఆటోలో నుండి ఒక బ్యాగ్, ఒక సూట్‌కేస్ పట్టుకొని వంశీ దిగాడు. అతనికెదురెళ్ళిన మాష్టారు అప్రయత్నంగా "రా! వాసూ!" అంటూ లోపలకు పిలచారు. "రాజ్యం! ఎవరొచ్చారో చూడు" అంటూ దొడ్లో పూలుకోస్తున్న భార్యను పిలిచారు.

ఆ పిలుపుకు గబగబా వస్తున్న రాజ్యలక్ష్మిగారు గుమ్మం తట్టుకొని పడబోయారు. చేతిలో సామాను కింద పడేసి ఒక్క ఉదుటున వచ్చిన వంశీ ఆమెను పట్టుకొని, "ఏమిటమ్మా!

సమయానికి నేను పట్టుకోక పోయుంటే మీకు దెబ్బతగిలేది! ఇక్కడ ఉండే వాణ్ణే కదా ఆ తొందర దేనికి?" అన్నాడు.

ఆ మాటలకు చాలా ఏళ్ళకు మనసారా నవ్వింది రాజ్యలక్ష్మి. "పైన రూంలో సామాన్లను సర్దుకొని కిందకొచ్చేసెయ్యి. ఇక నుండి నువ్వు మా అబ్బాయివే సరేనా!" ఉద్వేగంతో నోటిలోని మాటలు పెదవి దాటటంలేదు రాజ్యలక్ష్మికి.

"అమ్మా! ఎక్కడి బెంగళూర్?, ఎక్కడి హైదరాబాద్? ఏదో పూర్వపరిచయం ఉన్నట్లుగా నా మీద మీరింతగా ఆపేక్ష చూపిస్తున్నారు" అభిమానం, ఆశ్చర్యం కలగలసిన గొంతుతో అడిగాడు వంశీ .

"ఆ సంగతులన్నీ తరువాత, అవతల మాష్టరుగారికి ఆకలివేసి అరుస్తున్నారు. నీకు వినిపించటంలా పదపద" అంటూ వంశీని తొందరపెట్టి మేడమీదకు పంపింది రాజ్యలక్ష్మి.

"రాజ్యం! ఇప్పుడే డా.రమేష్ ఫోన్ చేసి కుశలం కనుక్కున్నాడు. వంశీ గురించి అడిగాడు. ఇవాళే వచ్చి పైపోర్షన్లో జేరాడు అని చెప్పాను" అన్నారు కృష్ణమూర్తిగారు.

"ఏమండీ! ఇప్పుడు దేముడు మనకిద్దరు కొడుకులను వంశీ, రమేష్‌ల రూపంగా ఇచ్చినట్లే కదా" మురుస్తూ అంది రాజ్యలక్ష్మి.

వంశీ కిందకు రాగానే టిఫెన్లు కానిచ్చారు. కాసేపు బెంగళూర్ కబుర్లనూ, అఫీసు విషయాలను చెప్పాడు. అలా వంశీ ఆ ఇంట్లోకొచ్చి రెండు నెలలు గడిచిపోయినాయి.

వంశీ చనువుతో ఇంటికి కావలసిన కూరగాయలు, పండ్లు, రాజ్యలక్ష్మిగారు అడిగిన ఇతర సరుకులు శని ఆదివారాలలో తెచ్చి పెడుతున్నాడు. అలాగే కృష్ణమూర్తిగారికి బ్యాంక్ పనులున్నా, ఇతర బజారు పనులకు తోడుగా వెళ్ళివస్తున్నాడు. ఈ రెండుమూడునెలలలోనూ ఒక్కసారి మాత్రమే బెంగళూర్ వెళ్ళి వచ్చాడు.

"హైదరాబాద్ వెళ్ళినాక మమ్మల్ని మరచిపోతున్నావు" అంటూ తల్లి, చెల్లి అతనితో దెబ్బలాడుతున్నారు. వంశీ బెంగళూర్ నుండి వచ్చేటప్పుడు కృష్ణమూర్తిగారి దంపతులకు కొత్త బట్టలను, స్వీట్స్ తెచ్చాడు.

అలా ఓ సంవత్సరం గడిచింది. ఓ సారి వంశీ తల్లి, రాజ్యలక్ష్మిగారికి ఫోన్ చేసి "వంశీకి పెళ్ళి సంబంధాలు వస్తున్నాయి. వాడు మాత్రం ఇంకొంతకాలం అంటూ వాయిదా వేస్తున్నాడు. మీరు ఒప్పించండి" అంటూ మాట్లాడింది.

ఆ రోజు వంశీ ఇంటికొచ్చాక రాజ్యలక్ష్మిగారు "మాకు కూడా లక్ష్మీదేవి లాంటి కోడలు నట్టింట్లో తిరుగుతూంటే ఆనందమే కదా!" అని అతనికి నచ్చచెప్పి పెళ్ళికి ఒప్పించారు. ఈ సారి పెళ్ళి ఖాయం చేసుకొని రావాలని భర్తతో కూడా చెప్పించారు ఆమె.

మరో ఆరు నెలలకల్లా వంశీకి పెళ్ళి కుదిరింది. వంశీ అమ్మానాన్నలు నిశ్చితార్థానికి రావలసిందిగా కృష్ణమూర్తిగారి దంపతులను ఆహ్వానించారు. కానీ ఏకంగా పెళ్ళికే వస్తామని వీళ్ళన్నారు. నిశ్చితార్థమైన తరువాత వంశీ తిరిగి హైదరాబాద్ వచ్చాడు. పెళ్ళికూతురి పేరు సాహితి అని, ఇంజనీరింగ్ పూర్తిచేసి ఉద్యోగాన్వేషణలో ఉందని చెప్పాడు.

వంశీ సెల్‌లో తీసిన ఫోటోల్లో ఆ నిశ్చితార్థ కార్యక్రమం మొత్తాన్ని కృష్ణమూర్తిగారి దంపతులకు చూపించాడు. రకరకాల పండ్లు, స్వీట్లు తెచ్చాడు. కొన్ని తీసికెళ్ళి డా.రమేష్ వాళ్ళింట్లో ఇచ్చొచ్చాడు.

"అమ్మా, నాన్నగారు, చెల్లెలు మీరు ఫంక్షన్‌కు రాలేదని కాస్త నిరుత్సాహపడ్డారు. కాని పెళ్ళికి నాతోపాటే ముందుగానే వస్తారని చెప్పటంతో వాళ్ళు ఆనందించారు" అన్నాడు వంశీ.

"అలాగే వెడదాం నాయనా" ఉత్సాహంగా అంది రాజ్యలక్ష్మి.

ఓ ఆదివారంనాడు డా.రమేష్‌తో కలసి వచ్చిన వంశీ, కృష్ణమూర్తిగారి దంపతులను షాపింగ్ చేయాలని తోడురమ్మని అడగడంతో నలుగురుకలసి కారులో బయలుదేరారు. రమేష్ గైడెన్స్‌లో "చెన్నై షాపింగ్‌మాల్‌కు" వెళ్ళి, తన తల్లితండ్రులకు, మాష్టారు దంపతులకు పట్టుబట్టలు, తనకో సూటు, రమేష్ దంపతులకు ఖరీదైన బట్టలను, పిల్లలకు మంచి రెడీమేడ్ దుస్తులను తీసుకొన్నాడు వంశీ.

రమేష్‌కు వంశీ ప్రవర్తన ఎంతగా అలోచించినా అర్థంకావటంలేదు. "అతను అనాథ కాడు. తల్లితండ్రులున్నారు. మరి మాష్టారు, అమ్మగార్లపై ఎందుకంతగా ప్రేమ చూపిస్తున్నాడు? అతని మనసులో వారిపై అంతగా ఆపేక్షలెందుకు కలుగుతున్నాయి? పైగా తన మీద కూడా ఎంత ఆప్యాయత కురిపిస్తున్నాడు. తనని 'అన్నా' అని పిలవటం, వచ్చిన ప్రతిసారి పిల్లలకేవో కొనిపట్టుకురావటం, తన పెళ్ళి సందర్భంగా తన కుటుంబ సభ్యులందరికీ బట్టలు కొనటం, ఇవన్నీ చేస్తున్నాడంటే ఏదో పెద్ద కారణం ఉండే ఉంటుంది" మనసులో అనుకున్నాడు డా.రమేష్.

"అన్నా! వదిన మనతో బయటకు రావటానికి ఇష్టపడదని చెప్పావు. మరి వదినకు ఈ చీర నచ్చుతుందా?" అని అడిగాడు వంశీ.

"అయితే నీ చేత్తో నువ్వే ఇచ్చి తనని పొగుడుతూ నాలుగు మాటలను చెప్పు. తప్పక నచ్చుతుందీ చీర" నవ్వుతూ అన్నాడు రమేష్.

"అదా సీక్రెట్" అంటూ అందరూ నవ్వుకున్నారు. హోటల్‌లో భోజనాలను పూర్తిచేసుకొని ఇంటికొచ్చారు.

"అమ్మా వాళ్ళను కాసేపు రెస్ట్ తీసుకోనీ అన్నా! సాయంత్రం గుడికి తీసుకెళ్దామనుకొంటున్నాను" అన్నాడు వంశీ.

"మరి నీవు కూడా రెస్ట్ తీసుకో ఆదివారం కదా! నేను ఇంటికెడతాను" అన్నాడు రమేష్.

"అన్నా! వదినకు, పిల్లలకు బట్టలివ్వాలి, వాళ్ళను నాపెళ్ళికి పిలవాలి బోలెడు పనులున్నాయి పద పద నేను కూడా నీతోనే మీ ఇంటికొస్తాను" అంటూ ఉత్సాహంగా బ్యాగ్ తీసుకొని రమేష్‌తో బయలుదేరాడు వంశీ.

అలా వెళ్తున్న వారిని చూసి రామలక్ష్మణుల్లాంటి బిడ్డలని మురిసి పోయారు రాజ్యలక్ష్మిగారు.

"నీ వదినకు నిన్ను పరిచయం చేస్తాను పద ఇంట్లోకి" అంటూ కాలింగ్‌బెల్ కొట్టాడు రమేష్. అతని భార్య చంద్రిక తలుపు తీసింది. ఏదో అందామనుకొని భర్త పక్కన ఉన్న అపరిచిత వ్యక్తిని చూసి ఆగిపోయింది ఆమె.

"చంద్రికా! ఇతను 'వంశీకృష్ణ' అని నా స్నేహితుడు. ఏనిమిషంలో మేము స్నేహితులమయ్యామోగాని 'అన్నా' అని పిలుస్తూ నాకు తమ్ముడులేని లోటును తీర్చేశాడు. సాఫ్ట్‌వేర్ ఇంజనీర్ గా పనిచేస్తున్నాడు. మన మాష్టరిగారింట్లో పైపోర్షన్లో అద్దెకుంటున్నాడు. ఈ మధ్యనే ఇతనికి పెళ్ళి సెటిలయ్యింది. మనలను ఆహ్వానించటానికి వచ్చాడు. పెళ్ళి బెంగళూర్‌లో జరుగుతుంది" అంటూ ఇద్దరికి ఒకరికొకరిని పరిచయం చేశాడు రమేష్.

ఒక్కసారిగా చంద్రికకు. వంశీ వేషధారణ, కళ్ళల్లోని అమాయకత్వం తన తమ్ముణ్ణి గుర్తుకుతెచ్చాయి. "రా బాబూ ఇక్కడ కూర్చో" సంతోషంగా అంది చంద్రిక.

"ఏ కంపెనీలో పనిచేస్తున్నావు? మీ నాన్నగారు ఏమిచేస్తుంటారు? ఇప్పుడు నీకు ఉద్యోగం వచ్చిందికదా! నీతోపాటుగా ఇక్కడికి రావచ్చుగా" అంటూ అడిగింది. పిల్లల్ని పిలిచి పరిచయం చేసింది.

ఆమె అడిగిన అన్ని ప్రశ్నలకు సమాధానం చెప్పి, తాను తెచ్చిన కొత్త బట్టలను చంద్రికకు చూపిస్తూ "ఈ బట్టలు మీకు నచ్చాయా? ఈ బాబాయ్ పెళ్ళికి మీరంతా రావాలి. ఈ కొత్త డ్రస్సులను వేసుకోవాలి" అంటూ సొంత అన్నపిల్లల్లా దగ్గరకు తీసుకుంటున్న అతణ్ణి విస్మయంగా చూసింది చంద్రిక.

"వదినా మీకు ఏ కలర్ ఇష్టమో నాకు తెలియదు. నాకు నచ్చిన బ్లూకలర్ చీరను మీ కోసం తీసుకొన్నాను" అంటూ ఆ బట్టల పాకెట్లను చంద్రిక చేతికందించాడు వంశీ.

వంశీ ఇచ్చిన చీరను రమేష్‌కు చూపిస్తూ "చూశారా! మీ వంశీ సెలక్షన్! నేనెవరినో తెలియకుండానే నాకు నచ్చిన చీర తీసుకున్నాడు. మిమ్మల్ని బజారుకు నాతోపాటు రమ్మంటే రారు. ఇరుగుపొరుగువారితో వెళ్ళాల్సివస్తోంది. ఎప్పుడూ పేషంట్లంటూ కదలరు" అంటూ నిష్టూరాలాడింది చంద్రిక.

"అరే! మా అమ్మగారు కూడా మీమాదిరిగానే నాన్నగారితో ఎప్పుడూ బిజినెస్ అంటూ బిజీ అంటారు, ఓ సినిమా లేదు, షాపింగ్ లేదు" అంటూ చేతులూపుతూ వాళ్ళ అమ్మను ఇమిటేట్ చేసి చూపిస్తున్న వంశీ మాటలకు పిల్లలతో సహా అందరు నవ్వారొక్కసారిగా.

చంద్రిక ఆనందానికి పగ్గాలు లేవు. ఫ్రిజ్‌లోనుండి షరబత్ బాటిల్ తీసి గ్లాసులలో పోసి అందరికి అందించింది. పిల్లల్ని తన పక్కనే కూర్చోపెట్టుకొని కబుర్లు చెపుతున్న వంశీని, పిల్లల ముఖాలలో సంతోషాన్ని చూసి మురిసిపోయాడు రమేష్.

"వదినా! మీ కుటుంబం ఎప్పుడూ ఇలాగే నవ్వుతూ ఉండాలని నా కోరిక. మరి నా పెళ్ళికి మీరందరు తప్పకుండా రావాలి. అన్న హాస్పటల్ కారణంగా ముందుగా రాలేడు. మాస్టారు దంపతులు, మీరు, పిల్లలు కలసి అంతా నాతో పాటే ముందుగా రావాలి. ప్రయాణానికి సిద్ధం కండి" అంటూ హుషారుగా అడిగాడు వంశీ.

"ఇక వెడతాను అన్నా! ఆదివారం నాడే నాకు కాస్త విశ్రాంతి. రేపటినుండి మరల శనివారం దాక రాత్రి పదకొండు గంటలు దాటే వరకు వర్క్ ప్రెషర్ వుంటుంది" అంటూ రమేష్ దంపతులకు నమస్కరించి బయటకొచ్చాడు వంశీ.

వంశీ మాటలను విన్న రమేష్ గుండెల్లో రాయిపడింది. మాస్టారు దంపతుల్ని, చంద్రికను కలిపి తనతో బెంగళూర్ తీసుకెడతానంటున్నాడు వంశీ. "వీళ్ళకు చెరో బోగీలో బెర్తులను రిజర్వ్ చేయమని అతనికోసారి చెప్పాలి. లేకపోతే అనవసరంగా చంద్రిక వల్ల మాష్టారు మాటలు పడవలసి వస్తుందేమో" అని మనసులో అనుకొంటూ వంశీను సాగనంపి ఇంట్లోకొచ్చాడు రమేష్.

చంద్రిక చాలా ఉత్సాహంగా "ఏమిటండీ వంశీని చూస్తే మొదటిసారి చూసినట్లుగా లేదు. మా తమ్ముడు మురళీని చూసినట్లుగాను, వాడితో మాట్లాడినట్లుగాను, వాడే అమెరికా నుండి వచ్చినట్లుగానూ అనిపించింది నాకు" అంది.

"వంశీ మనతోనే కాదు అందరితోనూ అలాగే ఉంటాడు. అందుకే నాకు కూడా మా తమ్ముణ్ణి చూస్తున్నట్లుగానే ఉంటోంది అతణ్ణి కలసినప్పుడు. మాష్టారింట్లో పైపోర్షన్లో ఉంటున్నాడన్న మాటేగాని వారి సొంత కొడుకు మాదిరిగా మసలుతున్నాడు. వారితోపాటు మనలను తన పెళ్ళికి తీసుకెడుతున్నాడు" ముందస్తుగా ఓ మాటను అన్నాడు రమేష్. అది ఏతుఫానుగా మారుతుందోనని భయపడుతున్నాడు.

"ఆ మాష్టారువాళ్ళతో నేను ఎందుకు మాట్లాడతాను? మా బెర్తులు మాకుంటాయి కదా! పిల్లలంటారా? వాళ్ళింకా చిన్నవాళ్ళు. వాళ్ళనెందుకు కట్టేసివుంచటం? పెద్దయిన తరువాత వాళ్ళే గ్రహిస్తారు. పైగా మాష్టారువాళ్ళు వంశీ ఇంటి ఓనర్స్ కదా! అయినా నాకూ పెద్దలంటే గౌరవమే కానీ వారి భావాలతో మాత్రమే ఏకీభవించలేక పోతున్నాను" అంది చంద్రిక.

"వంశీ రాక చంద్రికలో కాస్త ప్రభావం చూపించింది" అనుకొన్నాడు రమేష్.

పెళ్ళి నాలుగు రోజులుందనగా, మాష్టారి దంపతులతోనూ, చంద్రిక, పిల్లలతోనూ వంశీ బెంగళూరు బయలుదేరాడు. రైలు ఎక్కిన తరువాత వంశీ, చంద్రికతో వదినా, "నీవు మాష్టారు వాళ్ళతో మాట్లాడకపోతే అన్నయ్య బాధపడతాడు. నేను మిమ్మల్ని మా అమ్మానాన్నలకు పరిచయం చేస్తాను కదా, మీరిట్లా అంటీముట్టనట్లుగా ఉంటే బాగుండదుకదా. ఈ నాలుగు రోజులు వాళ్ళతో సరదాగా గడపండి" అని చెప్పాడు.

చంద్రిక కూడా నవ్వుతూ "నాకు వారితో ఏవిధమైన విభేదాలు లేవు, వారి అభిప్రాయాలు నాకు నచ్చక మాట్లాడటంలేదంతే" అని చెప్పింది.

స్టేషన్‌కు కారు వచ్చింది. వంశీ కారు డ్రైవర్‌తో కన్నడంలో ఏదో మాట్లాడాడు. అతను అందరి లగేజీని కారు డిక్కీలో సర్దేశాడు. ఓ అరగంట ప్రయాణం చేశాక ఓ డ్యూప్లెక్స్ ఇంటి ముందు కారు ఆగింది.

వంశీ చెల్లెలు భారతి, "అన్నయ్యా" అంటూ ఒక్క పరుగున కారు దగ్గరకొచ్చింది. తన చెల్లిని అందరికీ పరిచయం చేశాడు వంశీ. డ్రైవర్ లగేజినంతటిని లోపల పెట్టాడు.

"భారతీ, వదిన, పిల్లల లగేజి పైన ఉన్న గెస్టురూంలో పెట్టించు, వదినా మీరు పైకి వెళ్ళి ఫ్రెష్ అయి, కిందకు రండి" అన్నాడు వంశీ.

"మాష్టారు దంపతుల లగేజిని తనే కిందనున్న ఇంకొక రూంలో పెట్టి, మీకు ఏమికావాలన్నా, ఇదిగో ఈ గంగ మీకు తెచ్చి ఇస్తుంది, మీరు కూడా ఫ్రెష్ అవ్వండి" అన్నాడు వంశీ. అతని తల్లితండ్రులు పెళ్ళి పిలుపులకు బయటకు వెళ్ళారని గంగ చెప్పింది. బాగా ధనవంతుల కుటుంబంలా వైభోగంలా కనిపిస్తోంది ఇంటి వాతావరణం అనుకున్నారు కృష్ణమూర్తిగారు.

బయటనున్న వంటమనిషికి ఏవో పురమాయించి తను కూడా ఫ్రెష్ కావటానికి పైకి వెళ్ళాడు వంశీ.

రాజ్యలక్ష్మిగారు "ఏమిటీ పిల్లాడు, ఇలాంటి ఇంటి వాతావరణంలో పెరిగి, మన ఇంటికొచ్చి అద్దెకుండటమేమిటి? సిటీలో మన ఇంటికన్నా చాలా బాగున్న అపార్టుమెంట్స్ ఎన్నో ఉండగా మన ఇంట్లో ఎందుకుంటున్నాడు?" అని ఆశ్చర్యంగా భర్తను ప్రశ్నించింది.

"ఇప్పుడతనికి పెళ్ళవుతోందికదా ఇక మనఇల్లు ఖాళీచేసి వేరేఇంటికి వెళ్ళిపోతాడేమో లేదా ఫ్లాట్ కొనుక్కొని కొత్తకాపురం దానిలో పెట్టవచ్చు డబ్బుకు ఇబ్బందిలేని వాళ్ళేకదా" అన్నారు కృష్ణమూర్తిగారు.

ఓ గంటలో అంతా తయరయ్యి, వంశీ పిలుపుతో డైనింగ్‌హాల్‌కు వచ్చారు. వంటామె చాలా రకాలైన టిఫెన్లను తయారుచేసి డైనింగ్‌టేబుల్‌పై సర్దిపెట్టింది. చంద్రిక టిఫెన్లను ప్లేట్లలోపెట్టి భారతి సహాయంతో అందరికి ఇచ్చింది.

"మాష్టారు! అల్లం చెట్నీ వెయ్యనా? అమ్మా ఇడ్లీపై నెయ్యి వేసుకోండి" అంటూ స్వంత కోడలిలాగా దగ్గరుండి వడ్డించింది చంద్రిక.

ఇదంతా వంశీ ప్రభావమేనని గ్రహించటానికి మాష్టారికి ఎక్కువసమయం పట్టలేదు. "సుగంధ పరిమళం అందరిపైన ప్రసరించినట్లుగా వంశీ ప్రేమరవం చంద్రికపై పడి మార్పు తెప్పించింది" అనుకొన్నారు.

పెళ్ళి రేపనగా వచ్చిన రమేష్ "వంశీ ఏడి మాస్టారూ?" అని అడిగాడు. నాన్నను చూసిన పిల్లలు పరుగునవెళ్ళి రమేష్ చంక ఎక్కేశారు.

అప్పుడే భారతితో కలసి మెట్లు దిగుతున్న వంశీ "రమేషన్నా! ఒక్కసారి ఇటు చూడు" అన్నాడు.

"బాబూ రండి" అంటూ వంశీ అమ్మగారు, బంధువులందరికి "ఇదిగో నా పెద్ద కొడుకు రమేష్. ఎంత మంచి డాక్టరో, తమ్ముడి పెళ్ళికి మీరంతా ఉన్నారు కదమ్మా ! నేనిక్కడి పేషంట్లను వదలివచ్చేస్తే వాళ్ళు పెద్దపెద్ద ఆస్పత్రులకెళ్ళలేరుకదా? అని చెప్పి కోడల్ని ముందుపంపి, ఈరోజు తమ్ముడి పెళ్ళికి వచ్చాడు. ఇలాంటి కొడుకులున్నందుకు నాకు చాలా గర్వంగా ఉంది" అంటూ పరిచయం చేశారు.

చంద్రిక ఓరగా రమేష్ వైపు చూసింది. ఆచూపుల అర్థం తెలుసుకున్న రమేష్ వెంటనే వెళ్ళి వంశీ తల్లితండ్రులకు చంద్రికతో కలసి నమస్కరించాడు.

రమేష్‌కు అమ్మానాన్నలు చిన్నప్పుడే చనిపోవటంవల్లను, బంధువులు అతనిని హాస్టల్‌లో పెట్టి చదివించటం వల్లను, ఈ ప్రేమలు, బాంధవ్యాలు పెద్దగా తెలియవు. అందుకే తమ్ముడు వంశీ పెళ్ళిలో అన్నగా నేను చేయాల్సిన పనులన్నింటిని చేయాలి అనుకొన్నాడు. అప్పటి నుండి ఆల్‌రౌండర్‌గా పెళ్ళి పనులన్నింటికి రమేష్ చంద్రికలే తిరిగారు. పిల్లల్ని మాష్టారు చూసుకున్నారు.

పెళ్ళికి వెళ్ళటానికి ముందు వంశీ అమ్మగారు చంద్రికను పిలచి "ఏమ్మా! మాఅబ్బాయి నీఅందాలనే ఆభరణాలుగా భావించాడా ఏమిటి? అంటూ మెడలో ఓ హారం, నెక్లెస్ పెట్టి, "చూడు ఇవి ఇక నీవే! నా పెద్ద కోడలికి స్పెషల్‌గా కొన్నాను" అంటూ ఓ పట్టుచీరను

కూడా ఇచ్చి మిగిలిన పనులకోసం వెళ్ళిపోయింది. ఆనందభాష్పాలతో వాటిని అందుకొంది చంద్రిక.

అంగరంగ వైభవంగా వంశీపెళ్ళి జరిగింది. వంశీ కుటుంబసభ్యులతో పాటుగా కృష్ణమూర్తిగారి దంపతులకు, రమేష్‌చంద్రికలకు ఆడపెళ్ళివారు సకల మర్యాదలూ చేశారు.

మరునాడు సత్యనారాయణస్వామివారి వ్రతం ఏర్పాటు చేసుకున్నారు. ముఖ్యమైన బంధువులు, మిత్రులు ఉన్నారు. అంతా ఆ సందడిలో ఉన్నారు. చంద్రిక వంటవాళ్ళకు కావలసిన సామాన్లనన్నింటిని ఇచ్చి, పైన రూంలో ఉన్న పెళ్ళికూతురు సాహితి దగ్గరకు వచ్చింది. మాటలు కలిపి కొత్త పోగొట్టటానికి ప్రయత్నించింది. భారతి, చంద్రికలు కలసి అత్తగారు పెళ్ళిలో పెట్టిన నగలను సాహితికి చక్కగా అలంకరించారు.

చంద్రిక, భారతి వ్రతానికి కావలసినవన్ని పురోహితులనడిగి తెచ్చిఇచ్చారు. వ్రతం మొదలయ్యింది. సత్యనారాయణ స్వామివారు కలశం నుండి వీరినందరిని కరుణారసదృష్టులతో పరికిస్తున్నారు. వ్రతం చక్కగా జరిగింది. అందరికి తీర్థప్రసాదాలను అందించారు పురోహితులవారు. "నూతన వధూవరులు పెద్దలందరికి నమస్కారాలు పెట్టండి" అని చెప్పారు పురోహితులు.

ముందుగా మాష్టారిదంపతులకు నమస్కరించటానికి వెళ్తున్న వంశీతో, అమ్మానాన్నలకు ముందుగా నమస్కరించాలని హెచ్చరించారు పురోహితులు.

"ఆగండి, వంశీ సరైన పనినే చేస్తున్నాడు. మాష్టారువాళ్ళకు ముందుగా నమస్కరించటమే ధర్మం. మేము వాడిని కన్నామే గాని, వాళ్ళెవరో కాదు, వాడికి పునర్జన్మనిచ్చిన తల్లిదండ్రులు వారు" అంటూ వంశీ నాన్నగారు చెప్పారు.

ఆ మాటలకు కృష్ణమూర్తి, రాజ్యలక్ష్మిగార్లు అవాక్కయ్యారు.

ఒక్కసారిగా వారికి వాసు గుర్తుకొచ్చాడు. ఈ వంశీని చూస్తుంటే మన వాసు ఎందుకు గుర్తుకొచ్చేవాడో వారికి అర్థమయ్యింది. ఇంతలో ఒక పెద్ద వయస్సుగల వ్యక్తి వచ్చి "నేను 'హృదయాలయ' హాస్పటల్ లో కార్డియాక్ సర్జన్‌గా పనిచేస్తున్నాను. మీ వాసుకు బ్రెయిన్‌డెడ్ అయినప్పుడు నేనే మీకు అవయవదాన విశిష్టతను గురించి చెప్పాను. అమ్మా! రాజ్యలక్ష్మిగారు ఆనాటి మీ మాటలను ఒక్కసారి గుర్తుకు తెచ్చుకోండి. మీ కడుపుకోత మరో తల్లికి వరంగా మారి ఆమెకు కడుపుకోత రాకూడదనుకొన్నారు. నా పర్యవేక్షణలోనే ఆరోజు మీ వాసు గుండెను విమానంలో తీసుకొచ్చి ఈ వంశీకు అమర్చాము.

ఆ విధంగా పునర్జన్మను పొంది మిమ్మల్ని చూడాలని తపిస్తున్న వంశీ, నా ద్వారానే మీ వాసును చేర్పించిన హాస్పటల్ కు వెళ్ళి డా.రమేష్ ద్వారా మీ అడ్రెస్ తెలుసుకొని, మిమ్మల్ని

పరిచయం చేసుకొని మీ అభిమానం పొంది మీ ఇంటి ముద్దుల కృష్ణుడైనాడు. మన వంశీ తన మోహన రాగంతో మిమ్మల్నందరిని ఓ పెద్ద కుటుంబంలా మార్చాడు" అని చెప్పారు.

వంశీ దగ్గరకు ఇద్దరు తల్లులూ వచ్చి ఆప్యాయతతో పొదుముకున్నారు. సాహితి చంద్రికతో "అక్కా! ఇక మనకు ఇద్దరు అత్తయ్యలు, మామయ్యలు కదా" అంటూ వారికి నమస్కరించింది.

★★★★★★

"కనువిప్పు"

("నేటి కథ" శీర్షికన "స్వర /ఇండో–వెస్ట్రన్ మీడియా" శ్రీరామనవమి ఏప్రిల్ 2021 ప్రత్యేక సంచికలో ప్రచురితమైనది)

శ్రీకాంత్ భారతదేశానికివచ్చి, తన వూరికెళ్ళి అమ్మానాన్నలను చూసి ఆరేళ్ళయ్యింది. ఇప్పుడయినా తల్లి ఫోను చేయబట్టిగాని లేకుంటే కదిలేవాడా? నిరంతరం బిజీబిజీగా జీవితం గడిచిపోతోంది.

"నాన్న వంట్లో ఈ మధ్య నలతగా ఉంటోందని, నీరసంగా ఉంటున్నారని, ఓసారి నీవొక్కడివైనా వచ్చి ఏమైనా పరీక్షలు చెయ్యాలంటే చేయించి వెళ్ళయ్యా" అని దీనంగా అమ్మ మాట్లాడినమాటలు అప్పటికప్పుడు అతన్ని మాతృదేశానికి బయలుదేరదీశాయి.

అతను అమెరికాలో విమానం ఎక్కినప్పుడు "కరోనావైరస్" హడావిడి పెద్దగా మొదలవ్వలేదు. ప్రపంచంలో చైనాలోనూ తరువాత ఇటలీలోను ఈ వ్యాధి ప్రబలిందన్న వార్తలు మాత్రం విన్నాడు. చైనాలో అయితే అప్పటికే లాక్‌డౌన్ ప్రక్రియ ప్రారంభమయ్యింది.

ఈ నేపధ్యంలో అతను ఢిల్లీలో విమానం దిగాడు. విమానాశ్రయంలో మాత్రం అతన్ని ఫ్లయింగ్ స్క్వాడ్ వచ్చి పరీక్షలకని తీసుకెళ్ళారు. "జ్వరం వచ్చిందా? దగ్గు, జలుబు, శ్వాస ఇబ్బందులేమైనా ఉన్నాయా?" అంటూ ప్రశ్నలేసి "అన్ని పరీక్షలు చేయాల్సిందే, అసలే విదేశాలనుండి వచ్చారు" అని రెండు రోజులుంచేశారు.

తనకి విమానం ఎక్కగానే కాస్త ఒళ్ళు వెచ్చబడిందని, జ్వరం మాత్ర వేసుకున్నానని వాళ్ళకు చెప్పలేదు. ఎక్కడ తనని ఆపేస్తారోనని నిజం దాచిపెట్టాడు.

"ప్రస్తుతం జ్వరమైతే లేదు. ఒకవేళ కరోనా లక్షణాలు అనిపిస్తే మాత్రం ఎటూ కదలకుండా 14రోజులపాటు స్వీయనిర్బంధంలో వుండాలి" అని హెచ్చరికలు చేసి హైదరబాద్ విమానం ఎక్కించారు.

శంషాబాద్ విమానాశ్రయంలో మరల ధర్మల్ స్క్రీనింగ్ చేయాలని తీసుకెళ్ళారు. మరల పరీక్షలన్ని చేసి రెండురోజుల తరువాత చావు కబురు చల్లగా చెప్పారు. కరోనా పాజిటివ్ అని, అయితే ప్రారంభదశలో ఉండటంచేత ఐసొలేషన్ వార్డులో ఓ14 రోజులపాటు ట్రీట్మెంట్

తప్పనిసరి అని చెప్పారు. ఎంక్వయిరీలో భాగంగా "ఏపనిమీద ఇండియాకు వచ్చారు?" అని అడిగారు.

డాక్టర్ అడిగిన ఆ ప్రశ్నకు, అడిగినవారి హృదయం కరిగేలా చాలా జాలిగా "తన అమ్మానాన్నలకు తాను ఒక్కణ్ణే కొడుకునని, తండ్రి ఆరోగ్య పరిస్థితి బాగుండకపోవటంతో అత్యవసరంగా స్వంతవూరుకు వెడుతున్నాను" అని కళ్ళవెంట నీరు పెట్టుకుని మరీ చెప్పాడు.

దానికా డాక్టర్ మీవాళ్ళ ఫోనునెంబర్ ఇవ్వండి. నేను మాట్లాడతానని శ్రీకాంత్ నుండి అతని నాన్నగారి సెల్ నెంబర్ తీసుకుని, "మీ అబ్బాయి మీదగ్గరకు రావాలని ఆతృతగా ఉన్నాడు. కానీ అతనికి కరోనా వ్యాధి వుంది. ఈపరిస్థితిలో అతను మీ దగ్గరకొస్తే మీకు, మీ చుట్టుపక్కల ఉన్నవారికి, మీ గ్రామానికి కూడా ఇది వ్యాప్తి చెందుతుంది. ఇది గడ్డుకాలం. ప్రభుత్వం వారొక ప్రక్కన లాక్‌డౌన్ ప్రకటించే ఆలోచనలో ఉన్నారు. మీ అబ్బాయికి ధైర్యం చెప్పండి" అంటూ శ్రీకాంత్ తల్లితో మాట్లాడారు.

"రాకరాక ఇన్నేళ్ళకు వస్తున్నావు. సంపూర్ణ ఆరోగ్యంతో నీవుండాలిరా! డాక్టర్‌గారు, నీకు రెండువారాల వైద్యం అవసరమని చెపుతున్నారు. ఆయన చెప్పినట్లుగానే నడచుకుందాంరా. నీ కోసం ఆరేళ్ళబట్టి ఎదుఱరుచూస్తున్నాం, ఈ రెండువారాలు ఉండలేమా? నీవు ధైర్యంగా వైద్యం చేయించుకుని పూర్తిగా నయమైన తరువాతనే ఇంటికి రానాయనా" అని తల్లి బాధపడుతూ చెప్పింది.

"డాక్టర్‌గారు మీరు చెప్పినట్లుగానే నడుచుకుంటాను. మీరు ఎప్పుడు పంపితే అప్పుడే ఇంటికి వెళ్తాను" అని చెప్పాడు శ్రీకాంత్. డాక్టర్‌గారు నర్స్‌కు తీసుకోవలసిన జాగ్రత్తలను చెప్పి వాడవలసిన మందులను సూచించి వెళ్ళారు.

శ్రీకాంత్‌కు తల్లి అన్న మాటలు పదేపదే గుర్తుకొచ్చి దిగులనిపించింది. "తనకు ఎప్పుడూ బిజీబిజీ! పిల్లల పరీక్షలు, ఆఫీస్ వర్క్, ఏవో ట్రిప్పులకెళ్ళటం, ఎప్పుడు ఇక్కడికి రమ్మని అమ్మ అడిగినా అదిగోఇదిగో అని తాత్సారం చేశాను. ఆరేళ్ళనుండి ఎదురుచూస్తున్న వారి నిరీక్షణకు ఇంకా ముగింపు ఎప్పుడో?" అనుకుంటు నిద్రలోకి జారుకున్నాడు.

భార్యకు ఫోనుచేసి విషయాలు చెప్పాడు. ఆమె కూడా "అమెరికాలో పరిస్థితి అసలేమీ బాగాలేదని, స్వచ్ఛదంగా లాక్‌డౌన్ పాటిస్తున్నాం" అని చెప్పింది. "ఈ రెండువారాలు సరైన వైద్యం చేయించుకోండి" అని ధైర్యం చెప్పింది.

అయితే హస్పటల్‌లో జాయిన్ అయిన దగ్గరనుండి తనకు జ్వరంలేదు. గొంతునొప్పిగానీ, దగ్గుగానీ రావటంలేదు. దీంతో అతనికి విసుగొస్తోంది. బయటకు వెళ్ళటానికి లేదు. ఎవరితో మాట్లాడటం కుదరటంలేదు. తనేమో దుండుముక్కలా వుంటే కరోనా వుందని భయపెడుతూ ఇక్కడుంచేశారు.

ఈపాటికి అమ్మావాళ్ళ దగ్గఅకెళ్ళి ఊళ్ళోని పాతమిత్రులను కలుసుకునే వాణ్ణి. తండ్రికి ఆరోగ్యపరీక్షలను చేయించేవాణ్ణి. ఏమీలేకుండా ఇక్కడ కట్టిపడేశారు వీళ్ళు. దాంతో శ్రీకాంత్‌కు చిరాగ్గా ఉంది. ఆసమయంలో అతనొక చదువుకున్న మూర్ఖుడయ్యాడు.

"చెప్పకుండా వెళ్ళిపోతే వీళ్ళేం చేయగలరు?" అన్న ఆలోచన వచ్చిందే తడవుగా బాత్‌రూంలో కెళ్ళి హాస్పటల్ గోడ దూకెళ్ళే మార్గం ఏదయినా ఉందేమోనని ప్రయత్నించాడు. ఏదారీ కనపడలేదు.

ఆ రాత్రి నర్సును అడిగి "ఉదయానే కాస్త బయట వాకింగ్ చేస్తాను" అని చెప్పాడు. "గత రెండురోజులుగా మీఆరోగ్యం బాగానే ఉంది. కరోనా పరీక్షలో కూడా నెగటివ్ రిజల్ట్ వచ్చింది కాబట్టి మీరు ఉదయం కాసేపు బయట వాకింగ్ చేయండి ఫర్వాలేదు" అని చెప్పింది నర్స్.

వాకింగ్‌కని బయలుదేరినవాడు రోడ్డుమీదకెళ్ళే ప్రయత్నంలో డాక్టర్ల కంటపడి తిట్లుతిని మరల వార్డ్‌లోకి వచ్చాడు. మధ్యాహ్నం భోజనం చేశాక నర్స్ వచ్చి తన సెల్‌లోని ఓ వీడియో క్లిప్పింగ్ చూడమని ఇచ్చింది.

ఆ వీడియోలో ఓ పోలీసాఫీసర్ వేదననిండిన గొంతుతో, దుఃఖాన్ని అదిమిపట్టిన దీన స్వరంతో, "అమ్మా కూలిపనులకెళ్ళిన నీవు కారంమెతుకులు తింటూ, నన్ను పాలు,వెన్నలతో పెంచి పెద్దచేసావు. నీ ఒక్కొక్క స్వేదబిందువును దాచిదాచి నన్ను పెద్ద చదువులు చదివించి ఇంతవాణ్ణి చేశావు. నేను పోలీసుయూనిఫాంలో మొదటిసారి కనిపించినప్పుడు ఎంతగా ఆనందపడ్డావమ్మా?

చివరకు నీవు అనారోగ్యంతో మంచంలో పడున్నా, నా కొడుకు ఆ మాయదారి కరోనాను కట్టడి చేసేపనిలో ఉన్నాడని వచ్చేపోయేవారికి గర్వంగా చెప్పావు. నేను నీ ఆఖరి చూపుకి కూడా నోచుకోలేకపోయానమ్మా. కానీ తమ్ముడు నిన్ను మహరాణిలాగా సాగనంపే ఏర్పాట్లు చేశాను. నీకెంతో ఇష్టమైన ఈ కాకీయూనిఫాం చాటున నాదుఃఖాన్ని దాచుకోవాల్సివచ్చింది. ఎందరో అమ్మలకు ధైర్యం ఇచ్చేటందులకే నీ దగ్గరకు రాలేకపోయానమ్మా. కానీ నేను జీవించి ఉన్నంత కాలం నీకు మరణం లేదమ్మా" అంటూ తన తల్లి ఫోటోకు పోలీసువందనం చేశాడు.

ఆ పోలీసాఫీసర్ దుఃఖం శ్రీకాంత్‌ను కదిలించింది. తన మనసులోని మలినాన్ని కడిగివేసింది. "తాను చేయాల్సిన ధర్మాన్ని గుర్తుచేసింది" అనుకుంటూ కూర్చొన్నాడు

సాయంత్రం రౌండ్స్‌కి నర్స్ వచ్చింది. "సార్! మధ్యాహ్నం నేను ఇచ్చిన వీడియోను చూశారా? అది యదార్ధంగా జరిగిన సంఘటన, సార్" అంటూ ఆమె శ్రీకాంత్‌తో అంటూండగానే ఆమెకు ఫోను వచ్చింది.

"సార్! రెండు నిముషాలు" అంటూ అక్కడే ఉన్న కుర్చీలో కూర్చుని వీడియో కాల్ ఆన్‌చేసింది. "సార్! మాపాప మధురిమ మాట్లాడుతోంది చూడండి" అంటూ సెల్ శ్రీకాంత్ చేతికిచ్చింది.

సెల్‌లో ఓ చిన్న పాప కనిపించి, "అంకుల్ నమస్కారమండి! మీరు అమెరికా నుండి వచ్చారుటకదా! మీకు కరోనా వచ్చిందని అమ్మ చెప్పింది. మీకు పూర్తిగా తగ్గిపోయి మీరు మీ ఊరు వెళ్ళేదాకా, మా అమ్మ ఇంటికి రాకూడదట. అమ్మ ఇంటికొస్తే అమ్మద్వారా నాకు కూడా ఆజ్వరం వస్తుందట! అందుకే మీరు డాక్టరంకుల్ చెప్పినట్లుగా అమ్మ ఇచ్చిన మందులువాడి తొందరగా జ్వరం తగ్గించుకుని మీ ఊరికెళ్ళండి. అప్పటిదాకా మాకు అమ్మ దూరంగా ఉండాలి. నాకు ఓ రెండేళ్ళ తమ్ముడున్నాడు. మా ఇద్దరికి అమ్మపై బెంగగా ఉంది. అందుకనే ప్రతిరోజు అమ్మకు వీడియో కాల్ చేస్తూంటాను" అంటూ ముద్దుముద్దుగా తన బాధను చెప్పకనే శ్రీకాంత్‌కు చెప్పింది.

ఆ మాటలను వింటున్న ఆతల్లి వెక్కిళ్ళతో అతనికి పూర్తిగా కనువిప్పు కలిగింది. ఆ నర్స్‌కు చేతులెత్తి నమస్కరిస్తూ "ఇంకెప్పుడూ ఇలాంటి పిచ్చిపనులు చేయను" అని వాగ్దానం చేశాడు శ్రీకాంత్ రేపటిపై ఆశతో!

★★★★★

"మాతృదేవో భవ"

(ఫిబ్రవరి 14, 2016 ప్రజాశక్తి ఆదివారం అనుబంధంలో ప్రచురితమైనది)

అప్పటికి మధ్యాహ్నం పన్నెండు గంటలయ్యింది. ఇంతలో వెక్కివెక్కి ఏడుస్తూ ఓ అమ్మాయి ఒ.పి. రూంలోకి వచ్చింది. "ఏమ్మా? ఎందుకలా ఏడుస్తున్నావు? నాలుగు నెలలలో పండంటి బిడ్డను కంటావని పోయిన సారి చెప్పానుగా! భయపడకు" అంటూ ధైర్యం చెప్పింది డాక్టర్ మమత.

"లేదు డాక్టరమ్మా! ఈ బిడ్డ కడుపులో పడిన దగ్గర నుండి నాకు చాలా కంగారుగా ఉంది. మా అత్తమామలు, భర్త అందరికీ మగ బిడ్డే కావాలి. ఆడబిడ్డ పుడితే నన్ను పుట్టింట్లో దించేస్తారట. పుట్టింట్లో నా తరువాత ఇద్దరు ఆడపిల్లలున్నారు. వాళ్ళు నన్నింకా ఏం భరిస్తారు? ఏం చేయాలో తెలియటం లేదు. కడుపు నిండా తిండి, కంటినిండా నిద్రా లేవు. కడుపులో బిడ్డ కదలికలు ఆనందం కలిగించటంలేదు. పుట్టేది మగబిడ్డో కాదో తెలుసుకు రమ్మని ఒకటే పోరమ్మా! ఆ పరీక్ష మీరు చెయ్యనన్నారని బాగా కోపంగా వున్నారు ఇంటిల్లిపాది. ఇంటికెళ్ళాలంటే భయంగా వుంది" అని ఏడుస్తూ చెప్పింది ఆ అమ్మాయి.

"తల్లీ! నువ్వు నా చెల్లెల్లాంటి దానివి. జాగ్రత్తగా నేచెప్పింది విను. నువ్వు డెలివరీ అయ్యేదాకా ఏ దిగులు పెట్టుకోకు. లోపలున్న బిడ్డ ఎవరైనా, నీవు ఆహారం సరిగ్గా తీసుకోకపోతే తర్వాత బాధపడేది నువ్వే. ఎవరు పుట్టినా భయపడాల్సిందేం లేదు. మగబిడ్డ పుడితే నీకక్కడ కొంత బాధ తప్పుతుంది. అదే ఆడబిడ్డ పుడితే మొత్తం బాధ తప్పుతుంది" అంది మమత.

ఆ మాటలకు ఆమె ఆశ్చర్యంతో "అదెలాగ?" అని అడిగింది.

ఆడపిల్ల పుడితే నిన్ను పుట్టింటికి పొమ్మన్నారన్నావుగా! అప్పుడు నీకు పుట్టిల్లు ఈ ఆస్పత్రే అవుతుంది. నీకు ఇక్కడ ఏదో ఒక పని ఇస్తాను. నెలనెలా జీతం కూడా ఇస్తాను. నీ భర్త ఆ డబ్బు కోసమైనా నిన్ను చేరదీస్తాడు కదా! అప్పుడు పరిస్థితి నీ చేతుల్లో ఉంటుంది. మెల్లిగా కాపురాన్ని చక్కదిద్దుకోవచ్చు. ఏమంటావు?" అంది మమత.

డాక్టర్ చేతులు పట్టుకుని ఆమె ఏడుస్తూ "ఇంక దేనికీ భయపడను. నాకు కొండంత అండగా మీరున్నారు" అంది.

"వచ్చే నెలలో చూపించుకోవడానికి వచ్చేటప్పుడు మీ ఆయన్ను కూడా నీతో తీసుకురా! నచ్చచెప్తాను. ఇదిగో ఈ టానిక్ తాగాలి. ఇక జాగ్రత్తగా వెళ్ళిరా" అంటూ ఆమెను పంపించింది. కొంచెం రిలాక్సయి మిగతా పేషెంట్లను చూసి ఇంటికెళ్ళింది డాక్టర్ మమత.

ఇంటికెళ్ళేసరికి మధ్యాహ్నం 2.30 కావడంతో తలుపు తీస్తూనే ఓ పెద్దావిడ "ఇవాళ లేటయ్యిందేం తల్లీ?" అని అడిగింది.

"ఒక పేషంట్‌తో మాట్లాడుతూ కూర్చున్నాను పిన్నిగారు. ఇంకా మూడు నెలల్లో ఆమెకు ప్రసవం. కానీ తల్లినవుతున్నానన్న సంతోషం ఆమె ముఖంలో మచ్చుక్కి కూడా కనపడలేదు" అని ఆ పేషంట్ ఇంటి పరిస్థితులు, తానన్న మాటలు చెప్పింది.

అవి వింటూనే ఆ పెద్దావిడ తన విషయం గుర్తుకు తెచ్చుకుంది. ఆమె ఓసారి తన కూతుర్ని పరీక్ష చేయించాలని మమత దగ్గరకు తీసుకొచ్చింది. పిల్లలింకా పుట్టలేదని అత్త, భర్త గొడ్రాలని తిడుతున్నారని వాపోయింది. ఆ అమ్మాయికి పరీక్షలవీ చేసి ఆమె భర్తను ఆస్పత్రికి పిలిపించమని చెప్పింది మమత.

వేరే డాక్టర్‌చేత అతనికి రహస్యంగా పరీక్షలు చేయిస్తే లోపం అతనిలో వుందని తేలింది. దాంతో అతను భార్యకు క్షమాపణ చెప్పాడు. మంచి ట్రీట్‌మెంట్ ఇప్పించటంతో ఈ మధ్యనే ఆ అమ్మాయికి కడుపు పండింది. ఒంటరిగా ఉండే ఆ పెద్దావిడ అప్పటి నుండి మమతకి సాయంగా ఇంటి పనులు చూస్తూ ఆమె వద్దే ఉంటోంది.

వీరి మాటల మధ్యలో మమత భర్త రాఘవ వచ్చాడు. ఇద్దరికీ భోజనం వడ్డించింది పెద్దావిడ.

"మీకేసు ఎంత వరకూ వచ్చింది?" అని భర్తనడిగింది మమత.

"ఆధారాలు ఎక్కువలేవు. వెతుకుతున్నాను" అన్నాడు రాఘవ. అతనో అడ్వకేట్. వీళ్ళకు శ్రీకాంత్ ఒక్కడే కొడుకు. ఎనిమిదో తరగతి చదువుతున్నాడు.

"మమతా! నీకీరోజు కేస్‌లు లేవా? తీరిగ్గా వున్నావ్?" అడిగాడు రాఘవ.

"లేదండీ! రాత్రికి ఓ డెలివరీ కేస్ అటెండ్ కావాలి. మధ్యాహ్నం ఒ.పి. శేఖర్ వున్నారుగా, ఆయన చూస్తారు" అని అంది.

"సరే నేను వెళ్ళొస్తా" అంటూ హడావిడిగా వెళ్ళిపోయాడు రాఘవ.

"పిన్నిగారూ నేను హాస్పిటల్‌కి వెళ్ళాక ఏమైనా ఫోన్లు వచ్చాయా?" అని అడిగింది మమత.

"ఆ! మీ మామగారు చేశారమ్మా! తంజావూరు నుండి. అంతా బాగానే ఉన్నారట. మిమ్మల్ని ఓసారి ఫోన్ చెయ్యమన్నారు" అని బదులిచ్చారు పిన్నిగారు.

"సరేనండీ! నేను కాస్త రిలాక్స్ అవుతాను" అంటూ మమత లోపలికి వెళ్ళింది.

"ఎంత గొప్ప మనసు మమతమ్మది! ఈ తల్లి వల్ల ఎందరాడ బిడ్డల జీవితాలు బాగుపడుతున్నాయో. మా అల్లుడి లాంటి కోపిష్టి మనిషి ఈతల్లి మాటల మంత్రంతో శాంత మూర్తిగా మారిపోయాడు" అనుకుంటూ పిన్నిగారు స్వగతంలోకి వెళ్ళిపోయారు.

సాయంత్రం నాలుగు గంటలయ్యింది. శ్రీకాంత్ స్కూల్ నుండి వచ్చాడు. రాఘవకు కొడుకును గొప్ప రెసిడెన్షియల్ స్కూల్‌లో చదివించాలనుంది. కానీ మమతకది నచ్చలేదు. అక్కడ బాగా చదువొస్తుంది కానీ ఒంటరితనంతో అంతర్ముఖులవుతారు. బాహ్య ప్రపంచం, కలివిడితనం తెలియవు అని వాదించి ఇంటి నుండే స్కూలుకు పంపుతోంది. శ్రీకాంత్ కూడా తల్లి ఆలోచనలకు తగ్గట్టుగానే పెరుగుతున్నాడు.

అతను వచ్చీ రావడంతోనే "అమ్మా! ఎల్లుండి స్కూలు వాళ్ళు మమ్మల్ని వరంగల్ ఎక్స్‌కర్షన్‌కి తీసుకెళుతున్నారు. వెళ్ళనా?" అని అడిగాడు.

"ఎంత గొప్ప ప్రాంతానికి వెళుతున్నారు! తప్పకుండా వెళ్ళు" అంటూ కాకతీయుల చరిత్రను, వేయి స్తంభాల గుడి, ఓరుగల్లు కోటల గురించి మొత్తం శ్రీకాంత్‌కు కథలా చెప్పింది. దాంతో శ్రీకాంత్‌కు ఉత్సాహమొచ్చింది. "ఓ డైరీలో అన్నీ నోట్ చేసుకో! తాతగారికి, బామ్మకు, అందరికీ విశేషాలు చెప్పవచ్చు" అంటూ ఓ కెమెరా కూడా తీసి ఇచ్చింది మమత.

"పిన్నిగారూ! ఎల్లుండి స్కూలు పిల్లలతో కలసి శ్రీకాంత్ వరంగల్ వెళుతున్నాడు. నాకెంత ఆనందంగా వుందో తెల్సా! నేను అక్కడే మెడికల్ కాలేజీలో చదువుకున్నాను. అప్పుడెంతో ఉత్సాహంగా మూడేళ్ళు గడిచిపోయాయి" అంటూ ఓ క్షణం మౌనమై నిదానంగా, నాలుగో సంవత్సరం మాత్రం..." అంటూ ఆగిపోయింది.

దానికి కారణం మమత మిత్రురాలిని తోటి విద్యార్థే ప్రేమించాలని వేధిస్తూ యాసిడ్ దాడి చేశాడు. మిత్రురాలిది పేద కుటుంబం కావడంతో డబ్బున్న ఆ యువకుడికి వ్యతిరేకంగా మమత వాళ్ళ కుటుంబమే పోరాడింది. అదిచూసే పబ్లిక్ ప్రాసిక్యూటర్ అయిన రాఘవ తండ్రి మమత సాహసాన్ని మెచ్చి కోడలిగా తెచ్చుకున్నాడు.

శ్రీకాంత్ ఎక్స్‌కర్షన్‌కి వెళ్ళిన తర్వాతి రోజు ఉదయం మమత, రాఘవలు రోజులాగానే మార్నింగ్ వాక్‌కు వెళ్ళారు. తిరిగొస్తూంటే ఒకచోట సన్నగా మూలుగు (ఏదో దెబ్బలు తగిలి లేవలేక బాధపడుతున్నట్లుగా) వినిపించింది. ఇద్దరూ చుట్టూ చూశారు. చెట్ల వెనకాల ఓ పాప ఒళ్ళంతా రక్తంతో పడిఉంది.

వెంటనే రాఘవ పిలిచిన ఆటోలో పాపను హాస్పిటల్‌కు తీసుకెళ్ళారు. పాపను పరీక్షించిన మమత "పాప అత్యాచారానికి గురైంది" అని తెలుసుకుంది. రాఘవకి ఈ విషయం

చెప్పి ఎవరికీ తెలీకుండా రహస్యంగా వుంచమని కోరింది. రెండురోజుల చికిత్సతో పాప బాగా కోలుకుంది.

మూడో రోజు నర్సు మాట్లాడిస్తే "అమ్మ కావాలి" అంటూ ఏడవసాగింది. ఎంతగా బుజ్జగించినా ఊరుకోవటంలేదు.

ఈలోగా మమత వచ్చి "ఏమయ్యింది సిస్టర్?" అని అడిగింది.

"అమ్మ కావాలిట. ఎంత చెప్పినా వినటంలేదు డాక్టర్" అంది నర్స్.

"సరే నువ్వెళ్ళి పాలు తీసుకురా" అని పాపతో మాటలు కలిపింది మమత. "పాపా! నీ పేరేమిటి చెప్పు? నీకు యాక్సిడెంట్ అయ్యింది. దెబ్బలు బాగా తగిలాయి. పార్క్ దగ్గర కనిపిస్తే మేమే ఇక్కడకు తీసుకొచ్చాం. మీ అమ్మావాళ్ళు ఎక్కడ ఉంటారో చెపితే వాళ్ళను పిలుస్తాం. నీకు పూర్తిగా దెబ్బలు తగ్గాక మీ అమ్మ దగ్గరకు వెళ్ళిపోదువుగాని" అంది మమత.

ఆమె అనునయ వాక్యాలకు కాస్త నెమ్మదించిన పాప మెల్లిగా "చెఱువు దగ్గర మా ఇల్లు. మా స్కూలు పేరు తెలుసు. సార్ పేరు తెలుసు. రామారావు సారంటే నాకు చాలా ఇష్టం" అని చెప్పింది.

"మరి నీకు స్నేహితులున్నారా? అని అడిగింది మమత.

"ఆ... కమల నేను బాగా ఆడుకుంటాం" అన్న పాపతో కబుర్లు చెపుతూ పాలు తాగించి మందులు వేసింది మమత. నర్స్ వచ్చి పాపకు తలదువ్వి మంచి బట్టలేసింది.

ఇంతలో మమత కారు డ్రైవర్‌ను పిలిచి పాప చెప్పిన స్కూలు, టీచర్ పేర్లను చెప్పి ఆయన్ను వెంటబెట్టుకుని రమ్మని చెప్పింది. ఓ గంటలో ఆ సార్ వచ్చారు. నర్సు పాప ఉన్న రూంలోకి తీసుకెళ్ళింది.

పాపను గుర్తుపట్టిన సార్," హో... గంగా" అని పెద్దగా, "పాపకేమయ్యింది?" అంటూ నర్సును కంగారుగా అడిగారు.

మమత రూంలోకి ఆయన్ను తీసుకెళ్ళింది నర్సు. "క్షమించాలి. మీ మనసును కష్టపెట్టే విషయం చెప్పబోతున్నాను. పాప రేప్‌కి గురైంది. నేను టెస్టలన్నీ చేశాను. పాప చిన్నపిల్ల కాబట్టి ఏమీ చెప్పలేక పోతోంది. స్కూల్లో ఇవేమీ చెప్పకుండా యాక్సిడెంట్ అని చెప్పండి. అమ్మ కావాలని అని బాగా ఏడుస్తోంది" అంటూ విషయం చెప్పేసి గంగ కుటుంబం గురించి అడిగింది మమత.

రామారావు సార్ తట్టుకోలేకపోయారు. "ఇలా అయ్యిందేంటి డాక్టర్? గంగ తండ్రి లేని పిల్ల. చదువంటే ఇష్టం. బడిలో హుషారుగా ఉంటుంది. తనకిలా.." అంటూ నివ్వెర పోయారు.

ఆయనే వెళ్ళి గంగ తల్లికి విషయం చెప్పి తీసుకొచ్చారు. పిల్ల నిద్రపోతోందా సమయానికి. గంగ పరిస్థితికి గుండెలు బాదుకుంటున్న తల్లిని తన రూంకి తీసుకెళ్ళి సముదాయించింది మమత. "ఇలాంటి పరిస్థితులలో తల్లి అండ చాలా అవసరం. మీరిక్కడే ఉండి తగ్గాక ఇంటికి తీసుకెళ్ళండి. రోజూ 'అమ్మా' అని ఏడుస్తోంది పాప" అంది మమత.

"డాక్టరమ్మా! మేము పేదోళ్ళం. నా భర్త యాక్సిడెంట్‌లో చనిపోయి రెండేళ్ళయ్యింది. నాకీ పిల్లతోపాటు ఇంకో పిల్లగాడున్నాడు. అమ్మానాన్నలతో ఈ పిల్లల్ని పెట్టుకుని రోజుకూలీకి పోతూ కాలం గడుపుతున్నాను. ఈ పిల్ల స్కూలుకి పోతానని పేచీ పెడితే పంపుతున్నా. ఎవడిలాంటి పాడుపనిచేసి అభంశుభం తెలియని పిల్లకీ గతి పట్టించాడో? నేనిప్పుడీ పిల్లని తీసుకెళ్ళి ఏం చేయాలో?" అంటూ ఏడుస్తోంది.

మమత ధైర్యం చెపుతూ "నువ్వు ఎవరికీ ఏమీ చెప్పొద్దు. దెబ్బలు తగిలితే ఆస్పత్రిలో చేర్పించామని, రెండు రోజులుండి తీసుకొస్తామని చెప్పు. భయపడొద్దు" అంది.

"నా భర్త పోయాక పెద్దదాన్నని కూడా చూడకుండా నన్నే రకరకాలుగా మాటలతో వేధిస్తున్నారు. ఇప్పుడిక ఈ పిల్లకి కాపలాగా నేను ఇంట్లోనే ఉంటే మాకు జరుగుబాటు కాదు. దీని తమ్ముడింకా చిన్నోడు. వాణ్ణెవరు సాకుతారు. నేనింటికెళ్ళి మా అమ్మానాన్నలతో మాట్లాడి రేపొస్తాను డాక్టరమ్మా" అంటూ కూతుర్ని ఓసారి చూసుకొని వెళ్ళిపోయిందా తల్లి.

నాలుగయిదు రోజులు ఎదురు చూసింది మమత. గంగను చూడటానికెవరూ రాలేదు. పేదరికం ఓ శాపం. ఆడపిల్ల బ్రతుకు దుర్భరమని అర్థమయ్యింది. ఓ నిశ్చయానికి వచ్చింది. మామగారికి ఫోన్లో విషయం చెప్పి, తను ఏం చేయదలచుకొన్నదీ వివరించింది.

"సరేనమ్మా! రాఘవతో కూడా మాట్లాడోసారి" అన్నారాయన.

ఆ రాత్రికి రాఘవకి పాప విషయం చెప్పింది. తల్లి ఈ బిడ్డను తీసుకెళ్ళదు. ఇలాంటి దారుణానికి గురైన పాప చక్కని కుటుంబ వాతావరణంలో ఉంటే అన్నీ మరిచిపోయి మనుషుల్లో పడుతుంది. అందుకే మనింటికి తెచ్చుకుందాం. ఈలోగా మనసు మారి తల్లి వస్తే, ఆమెతో పంపుదాం ఏమంటారు?" అని అడిగింది రాఘవని.

"మనకెందుకీ టెన్షన్స్ చెప్పు? లేనిపోని సమస్యలను కొని తెచ్చుకోవటం" అని అన్నా మమత స్వభావం గురించి బాగా తెలుసు కనుక నవ్వుతూనే స్వాగతించాడు రాఘవ.

వెంటనే గెస్ట్‌రూంను బొమ్మలతో, రంగురంగుల పోస్టర్లతో స్వయంగా అలంకరించింది. గంగ కోసం మంచి దుస్తుల్ని తెప్పించింది. గంగ పేరు మార్చి 'ఆకాంక్ష' అని పెట్టింది. పెద్దావిడను పిలిచి మీరు పాపకు సొంత అమ్మమ్మ. నేను అమ్మను. శ్రీకాంత్ అన్న. ఇలా అంతా కలసి తనకి కుటుంబ బంధాలను అందిద్దాం. అప్పుడు పాపకి ఆ పాత పీడ తొలగి పోతుంది అంది.

అమ్మ ఇంక రాదన్న విషయం అర్థమైన గంగ 'ఆకాంక్ష'గా మారి మమతకు కూతురయ్యింది. మమత ఆకాంక్షకి "ఫోటోలో ఉన్న పెద్దవారిని చూపించి నానమ్మ, తాతగారు, ఇడిగో శ్రీకాంత్ అన్న" అని అందరిని పరిచయం చేస్తోంది.

మమత హాస్పిటల్‌కి వెళ్ళటానికి రెడీ అవుతుంటే నిద్ర లేచిన రాఘవ వచ్చాడు. "ఏమిటి ఈ రోజు చాలా త్వరగా లేచినట్లున్నావు? సంగతి ఏమిటి? నీ ముద్దుల కూతురు వచ్చిందా?" అని ఆట పట్టిస్తున్నాడు.

"మీరు కూడా వచ్చి ఆకాంక్షను పలకరించండి. మీకు కూడా చేరువ అవుతుంది. తనలో ఉన్న అభద్రతా భావాన్ని దూరం చేద్దాం" అంది మమత.

"సరే డియర్! నీ ఆజ్ఞ" అంటూ 'ఆకాంక్షా' అంటూ పిలిచాడు రాఘవ. తన గదిలోనుండి భయంగా తొంగి చూసింది ఆకాంక్ష. భయం భయంగా దగ్గరకొచ్చింది.

"రామ్మా! నేనే మీ నాన్నను. నీకు ఈఇల్లు బాగుందా? నీ రూం నచ్చిందా? నీతో ఆడుకోవటానికి శ్రీకాంత్ అన్న రేపు వస్తాడు. ఈలోగా నీ గదిలో బొమ్మలున్నాయిగా, వాటితో ఆడుకో" అంటూ నవ్వుతూ దగ్గరకు తీసుకున్నాడు.

మర్నాడు ఉదయం ఎక్స్‌కర్షన్‌నుండి శ్రీకాంత్ తిరిగి వచ్చాడు. ఇంట్లో సందడిగా తిరుగుతున్న చిన్నపాపను గమనించాడు. ఈలోగా మమత వచ్చి "ఏరా శ్రీకాంత్! నీ ట్రిప్ బాగుందా? వరంగల్‌లో నేచెప్పినవన్నీ చూశావా?" అని పలకరించింది.

"అమ్మా! నువ్వు చెప్పినట్లే అన్నీ చాలా బాగున్నాయి. వేయి స్తంభాల మంటపం, నంది, ఓరుగల్లు కోట చాలా బాగున్నాయమ్మా" అంటూ గబగబా చాలా విశేషాలను చెప్పాలనే ప్రయత్నంలో తన పక్కనే నిలబడ్డ ఆకాంక్షను చూడలేదు. "శ్రీకాంత్ అన్నా" అంటూ ఆకాంక్ష పిలవగానే ఆమె వంక చూశాడు.

"ఎవరమ్మా ఈ పాప?" అని తల్లిని అడిగాడు శ్రీకాంత్.

"యాక్సిడెంటయ్యి మన హాస్పిటల్‌లో చేరింది. వాళ్ళవాళ్ళెవరూ ఇంతదాకా రాలేదు. చిన్న పాపకదా! అమ్మ కోసం బెంగ పెట్టుకుంటుందని మన ఇంటికి తీసుకొచ్చాం. వాళ్ళమ్మా వాళ్ళు వస్తే వెడుతుంది. లేకపోతే నీ చెల్లెలిగా ఇక్కడే ఉండిపోతుంది. మరి ఈ రోజు నుండి ఆకాంక్షతో కలసిమెలసి ఉంటావు కదూ!" అంది మమత.

"సరే" అంటూ తలూపాడు శ్రీకాంత్.

శ్రీకాంత్ ఆకాంక్షతో చక్కగా ఆడుకుంటున్నాడు. ఇంగ్లీష్, ఎక్కాలు, లెక్కలు చెపుతున్నాడు. ఆకాంక్ష మనుషుల్లో పడింది. ఓ వారానికి మమత అత్తమామలొచ్చారు. ఇంట్లో ఆకాంక్ష సందడిగా తిరుగుతూంటే ముచ్చటేసింది వారికి.

కొన్ని రోజులకు పిల్లలిద్దర్నీ తీసుకుని పుట్టింటికెళ్ళింది మమత. అక్కడ తల్లిదండ్రులు సొంత మనుమరాలిగా ఆకాంక్షను దగ్గరకు తీసుకున్నారు. పట్టు పరికిణి కొనిచ్చారు .

ఆకాంక్ష వాటిని చూసి మురిసిపోయింది. "అమ్మమ్మా! థ్యాంక్స్!" అంటూ ముద్దుపెట్టుకుంది.

ఒక్క నర్సింగ్‌హోంలో ఉన్న నర్సులకి తప్పితే ఇంకెవరికి పాప గురించిన పూర్తి వివరాలను చెప్పలేదు మమత. పెద్దదవుతున్న ఆకాంక్షను చూసి ఇంట్లో అందరూ మురిసిపోతుంటే రాఘవ మాత్రం గతం వల్ల ఆకాంక్ష పెళ్ళి విషయం ఏమౌతుందోనన్న ఆలోచనలో పడ్డాడు. మమత అతనికి ధైర్యం చెప్పింది. "నేనెలా మిమ్మల్ని చేసుకున్నానో ఆకాంక్ష కూడా నాలాగే దాన్ని వెతుక్కుంటూ వచ్చిన వ్యక్తిని చేసుకుంటుంది. ఏం భయపడనక్కరలేదు" అని నమ్మకమిచ్చింది.

దాదాపు పదిహేనేళ్ళ తరువాత మమత ఇంట్లో ఇద్దరు కాదు ముగ్గురు డాక్టర్లు ఉన్నారు. ఎంబిబిఎస్ పూర్తయ్యాక పైచదువులకు ఆకాంక్ష, శ్రీకాంత్ విదేశాలకు వెళ్ళారు. శ్రీకాంత్ అక్కడే జాబ్ సాధించి స్థిరపడ్డాడు. మమతకు దూరంగా ఉండలేక ఆకాంక్ష ఇక్కడే ప్రాక్టీస్ చేసేందుకు వస్తోంది.

ఆమె విదేశాలనుండి వచ్చే ముందు రామారావు మాష్టారికి ఓసారి రావలసిందిగా కబురు చేసి, గంగ వాళ్ళ అమ్మ, తమ్ముడు ఎక్కడున్నారో తెలుసుకుని చెప్పమంది మమత.

"తమ్ముడు మెకానిక్‌గా పని చేస్తున్నాడని, తల్లి ఏపనికి వెళ్ళలేక ఇంట్లోనే ఉంటోంది" అని చెప్పారాయన. ఓ రోజు రామారావు సార్‌ను వెంటబెట్టుకొని గంగా వాళ్ళింటికెళ్ళింది మమత. తనను తాను పరిచయం చేసుకుంది. "గంగ గుర్తుందా?" అని అడిగింది.

తల్లి ఏడవటం మొదలు పెట్టింది. డాక్టర్ ఆకాంక్షగా మారిన గంగ ఫోటోలను తన సెల్‌ఫోన్‌లో చూపించింది. "మా గంగేనా!" అంటూ ఆశ్చర్యపోయిందా తల్లి.

"మీ గంగ కాదు. మన ఆకాంక్ష. పెద్ద డాక్టరమ్మ అయ్యింది. విదేశాలలో చదువుకుని తిరిగి వస్తోంది. మిమ్మల్ని ఇప్పుడు చూస్తే గుర్తుపట్టక పోవచ్చు. మళ్ళీ మీరంతా కలవాలి అంటే నేను చెప్పినట్టు చేస్తారా? మీ అబ్బాయి పదవతరగతి పాసయ్యాడు కదా! మా ఆస్పత్రిలో కాంపౌండర్ పని నేర్పిస్తాను. మీరూ మా ఇంట్లోనే ఉండవచ్చు. గతాన్ని మరిచిపోయి ఆకాంక్ష గొప్పదనాన్ని, పనితనాన్ని చూడవచ్చు. మిమ్మల్ని గుర్తుపట్టి మీకు దగ్గరైతే మరీ మంచిది. పాపకు ఇద్దరమ్మలుంటారు.

మరి నాతో వస్తారా మీరు? మీ పాప ఓ నెలలో ఇక్కడకొచ్చేస్తుంది" నెమ్మదిగా నచ్చచెప్పినట్లుగా అంది మమత. అంత సంతోషకరమైన మాటలు విన్నాక కన్నతల్లి ఆనందంతో ఏం మాట్లాడలేకపోయింది. 'సరే' నంటూ బట్టలు సర్దుకుని ఇద్దరూ కారెక్కారు.

అనుక్షణం కూతురిని చూసుకోవచ్చనిపించి గంగ తల్లి ఆయాగా ఆస్పత్రిలోనే వుంటానంది. "సరే" అంది మమత.

వాళ్ళిద్దరూ ఆకాంక్ష రాక కోసం బాగా ఎదురుచూస్తున్నారు. ఆ రోజు రానే వచ్చింది. కార్లో ఇంటికెళ్ళకుండా నేరుగా హాస్పిటల్‌కి వచ్చింది ఆకాంక్ష. పాత నర్సులను గుర్తుపట్టింది. కొత్తగా వచ్చిన కాంపౌండర్, ఆయాలను గుర్తుపట్టలేదు. కొత్తగా వచ్చి చేరారనుకుంది.

ఆకాంక్షను కళ్ళార్పకుండా అలాగే చూస్తోంది కన్నతల్లి.

"ఎంత బాగుంది తన గంగ. అప్పట్లో ఎంతగా భయపడ్డాను. కానీ ఇక్కడ ఈ డాక్టరమ్మ పెంపకంలో ఎంత గొప్పదయ్యింది. గంగగా లోకం దృష్టిలో దాన్ని ప్రమాదంలో చంపేశాను. ఇప్పుడు ఆకాంక్షగా మమతమ్మ అంత గొప్ప డాక్టర్ కాబోతోంది" అనుకుంది. కన్నుల పంటగా కనిపిస్తున్న కూతురిని చూసిన ఆ తల్లి ఆలోచనలు తరగటంలేదు.

ఓ రోజు కాన్పు కేసు వచ్చింది. మమత, ఆకాంక్ష ఇద్దరూ ఆపరేషన్ థియేటర్‌లో ఉన్నారు. ఏదో అవసరమై ఆకాంక్ష, 'ఆయా' అంటూ కేకపెట్టింది. "'ఆయమ్మా' అని పిలువు త్వరగా పలుకుతుంది" అంటూ నవ్వింది మమత.

ఆ సాయంకాలం మమతతో "భలే బొద్దుగా ఉంది కదమ్మా" అని అప్పుడే పుట్టిన బిడ్డను తలచుకుని మురిసిపోతూ చెబుతోంది ఆకాంక్ష. ఈలోగా ఆయమ్మ ఏదో పని మీద వారి రూంలోకి వచ్చింది.

అప్పుడు ఆకాంక్షకు పరిచయం చేస్తున్నట్లుగా "ఆయమ్మ కూతురు యాక్సిడెంట్‌లో చనిపోయింది. అప్పటినుంచి నీలాంటి వాళ్ళలో తన కూతుర్ని చూసుకుంటోంది. అందుకే 'ఆయా' అని కాకుండా 'ఆయమ్మా' అని పొద్దున పిలవమన్నాను" అంది మమత.

ఆయమ్మ కల్పించుకుని "అమ్మా అని పిలిస్తే అంతకంటే ఏం వద్దమ్మా" అని కన్నీళ్ళు పెట్టుకుంది.

★★★★★

"ఆ కళ్ళు"

(MVR ఫౌండేషన్, హైదరాబాద్ వారు నిర్వహించిన "కథల పోటీ 2019" లో ఉత్తమ కథగా బహుమతి పొందిన కథ)

ఓ మహా కవి నివసించిన ఆ ఇల్లు చూడాలనే, ఆ ఇంటి గదుల గోడలను స్పృశించాలనే నా చిరకాల కోరిక ఈ నాటికి నెరవేరబోతోంది. మేమంతా వివిధ ప్రాంతాలనుండి వచ్చిన రచయితలం, కవయిత్రులం. విజయనగరంలోని ఒక సాంస్కృతిక సమాఖ్య వారు తలపెట్టిన "కథతో పాద యాత్ర" అనే కార్యక్రమాన్ని నిర్వహించటానికి తమిళనాడు, కర్ణాటక, ఉభయ తెలుగు రాష్ట్రాల నుండి బయలుదేరి విజయనగరంలో కలుసుకున్నాం.

నవయుగ వైతాళికుడు కీ.శే. గురజాడ అప్పారావుగారి ఇంటి నుండి ఈ "కథతో పాద యాత్ర" ను ప్రారంభించి శ్రీకాకుళం నగరంలోని "కారా" మాష్టారిగా సుపరిచితులైన కీ.శే. కాళీపట్నం రామారావుగారి "కథానిలయం" దాకా పాద యాత్ర చేయాలనే గొప్ప ఉద్దేశ్యంతో తలపెట్టిన విజ్ఞాన యాత్ర ఇది.

రచనా రంగంలోని వివిధ ప్రక్రియలలో నిష్ణాతులైన పలువురితో కలిసి నడక సాగించాలని, మార్గమధ్యంలోగల గ్రామాలలోని పాఠశాలల విద్యార్థినీ విద్యార్థులను ఇందులో భాగస్వాములను చేయాలని, వారిలోని సృజనాత్మకతను వెలికి తీయాలనే సంకల్పంతో గత ఆరు నెలలనుండి చాలా కసరత్తు చేసి రూపొందించిన బృహత్తరమైన ఆలోచనలు కార్యరూపం దాల్చిన శుభతరుణమిది. వాట్సాప్, సాహితీ సమూహాలలో ఈ యాత్ర గురించిన వివరాలను అందరికి పంపించడం జరిగింది.

పాఠకుల దృష్టిలో నేనొక పెద్ద రచయితను. గత నాలుగు దశాబ్దాలకు పైగా ఈ రంగంలో ఎన్నెన్నో కథలను, నవలలను రాసి బాగా పేరు తెచ్చుకొన్నాను. సమాజంలో నాపేరుకున్న ఆదరణతో నా పుస్తకాలు పబ్లిషర్లకు కనకవర్షాన్ని కురిపిస్తున్నాయి.

అరవయ్యవపడిలోకొచ్చిన నేను ప్రస్తుతం విద్యార్థులకు, యువతకు వ్యక్తిత్వ వికాసం పెంపొందించుకొనేందుకు ఉపయోగపడే పుస్తకాలను రాస్తున్నాను. వివిధ పుస్తకాలను

చదవటం, సాహితీ సభలకు వెళ్ళటం, యువతకు స్ఫూర్తికలిగించేలా మంచి మాటలను చెప్పటం, నా రచనా వ్యాపకాలతో, ఖాళీగా ఉన్న సమయం అంటూ నాకెప్పుడూ మిగలదు.

అందువలన నేను బయట ఊళ్ళకు వెళ్ళటం చాలా తక్కువ. ఊళ్ళో జరిగే బంధువుల శుభకార్యాలకు వెళ్ళటం చేస్తాను. తప్పనిసరి అయితేనే ఇతర ఊళ్ళకు ప్రయాణం అవుతాను. ఈ కార్యక్రమం నాకు ఇష్టమైన రచనా ప్రవృత్తికి సంబంధించినది కావటం, నాకు అత్యంత ప్రీతిపాత్రమైన గురజాడ వారి ఇంటిదర్శన భాగ్యం కలుగుతుందనే ఆశతో విజయనగరం రావటం జరిగింది.

నాకు చిన్నప్పటి నుండి గొప్ప గొప్ప రచయితలు నివసించిన ఊళ్ళను, వారుండిన గృహాలను చూడాలని ఎంతో కోరికగా ఉండేది. గురజాడవారి 'కన్యాశుల్కం' నాటకాన్ని బట్టీపట్టి ఉన్నానేమో ఆ నాటకంలోని విజయనగరం ఊరిని, అక్కడి ప్రదేశాలను ఎప్పుడెప్పుడు చూస్తానా అని చాలా కుతూహలంగా ఉండేది. ఇదిగో ఈ "కథతో పాద యాత్ర" కార్యక్రమం వల్ల అది సాధ్యమౌతోంది. దాదాపుగా యాభై మంది రచయితలం కలిశాం. ప్రస్తుతం అందరం ఆ పనిలోనే పూర్తిగా నిమగ్నమై ఉన్నాం.

గురజాడ వారి గీతాలను బాలబాలికలు ఆలపిస్తూండగా విజయనగర పురవీధులలో, ఊరేగింపుగా బయలుదేరిన మేము బొంకులదిబ్బ, కోట గుమ్మం, మసీదు, మూడుకోవెళ్ళు, గుమ్చి మీదుగా గురజాడ వారి ఇల్లు చేరాం. పైనున్న గదులలో గురజాడవారు వ్రాసుకున్న బల్ల, వారు కూర్చున్న కుర్చీ, వారి కళ్ళద్దాలు, వారు చదివిన పుస్తకాలను చూచి తరించిపోయాను.

ఇటీవలి కాలం లోని ఓ ప్రముఖ కవి, సంస్కర్త ఉదారంగా అందించిన ధన సహాయంతో గురజాడవారి ఇంటిని పునరుద్ధరించి ఓ గ్రంధాలయంగా ఉపయోగిస్తున్నారని తెలుసుకొని ఆ మహానుభావుని నిస్వార్ధ సాహితీ సేవకు పులకించిపోయాను. హాల్లో ఉన్న గురజాడ వారి విగ్రహం ముందు అజ్ఞాన చీకట్లను పారద్రోలే విజ్ఞాన జ్యోతిని వెలిగించి ఒక్కొక్కరిగా పుష్పాంజలి ఘటించి "మహా కవి గురజాడకు జై జై" అంటూ నినాదాలనిస్తూ మా యాత్రను ప్రారంభించాం.

విజయనగరం జిల్లాలోని నెల్లిమర్ల, రామతీర్థం, సత్తివాడ, బొప్పడం, శ్రీకాకుళం జిల్లాలోని రణస్థలం, బెజ్జిపురం, మురపాక, ఎచ్చెర్ల మొదలైన గ్రామాల మీదుగా మా నడక సాగాలని ప్రణాళిక వేసుకున్నాము. రోజుకు పది నుండి పదిహేను కిలోమీటర్లు నడవాలన్నది మా సంకల్పం. వయోభారంతో ఉన్న నేను ఎక్కువ దూరం నడవలేననుకున్నాను గానీ మనసులోని ఉత్సాహం, గ్రామాలలోని స్కూలు టీచర్ల, పిల్లల, ఆయా గ్రామస్థుల ప్రోత్సాహం, ఆదరణతో అందరితో పాటు ముందుకు నడుస్తున్నాను. అక్కడ జరిగే సభలలో పిల్లలకు,

యువతకు స్ఫూర్తిని కలిగించే కథలను చెప్పటం, వివిధ పోటీలను నిర్వహించటం జరుగుతోంది.

ఆరు బయట చెట్లక్రింద పరచిన ఎర్రని దరీల మీద విరిసిన పూవుల్లాంటి పిల్లలు కూర్చున్నారు. మా అనుభవాలను వారికి పంచుతూ వారిలోని సృజనను వెలికి తీసే ప్రయత్నం చేస్తున్నాం. ఇలాంటి కార్యక్రమాలెరుగని పిల్లలు కూడా చాలా ఉత్సాహంగా ముందుకొచ్చి ఆటలతో, పాటలతో, మాటలతో, వారికొచ్చిన చిన్న చిన్న కథలను చెప్పి మా మనసులను గెలుచుకుంటున్నారు.

చెరువులు, పొలాలు, వాగు గట్లవెంట, కొండలు, బౌద్ధ గుహలు, ఇలాంటి సహజ వాతావరణంలో చదువుకొనే విద్యార్థులకు సాహిత్యాభిలాష కలిగిస్తే వారు తమ మాతృభాషకు ఎంతోకొంత సేవచేస్తారని మా అందరికి అనిపించింది. ఊరి పొలిమేరలనుండి ఆ గ్రామంలో మాకు కల్పించిన వసతి గృహాలవరకు "దేశమంటే మట్టి కాదోయ్, దేశమంటే మనుష్యులోయ్", "దేశమును ప్రేమించుమన్నా మంచి అన్నది పెంచుమన్నా", "తిండి కలిగితే కండ కలదోయ్ కండ కలవాడేను మనిషోయ్", "తెలుగు భాషను బ్రతికిద్దాం" అని పలు సూక్తి వచనాలను వ్రాసిన ప్లేకార్డులను పట్టుకొన్న యువకులు, విద్యార్థులు, పిల్లలు మాతో పాటుగా అడుగులు వేస్తున్నారు. మావెనుక ఎంతమంది ఉన్నారోనని నెనొక్కసారి వెనుదిరిగి చూశాను. మా రచయితలకన్నా వారి సంఖ్యే రెట్టింపు ఉంది.

వాళ్ళను చూస్తూంటే "వారిలో ఎందరు శ్రీశ్రీలు, ఆరుద్రలు, దాశరధులు, గురజాడలు, గిడుగులు అంతర్లీనంగా ఉన్నారో?" అని అనిపించింది నాకు.

ఇంతలో "వెళ్ళు, వెళ్ళు, నీవు మా స్కూలు విద్యార్థివి కాదు సరికదా మా గ్రామస్థురాలివికూడా కాదు. మా వెనకాలే ఎందుకొస్తున్నావు? నీకు ఏమి కావాలి?" అంటూ ఓ అమ్మాయిని విద్యార్థులు కసురుకొంటున్నారు.

"అన్నా! నాకు కూడా ఓ ప్లేకార్డ్ ఇవ్వండి. మీ వెంట ఎంత దూరం నడవమంటే అంత దూరం జేజేలంటూ అరుస్తూ నడుస్తాను" అని బ్రతిమాలుతోంది ఆ అమ్మాయి.

ఆ అమ్మాయి వంక పరికించి చూశాను. ఓ పన్నెండేళ్ళలోపు వయస్సు ఉండవచ్చుననుకొంటాను. ఆమె మాటలను వింటూంటే చాలా నీరసంగా బలహీనంగా ఉన్నాయి. నాకు జాలనిపించింది. నేను, మరో ఇద్దరు రచయితలు కూడా ఆ అమ్మాయి దగ్గరకు వెళ్ళాము. "ఏమిటి బాబు? ఏమయ్యింది? ఈ అమ్మాయి తో గొడవపడుతున్నారెందుకు?" అని అడిగాను.

"సార్! నేను మొన్న తుఫాను వచ్చిన దగ్గర నుండి బడికెళ్ళటం మానేసాను. బాగా ఆకలేస్తుంటే మంచంలో పడుకున్న అవ్వను, "బయట ఎవరో "జై, జై" అని అరుస్తున్నారు. ఓట్ల

పండుగొచ్చిందేమో! వారివెంట జెండా పట్టుకొని నడిస్తే డబ్బిస్తారు వెళ్ళనా అవ్వా" అని అడిగాను.

"వెళ్ళమంది" మా అవ్వ. అందుకనే వచ్చాను. ఈ అక్కలు, అన్నలు నన్ను రావద్దంటున్నారు. "మీరెంత దూరం నడవమంటే అంత దూరం నడుస్తాను. తిండికి డబ్బులిస్తారా సార్?" అంటూ ఆశగా అడిగింది.

నా మనస్సు ద్రవించింది. నా గుండెలోని బాధ కళ్ళలోకొచ్చి నీరుగా కారింది.

ఆ అమ్మాయి కళ్ళవైపు అప్రయత్నంగా చూశాను. ఆ కళ్ళు దీనంగా అర్థిస్తున్నాయి. నీరునిండిన ఆ కళ్ళు ఆకలంటూ అసహాయంగా వేడుకొంటున్నాయి. అంతేకాదు ఈ ఆకలికి బదులేది? అన్నట్లుగా నన్ను, ఈ సమాజాన్ని ప్రశ్నిస్తున్నాయి. ఆ అమ్మాయి ప్రక్కనే నెమ్మదిగా నడుస్తున్నాను.

"సార్! మాది ఇక్కడకు దగ్గరిలో ఉన్న ఓ సముద్ర తీర గ్రామం. మొన్నీ మధ్యన వచ్చిన 'తిత్లీ' తుఫానుకు మా ఊరిలో మా ఇళ్ళూ, పశువులు అన్నీ కొట్టుకొనిపోయాయి. తుఫాన్ ప్రారంభానికి ముందుగానే ప్రభుత్వంవారు మా గ్రామ ప్రజలనందరినీ శరణార్థుల శిబిరానికి తరలించారు, అందువల్ల ప్రాణాలతో బయట పడ్డాం. కానీ ఆ తుఫాను మా బ్రతుకుల్ని అన్ని విధాలుగానూ నాశనం చేసింది. మా ఊరిలో ఉన్నప్పుడు బడికి వెళ్ళేదాన్ని.

ఆ సంఘటన జరిగి ఆరు నెలలైనా మా ఊరు బాగుపడలేదు. కట్టుబట్టలతో మిగిలిన మాలాంటి వేలాదిమంది పనులకోసం దగ్గర ఊర్లకు వచ్చేశాం. మా కుటుంబం ఈ ఊరుకొచ్చి, అదిగో దూరంగా రోడ్డు ప్రక్కన కనిపించే చెట్ల మధ్యన తాత్కాలికంగా గుడిసె వేసుకొన్నాం. ఈ ఊరేమో మాది కాదు. ఈ స్థలం మాదంటూ ఎవరన్నా వచ్చి వెళ్ళగొడతారేమోనన్న భయంతో రోజులు గడుపుతున్నాం. ప్రతిరోజు ఉదయానే అమ్మానాన్నలు కూలి దొరికినచోటుకు వెళ్ళి సాయంత్రానికి తిరిగి వస్తారు. కొన్ని రోజులు కూలి దొరకక అందరం పస్తులుండాల్సి వస్తోంది.

గత పది రోజులుగా పని దొరకక అమ్మానాన్నలు ఖాళీగా ఉంటున్నారు. గంజినీళ్ళు త్రాగుదామన్నా ఇంట్లో బియ్యపు నూక కూడా లేదు. మొన్న వారం ఓ పెద్దసారు మీటింగ్ పెడితే ఇట్లాగే జెండాలు పట్టుకుని జేజేలు కొట్టినందుకు డబ్బులిచ్చారు. ఆ డబ్బుతో ఓ రెండురోజులు గంజినీళ్ళు తాగాం. మీరు కూడా అలాగే డబ్బులిస్తారేమోనని వచ్చాను" అంటూ దీనంగా చెప్పింది.

ఇంతలో మాకు ఏర్పాటు చేసిన బస వచ్చింది. "ఇక్కడే కూర్చో! నేనిప్పుడే వస్తాను" అని చెప్పి లోపలకు వెళ్ళాను. ఓ ఆకులో సాంబారు అన్నం, మజ్జిగ అన్నం పెట్టి తెచ్చి ఆ అమ్మాయి కిచ్చాను.

ముఖమంతా ఆనందం పరచుకోగా ఆమె కళ్ళు విచ్చుకున్నాయి. మహాప్రసాదంలాగా చేతులు చాచి భక్తిగా అందుకొంది.

"కూర్చొని నెమ్మదిగా తింటూ ఉండు. మేము కూడా తిన్నాక మాతో కలసి నడుద్దువుగాని" అంటూ లోపలకెళ్ళబోయాను.

"సార్! ఇంటికెళ్ళి అవ్వకు కాస్త పెట్టి, నేనూ తిని వస్తాను. పొద్దుగాలెప్పుడో కాసిని గంజినీళ్ళు తాగి పడుకొంది. పాపం ఆమె కూడా ఆకలితో ఉండిఉంటుంది. లేచి తిరగగల శక్తి లేదామెకు" అని అంటూ ఆ అన్నం పట్టుకొని తుర్రుమని పరిగెత్తి పోయింది వాళ్ళ గుడిసెవైపు.

నేను లోపలికొచ్చేసరికి అందరూ భోజనానికి కూర్చున్నారు. "సార్! భోజనానికి రండి ఇప్పటికే ఆలస్యమయ్యింది. బయట ఆ పిల్లతో ఏమిటి మాట్లాడుతున్నారు? అలాంటి వాళ్ళు ఇక్కడ కోకొల్లలు. ఈ ప్రాంతమంతా కరువు ప్రాంతం. అతివృష్టి, అనావృష్టి, తుఫాన్లు ఇక్కడ సర్వ సాధారణం. చూసీచూడనట్లు అందరూ వదిలేస్తారు" అన్నారు ఆ ప్రాంతానికి చెందిన రచయితలు కొందరు.

గొంతులో ఆవేదన పొంగగా "మరి అందుకేగా! 'దేశమంటే మట్టి కాదు మనుషులన్నారు మన గురజాడ వారు" అన్నాను.

"సార్! మనమేమి చేయగలం చెప్పండి? ఇక్కడి ప్రజాబలంతో గెలిచిన ప్రభుత్వాలే ఏమీ చెయ్యలేక పోతున్నాయి, మీ వల్లా, మా వల్లా ఏమౌతుంది?" అన్నారు.

ఔనంటూ తలూపి, ఏదో తెలియని మనోవేదనతో భోజనం ముగించాను. ఆ సాయంత్రం మరలా అంతా బయలుదేరి ముందుకు ప్రయాణం సాగించాం.

"ఆ అమ్మాయి ఇంటికెళ్ళి ఉంటుంది. భోజనం దొరికింది కదా! ఇక రాకపోవచ్చు" అనుకున్నాను. కాస్త దూరం నడక సాగిన తరువాత మరో స్కూల్ పిల్లలొచ్చి కలిశారు. వాళ్ళతో పాటుగా ఆ అమ్మాయి కూడా నడుస్తోంది అందరికన్నా చివరగా.

ఆ అమ్మాయిని చూడగానే ఎందుకనో నా ముఖం వికసించింది. మౌనంగా మా మాటలన్నన్నింటినీ వింటున్న ఆ అమ్మాయికి మేము 'కథతో పాద యాత్ర' చేస్తున్నట్లు అర్థమయ్యింది.

నేను రెండడుగులు వెనుకకేసి ఆ అమ్మాయిని కలసి, "మధ్యాహ్నం కలిసినప్పుడు నీ పేరడగడం మరచిపోయాను, ఇంతకూ నీ పేరేమిటి?" అని ప్రశ్నించాను. "భారతి" అని జవాబిచ్చింది ఆ అమ్మాయి.

"భారతీ నీవు ఈ ప్లేకార్డ్ పట్టుకొని కాస్త దూరం మాతో నడువమ్మా" అంటూ ఆమెకు "దేశమంటే మట్టి కాదోయ్, మనుష్యులోయ్" అన్న కార్డ్ నిచ్చి ఆమెతో పలికిస్తూ ముందుకు

నడిచాను.

భారతి కూడా ఉత్సాహంగా ఆ పదాన్ని శ్రవణానందంగా గట్టిగా పలుకుతోంది. ఆమె కళ్ళలో నూతన తేజం కనిపిస్తోంది. తానుకూడా విద్యార్ధిననే భావన తనలో బలంగా ఏర్పడిందనుకొంటాను. ఒక కిలోమీటర్ దూరం మాతో నడిచాక ఆమెకు ఓ వెయ్యి రూపాయిలనిచ్చి ఇక నీవు ఇంటికెళ్ళమ్మా అని దీవించి పంపేశాను.

చాలా సంవత్సరాలుగా రచనలు చేస్తున్న నాకు, ఆ రచనలు బాగా డబ్బును, పేరును సంపాదించి పెట్టటమేకాక, నా నవలల్ని సినిమాలుగా తీసిన నిర్మాతలను ధనవంతులను చేశాయి. నటులను స్టార్‌యాక్టర్లుగా మలచాయి. నా కుటుంబ సభ్యులకు అన్ని సౌకర్యాలను అమర్చి పెట్టాయి.

కానీ బ్రతుకు తెరువు కొరకు జరిగే వలసలు, గుక్కెడు నీటికై మైళ్ళకుమైళ్ళు నడుస్తున్న ప్రజానీకం పడే బాధల గురించి వచ్చే కథలను ఎప్పుడైనా పేపర్లలో చదివినా నాకేమీ పట్టనట్లుగా వదిలేసేవాణ్ణి.

ఈ 'కథతో పాద యాత్ర' కార్యక్రమంలో అక్షరాలబాటలో పరిచయం అయిన 'ఆ కళ్ళు' నన్ను మానవత్వపు దిశగా నడిపించాయి. భారతి కథ నాలోని సామాజిక స్పృహను తట్టి నిద్రలేపింది. "

ఎప్పుడూ మేధావి వర్గానికి, వాణిజ్యపరంగాను, మూడుగంటల వినోదానికి ఉపయోగపడే సినిమాలకు నవలలు, కథలు వ్రాసే నన్ను, ఈ నిరుపేదల కష్టాలు, కూడుగుడ్డల కొరకు వారుపడే తిప్పలను కథాంశంగా తీసుకొని ఎందుకు రచనలు చేయలేదు?" అని నా మనస్సు నన్ను ప్రశ్నించేలా చేసింది.

"ప్రపంచమంతటిని మార్చలేకపోయినా, ఈ భారతిని నా మానసపుత్రికగా భావించి ఆమె పేరు సార్ధకమయ్యేలా చక్కగా చదివించి, తన కాళ్ళపై తాను నిలబడేలా చేయాలి" అని అనుకున్నాను.

"భవిష్యత్తుపై దిగులుతో నీరునిండిన ఆ 'కళ్ళు' ఇక చంద్రుని చూసిన కలువలవలె నూతన తేజంతో వికసించాలి" అని భావిస్తున్న నా మనస్సు ప్రేరణతో, నా డైరీలో ఆ ఊరిపేరు వ్రాసిన నా చేతులు భారతి పేరు బదులుగా ఆ"కళ్ళ"ను చిత్రీకరించాయి.

★★★★★

"మూడో కోరిక"

(తెలుగు కళా సమితి, న్యూజెర్సీ, యు. ఎస్.ఏ., మరియు తెలుగు జ్యోతి వారి సంయుక్త ఆధ్వర్యంలో నిర్వహించిన "దీపావళి 2019 కథలపోటీ"లో సాధారణ ప్రచురణకు ఎంపికై, తెలుగు జ్యోతి ఉగాది-శ్రీరామనవమి ప్రత్యేక సంచిక (మార్చి-ఏప్రిల్ 2020)లో ప్రచురితమైన కథ)

ఆ రోజు శాస్త్రిగారిల్లు బంధుమిత్రులరాకతో కళకళలాడుతోంది. వారింట్లో పెళ్ళో మరేదైనా శుభకార్యమేమోనని చుట్టుప్రక్కల జనం చెప్పుకుంటున్నారు. కాఫీలు త్రాగుతూ హాల్లో బంధువులంతా కూర్చొని కబుర్లాడుకుంటున్నారు.

అన్నయ్యా! ఉద్యోగాలరీత్యా ఎక్కడెక్కడో ఉన్న మనం ఇలా హాయిగా మాట్లాడుకున్న సందర్భాలు ఈమధ్యకాలంలో చాలా తక్కువ. ఏదైనా పెళ్ళిళ్ళకు వచ్చినా ఓ పూట హడావిడిగా వచ్చి వెళ్ళిపోతున్నామేగాని అసలు మనమంతా మనసారా కలసి గడిపిన సమయమే లేదు. నీ షష్టి పూర్తి వేడుకను మీ అబ్బాయిలు ఈ హైదరాబాద్‌లోని మీ సొంతింటిలో చేస్తున్నారు. కనుక వాళ్ళు ప్లాన్ చేసిన ప్రకారం ఓ రోజు ముందుగా వచ్చాం. చిన్ననాటి ముచ్చట్లను, సంగతులను ఇంత ఆనందంగా పంచుకుంటున్నాం" అంది శాస్త్రిగారి చిన్న చెల్లెలు అనిత.

ఆ ఇంటికి పెద్దదిక్కైన శాస్త్రిగారికి ఇద్దరు చెల్లెళ్ళు ఓ తమ్ముడు ఉన్నారు. పెద్ద చెల్లెలు రాధా వాళ్ళు బెంగళూరులోను, అనితా వాళ్ళు ఢిల్లీలోను ఉంటున్నారు. తమ్ముడు వారి సొంతవూరైన మచిలీపట్నంలో ఉంటాడు.

జీవిత భీమా సంస్థలో పనిచేసిన శాస్త్రిగారు తన చివరి మూడేళ్ళ సర్వీసును హైదరాబాద్‌లోనే చేయడం, గత నెలలో రిటైర్ కావడం జరిగింది. శాస్త్రిగారికి భార్య కమలమ్మ, ముగ్గురు కొడుకులు ఉన్నారు. పిల్లలందరి చదువు సంధ్యలు పూర్తయినాయి.

పెద్ద కొడుకు రవికి వైజాగ్ స్టీల్‌ప్లాంట్‌లో ఉద్యోగం వచ్చిన తరువాత తెలిసిన వాళ్ళమ్మాయి వాణితో వివాహం చేశారు. రెండవ అబ్బాయి వాసు కూడా ముంబయ్‌లోని ఓ ప్రయివేట్ కంపెనీలో సాఫ్ట్‌వేర్ ఇంజనీర్‌గా పనిచేస్తున్నాడు. వాసుకు మాత్రం బయటి సంబంధం గీతతో పెళ్ళయింది. కోడళ్ళిద్దరూ ఉద్యోగాలలో ఉన్నారు. పెద్దవాడికి ఓఅబ్బాయి, రెండవ వాడికి ఓఅమ్మాయి సంతానం.

ఇక శాస్త్రిగారి ఆఖరి కొడుకు మధు, ఈ మధ్యనే BDS పూర్తి చేసి ప్రస్తుతం ఉద్యోగాన్వేషణలో ఉన్నాడు.

రవి పూజ పూర్తిచేసి హాల్లో అత్తల దగ్గరకొచ్చేసరికి, వాకింగ్‌నుండి వచ్చిన వాసు ఫ్రెషయ్యి వచ్చి వాళ్ళ దగ్గర కూర్చున్నాడు. అందరికీ ఫలహారాలనందించారు వాణి, గీతలు.

"మధు ఇంకా లేవలేదా?" అని అడిగింది రాధ.

"లేదత్తా! వాడు మనందరికంటే ముందుగానే లేచాడు. అయితే వాడు వాడి గది నుండి బయటకు రావటంలేదు" అన్నాడు వాసు.

"మేము దూరంగా ఎక్కడో ఒరిస్సా రాష్ట్రంలో ఓ మారు మూల ఉండటం, కాలేజిలో సీనియర్స్ చేసిన ర్యాగింగ్ వల్ల చదువు వత్తిడి తట్టుకోలేకపోయాడు వాడు. అసలే చిన్నప్పటి నుండి చాలా సెన్సిటివ్‌గా ఉండేవాడు. మొహమాటస్తుడు కావటంతో ఎవరికీ ఏమీ చెప్పకుండా మనసులోనే బాధపడుతూ ఈ స్థితికొచ్చాడు. మీ అన్నయ్య దగ్గరుండి ప్రస్తుతం వాడిని కౌన్సిలింగ్ చేస్తున్నారు. నిత్యం వాణ్ణి ఓ పసిపిల్లాడిని చూసినట్లుగా చూడాల్సి వస్తోంది" అన్నారు అప్పుడే అక్కడికొచ్చిన కమలమ్మగారు.

"ఈ కాలంలో కళాశాలలలో ర్యాగింగ్, ఆడపిల్లలపై యాసిడ్ దాడులు, అత్యాచారాలు, వేధింపులు చాలా ఎక్కువగా జరుగుతున్నాయి. మరో ప్రక్కన పూజలు, హోమాలు, యాగాలు, టీ.వి. ఛానల్స్‌లో పెద్దల ప్రవచనాలు, ఆధ్యాత్మిక ప్రసంగాలు కూడా ఎక్కువగానే ఉన్నాయి. అందువల్ల యువత ధర్మ మార్గంలో నడవటానికి అవకాశాలున్నాయి. అయినా ఎన్నెన్ని నేరాలు, ఘోరాలు జరుగుతున్నాయో మనం నిత్యం చూస్తూనే ఉన్నాం" అంటూ శాస్త్రిగారి తమ్ముడు తన ఆవేదననంతా మాటల రూపంలో బయట పెట్టాడు.

ఆ విధంగా మాటలతోనూ, మరుసటి రోజు ఏర్పాట్లతోను వారికి ఆ రోజు ఒక క్షణంలా గడిచిపోయింది.

షష్టిపూర్తిరోజు తెల్లవారుఝామునే వేడుకలు మొదలైనాయి. గణపతి హోమం, ఆయుష్హ హోమం, జల్లెడస్నానాలు మొదలైనవి పూర్తయిన తరువాత సత్యనారాయణస్వామివారి వ్రతం చేసుకున్నారు శాస్త్రిగారి దంపతులు. ఈలోగా బంధువులు, స్నేహితులు ఒక్కొక్కళ్ళుగా వచ్చి ఆ వేడుకలలో పాలుపంచుకున్నారు.

భోజనాలయ్యాక శాస్త్రిగారి తమ్ముడు, "అన్నయ్యా! సాయంత్రం మీకు అభినందన సభనేర్పాటు చేశాం, మీరు, వదిన కాసేపు విశ్రాంతి తీసుకోండి" అన్నాడు. పిల్లలతో కలసి ఆ సభ ఏర్పాట్లను చూడటానికి వెళ్ళాడు.

ఆ సాయంకాలం స్నాక్స్ పూర్తయ్యాక అంతా సమావేశమయ్యారు. ముందుగా పెద్ద చెల్లెలు రాధ మాట్లాడింది. తన పెళ్ళికి అన్నావదినలు ఎంతగా కష్టపడిందీ, అత్తగారింటిలో

తను ఓ కూతురిలా అడ్జెస్టు కావటానికి వదిన ఎన్ని మంచి సలహాలనిచ్చిందీ, తన పిల్లల బారసాలలు, అన్నప్రాసనలు వాళ్ళ చేతులమీదుగా ఎంత బాగా చేసిందీ, వారి ఆశీస్సులతో తన కాపురం మూడుపూలూ ఆరుకాయలుగా ఇప్పటి దాకా ఎంత చక్కగా సాగుతోందీ ఒక్కొక్క సంఘటనను గుర్తుచేసుకొంటూ చెప్పి అన్నావదినలకు నమస్కరించి కూర్చుంది.

రాధ తరువాత శాస్త్రిగారి తమ్ముడు మాట్లాడుతూ, "తన చదువు కోసం అన్నయ్య ఎంత తపన పడిందీ వివరిస్తూ చదువుకోకుండా స్నేహితులతో సినిమాలకనీ, షికార్లకనీ తిరుగుతూంటే చదువుకొనేకాలమెంత విలువైందో ఆ తరువాత చింతించి ప్రయోజనం లేదంటూ తన దగ్గరే ఉంచుకొని ఎలా చదివించిందీ" చెప్పారు. "తాను ఇంతటి ఉన్నత పొజిషన్‌కు రావటానికి అన్నయ్య ఇచ్చిన నైతిక, ఆర్థిక మద్దతు అంతా ఇంతా కాదు" అంటూ అన్నావదినలకు భార్యతో కలసి పాదాభివందనం చేశాడు.

చిన్న చెల్లెలు అనిత "నేను కాలేజి చదువు చివర్లో ఉండగా అన్నా వాళ్ళకు రవి పుట్టాడు. నా పెళ్ళికి ఖర్చు చేయాల్సి వచ్చినప్పుడు, వదిన తన నగలను బ్యాంకులో పెట్టి కొంత డబ్బూ, రవి చదువు కోసం దాచిన డబ్బును వాడిన సందర్భాన్ని గుర్తుచేసుకొంది. నా పెళ్ళి ఉన్నంతలో బాగా చేసి నన్ను ఒక మంచి కుటుంబంలోకి పంపించారు. అమ్మా నాన్నలు నన్ను కన్నారేగానీ, నాకయితే వీళ్ళే అమ్మా నాన్నలు" అంటూ ఉద్వేగంగా మాట్లాడింది.

బంధుమిత్రులంతా శాస్త్రిగారితో తమకున్న అనుబంధాన్ని గుర్తు చేసుకొంటూ వారి వల్ల తాము ఏమి నేర్చుకొన్నది, వారి సలహాలు, సూచనలు తమకు ఎంతగా ఉపయోగపడ్డాయో వివరించి చెప్పారు.

శాస్త్రిగారి పెద్దబ్బాయి రవి, "నాన్నగారు బాధ్యతల కావిడిని తాను మోస్తూ, మమ్మల్ని బంగారుపల్లకీలో ఊరేగించారు. చదువుల ప్రాముఖ్యాన్ని గుర్తించమంటూ మాకు మంచి చదువులను చెప్పించారు. నాన్నగారికి నేను 10వ తరగతికి వచ్చేవరకు ఒక సైకిలు ఉండేది. ఆ తరువాత స్కూటర్ కొనుక్కున్నారు. వారు పెద్ద హోదాలో రిటైరైనా కారు కొనలేదు. అంత నిరాడంబరమైన జీవితాన్ని గడిపారు.

నేను ఉద్యోగంలో చేరిన మూడు సంవత్సరాలకే కారు కొన్నాను. మొదటిసారి నా కారులో ఎక్కి, డ్రైవింగ్ చేస్తున్న నన్ను తదేకంగా చూస్తూ, ఘంటసాల వారి పాటలువింటూ మైమరచిపోతున్న నాన్న కళ్ళల్లో కనిపించిన ఆ ఆనందాన్ని నా గుండెలలో పదిలంగా దాచుకొన్నాను. అది నాకు ఎన్నటికీ మరచిపోలేని మధురానుభూతి. ఇలాంటి సంఘటనలు నా జీవితంలో చాలా ఉన్నాయి. అన్నింటిని చెప్పాలంటే సమయం చాలదు" అంటూ ముగించాడు.

"నాన్నగారు మాకొక రోల్ మోడల్. మా మెంటర్. మాకు చదువు, కెరీర్, అనుబంధాలు తప్ప ఈ బాధ్యత మీది అనిగాని, ఈ అప్పు మీరేతీర్చండి అనిగాని చెప్పలేదు.

అసలు మాకు సమస్యన్నదే తెలియనీయలేదు. ఇప్పటివరకు నాన్నగారు తన ఉద్యోగ బాధ్యతలతో ముంబయ్ లోని మా ఇంటికి ఇప్పటివరకు రానేలేదు. ఇకనైనా వారు మాతో ఉంటే వారి సలహాలను ఆనందాలను చూస్తూ మేము స్ఫూర్తి పొందుతాం" అంటూ రెండో అబ్బాయి వాసు చెప్పాడు.

"నేను అమ్మానాన్నలను చాలా మిస్ అయ్యాను. నాకు కాలేజిలో సమస్యలు వచ్చినప్పుడు చెప్పుకోవటానికి వాళ్ళు దూరంగా ఉన్నారు. అన్నలతో పోలిస్తే నా చదువుకు ఎంతో ఎక్కువ డబ్బు ఖర్చుపెట్టి నన్ను మెడిసిన్ చదివిస్తున్నారు. ఇంకా నా బాధలను చెప్పి వారికి ఒక సమస్య కాకూడదనుకున్నాను. అందుకే వాళ్ళు ఫోన్‌చేస్తే బాగానే ఉన్నానని చెప్పేవాణ్ణి. కాలేజిలో చదువంతా అస్తవ్యస్తంగా మారింది. ర్యాగింగ్ అంటూ నాసీనియర్స్ నాపై చేసిన దాడులు అంతా ఇంతా కాదు. విలువైన నా పుస్తకాలను దాచేసి, కాలేజిలో ఎక్కడో పెట్టాం వెత్తుక్కోమనేవారు.

ప్రిన్సిపాల్‌కు చెపుతానంటే "నిన్ను ఇక కాలేజికి రాకుండా చేస్తామంటూ బెదిరించేవారు". ఏమి చెయ్యాలో అర్థమయ్యేది కాదు. ధైర్యం చేసి పైవాళ్ళకు రిపోర్ట్ చేసినా, వాళ్ళు "ఇదంతా మామూలే, మీ ఇంట్లో నీకు అన్నలుంటే నిన్ను ఆట పట్టించకుండా ఉంటారా? సర్దుకుపోతే గొడవలుండవు కదా" అని నాకే నచ్చచెప్పి పంపించే వారు.

"సిగరెట్లు కాల్చమంటూ, మందు తాగమంటూ, వాళ్ళు చేసిన వత్తిడికి నాకు కాలేజికి వెళ్ళాలంటేనే భయం వేసేది" అంటూ దుఃఖం రాగా చెప్పటం ఆపేశాడు మధు.

కాసేపటి తరువాత, ఓ సంవత్సరం ఖాళీగా ఉండి, అమ్మా నాన్నల సాయంతో కాస్త తేరుకున్నాను. అదృష్టవశాత్తు నా మెడిసిన్ పూర్తయ్యింది. నాకింకా జాబ్ రాలేదు. నాన్నగారికి నాబాధ్యత ఇంకా మిగిలివుంది. నేను సంపాదించి పెట్టాల్సిన వాణ్ణి, ఇప్పుడు రిటైరయ్యాక కూడా వారికి భారంగా ఉండాల్సి వస్తోంది. అన్నలలాగా..." బాధతో, దుఃఖం పొంగుకురాగా మాట పెగలక తన రూం లోకి వెళ్ళిపోయాడు మధు. బాబాయి అతని వెనుకనే వెళ్ళి ధైర్యం చెపుతూ కూర్చున్నాడు.

"వదినా! నీ సహాయం, సహకారం లేనిదే అన్నయ్య ఇవన్నీ సాధించేవాడు కాదు. నీ మాటల్లో నీకేమైనా ఆశలు, ఆశయాలూ ఉన్నాయా? ఏమైనా ఉంటే అన్నయ్య ముందు చెప్పు" అని అనిత అంది.

కమలమ్మగారు, "మీ అన్నయ్య తన వైపు వారినే కాదు, నా వైపు వారిని కూడా తరతమ బేధం లేకుండా చూశారు. చూస్తున్నారు. అందుకు ప్రత్యక్ష ఉదాహరణ మా అమ్మను తెచ్చి తన కన్నతల్లిలాగా చూస్తున్నారు. నాకు మంచి భర్త, మాణిక్యాలవంటి పిల్లలు దొరికారు.

అంతా బాగానే ఉంది. మధు కూడా ఓ ఉద్యోగంలో చేరితే, వేరే ఏ ఆశలు నాకు లేవు. అందరికీ దీవెనలు" అంటూ క్లుప్తంగా ముగించారు.

మధు రూం నుండి తిరిగి సభలోకి వచ్చిన శాస్త్రిగారి తమ్ముడు, "అన్నయ్యా! ఇక నీ వంతు. ఇంత కష్టపడి మమ్మల్ని కూడా నీ కన్నబిడ్డలలాగానే పోషించావు. అయితే నీకు కూడా కొన్ని కోరికలుండవచ్చును కదా? నీ మనస్సులో ఉన్న కోరికలేమిటో మాతో చెప్పు. ఇప్పుడు నీకు చాలా సమయం, రిటైరయ్యాక వచ్చే డబ్బుండి ఉంటుంది. ఏమైనా వ్యాపకం పెట్టుకుంటావా? నీ జీవితయానంలో తీరని ప్రత్యేకమైన కోరికలుంటే ఇప్పుడు తీర్చుకుంటావా?" అంటూ అన్నయ్యను అడిగాడు,

తమ్ముడడిగిన ప్రశ్నలకు సమాధానమిస్తూ శాస్త్రిగారు, "నాకు ముందు నుండి ఇద్దరి చెల్లెళ్ళకు మంచి పెళ్ళి సంబంధాలను తేవాలని, తమ్ముడు బాగా చదివి, మంచి ఉద్యోగంలో చేరాలని, చివరిగా నా కొడుకులు కూడా మంచి చదువులతో సమాజంలో మంచి స్థానంలో ఉండాలనేవి ప్రధానమైన కోరికలు. భగవత్ కృపవల్ల అవి అన్నీ కూడా తీరిపోయాయి".

"ఇక పూర్తిగా నా వ్యక్తిగతమైన కోరికలంటూ ఏమీ లేవుగాని, నాకు చిన్నప్పటి నుండి క్రికెట్ ఆటంటే చాలా ఇష్టం. రేడియో కూడా కొనలేని పరిస్థితులలో ఉన్న మాకు, ఉద్యోగం వచ్చిన తరువాతగాని రేడియోలో క్రికెట్ కామెంట్రీ వినడం జరగలేదు. టీ.వీలు అందుబాటులోకి వచ్చాక నేను దానిని కొనటానికి చాలా సమయమే పట్టింది. ఓనీడా కలర్ టీ.వీ నేను కొన్న తరువాత మొదటిసారిగా ఇండియా–ఆస్ట్రేలియా మ్యాచ్‌లను తెల్లవారుఝామునే లేచి చేతిలో కాఫీకప్పుతో ఆనందంగా చూసేవాణ్ణి. కొందరు మిత్రులు హైదరాబాద్, వైజాగ్, బెంగళూర్లలో జరిగిన క్రికెట్ ఆటను స్టేడియంలో కూర్చుని చూసొచ్చాం అని ఉత్సాహంగా చెపుతూంటే నాకా భాగ్యం ఎప్పటికో అనిపించేది"

"మన దేశంలోని అందమైన ప్రదేశాలను చూడాలని, తీర్థయాత్రలు చేయాలని ఉత్సాహంగా ఉండేది. కానీ అలా యాత్రలు చేయటానికి సరిపడినంతగా డబ్బు ఉండేది కాదు. ముఖ్యంగా కాశీ, రామేశ్వరం చూడాలని అనుకునే వాణ్ణి". ఇప్పుడంతా తీరుబడే కదా తప్పకుండా చూస్తాం.

ఓ సారి పేపర్‌లో "తక్కువ సమయంలో సింగపూర్ సాధించిన అభివృద్ధి" అనే అంశం చదవటం జరిగింది. "ఆదేశ ప్రధానమంత్రి ప్రజలతో మమేకమై, వారి భాగస్వామ్యంతో పలు పథకాలను అమలుపరచినతీరు, ఉచితాలు, రద్దులు లేకుండా ప్రజల కష్టాన్ని పెట్టుబడిగా పెట్టి ప్రజలందరికి స్వంత ఇళ్ళు సమకూర్చటంతో వారి మనసులను గెలుచుకోవటం, అదే కారణంగా ఇన్నేళ్ళనుండి ఆ దేశానికి ఒకేవ్యక్తి ప్రధానమంత్రిగా ఏకగ్రీవంగా ఎన్నిక కావటం, ఆయన అవినీతికి, బంధుప్రీతికి ఆమడదూరంలో ఉండి ప్రజలను ఆత్మబంధువులుగా

మార్చుకొని దేశాభివృద్ధికి వారి సేవలను వాడుకుంటున్న విధానం, ఆదేశ ప్రగతికి కారణాలుగా వ్రాసారు. అందుకే ఆరోజునే ఒక్కసారన్నా సింగపూర్ వెళ్ళిరావాలనిపించింది".

ఆదేశ అభివృద్ధిని సామాన్యుడనైన నేను కళ్ళారా చూచి ఓ నోట్ వ్రాసి మన ప్రభుత్వానికి పంపాలని, అంతదాకా నాకు ఆ భగవంతుడు ఆయుష్షు ఇవ్వాలని, మన దేశ అభివృద్ధికి తపనపడేవారికి ఆ నోట్ ఉపయుక్తం కావాలన్నది నా కోరిక.

ఓపిక, ఉత్సాహం, పట్టుదలలుంటే, ఏపనైనా సాధ్యమేనని నేను నమ్ముతాను. నా సెకండ్ ఇన్నింగ్స్‌ను మంచిపనులు చేయటానికి వాడుకొంటాను. ఇష్టమైన పనులను చేస్తూంటే లైఫ్ స్పాన్ పెరుగుతుందనేది మీ అందరికి తెలిసిన విషయమే కదా. ఇక నా మూడో కోరిక..." అని ఆపేశారు శాస్త్రిగారు.

"చెప్పండి అన్నయ్యా, మీ మూడో కోరిక ఏమిటో మమ్మల్ని సస్పెన్స్‌లో పెట్టకండి" అన్నాడు శాస్త్రిగారి తమ్ముడు.

"ఆ కోరిక ఏమిటో సమయం వచ్చినప్పుడు తప్పకుండా చెపుతాను. అప్పుడు మీ అందరికీ ఫోన్ చేస్తాను. ఇలాగే మీరంతా తప్పకుండా రావాలి. తొందరలోనే ఆ రోజు రావాలని ఆశిస్తూ, మీ అందరు ఇంత శ్రమ తీసుకొని ఈ కార్యక్రమాన్ని నిర్వహించినందులకు ఆశీస్సులను అందజేస్తున్నాను" అంటూ శాస్త్రిగారు తన మాటలను ముగించారు.

"పిల్లలూ, నాన్నగారి ఆశయాలు, ఆయన వ్యక్తిగత కోరికలను విన్నారుకదా. మరి వాటిని తీర్చటానికి మీ ప్రయత్నాలను మొదలుపెట్టండి. ఒరే రవీ! నీవు ఉద్యోగరీత్యా ప్రస్తుతానికి వైజాగ్ వదిలిరాలేవు కనుక, నాన్నగారికి క్రికెట్ మ్యాచ్‌ని చూపించే బాధ్యతను నీవు తీసుకుంటే బాగుంటుంది. అలాగే నాన్నగారికున్న సింగపూర్ చూడాలనే కోరికను తీర్చే బాధ్యతను వాసు తీసుకుంటాడు" అన్నారు శాస్త్రిగారి తమ్ముడు.

రవికి పుస్తక పఠనమంటే బాగా ఇష్టం. క్రికెట్ మ్యాచ్ వస్తూంటే టి.వీ ఛానల్స్ మార్చేసేవాడు. శాస్త్రిగారు చూస్తున్నప్పుడు మాత్రం ఛానల్స్ మార్చలేక గుడికెళ్ళటమో, లైబ్రరీకెళ్ళటమో చేసేవాడు. అందుకే రవి ఏమంటాడోనని, "రవీ! మొదటి ఛాన్స్ నీకే వచ్చింది" అంటూ మేనత్తలు అతన్ని ఆట పట్టించారు.

అలాగే ప్రాజెక్ట్ పనులు వచ్చి కంపెనీ తరుపున చాలాసార్లు అమెరికాకు, ఆస్ట్రేలియాకు వెళ్ళే ఛాన్స్ వచ్చినా, నాకు విదేశాలంటే మోజులేదు, నా మాతృభూమి భారతదేశాన్ని వదలి ఎక్కడకూవెళ్ళననే వాసు, చిన్నప్పుడు రామకృష్ణామిషన్ కెళ్ళి ఆ పరమహంస రామక్రిష్ణుని, వివేకానందుని పుస్తకాలను, బోధనలను చదివి ఆ సూక్తులను తన రూం గోడలనిండా వ్రేలాడతీసుకున్న, వాసుని కూడా మరి "ఇప్పుడు సింగపూర్ పరిస్థితి ఏమిట్రా?" అంటూ ఛలోక్తులను విసిరారు.

పెద్దవాడు, "నాన్నగారు నేను చదువుకొనేటప్పుడు ఏదడిగినా కొనిపెట్టేవారు. నచ్చిన చదువును చెప్పించారు. వారి ఈ చిన్న కోరికను నేను తీర్చలేనా? తప్పకుండా వారి కోరికను త్వరలోనే తీరుస్తాను. త్వరలో బెంగళూర్ లో జరిగే ఆస్ట్రేలియా–ఇండియా మ్యాచ్‌ను నాన్నకు చూపిస్తాను" అన్నాడు.

"అన్నయ్యకిష్టంలేని క్రికెట్ మ్యాచ్ చూపించటానికి వాడు తయారు అయ్యాడు కదా! అలాగే నేనూ నా మనసును సిద్ధం చేసుకుంటాను. ఇక్కడ నాన్నగారి కోరిక ప్రధానమేగానీ మా ఇష్టాయిష్టాలకు ప్రాధాన్యతనివ్వకూడదు. మా కంపెనీ ప్రాజెక్ట్స్ సింగపూర్‌లో కూడా ఉన్నాయి. వెంటనే నేనే అప్లికేషన్ పెడతాను. ఆ ప్రాజెక్ట్ వస్తే అమ్మా నాన్నలను వెంటబెట్టుకొని అన్నీ చూపిస్తాను. అక్కడే ఉండిపోవాలని నాన్నగారు అనుకోవటంలేదు. నాకు కూడా ఆ ఉద్దేశ్యం లేదు. అక్కడున్న తెలుగు సంస్థల ద్వారా, చికాగోలో ప్రసంగించిన వివేకానందునివలె భరతజాతి గొప్పతనాన్ని వినిపించి వస్తాను" అన్నాడు వాసు.

"నాన్నగారితో పాటుగా ఇక్కడే ఉంటాను కాబట్టి, ఆయన మూడో కోరిక ఏమిటో తెలుసుకొని వారు ఏది చెప్పినా నేను తీరుస్తాను. నా చదువుకు తగ్గ జాబ్ రాకపోయినా, వేరే ఏదైనా ఉద్యోగంలో వెంటనే చేరతాను. వారికి చేతికర్రలా ఆసరాగా ఉంటాను" అన్నాడు తిరిగి సభలోకి వచ్చిన మధు.

"మీరంతా బలవంతపెట్టటంవల్ల నా కోరికలంటూ చెప్పానుకానీ పిల్లల్ని ఇబ్బంది పెట్టే ఉద్దేశ్యమేమి నాకు లేదు. నా ప్లాన్స్ నాకున్నాయి" అన్నారు శాస్త్రిగారు.

"నాన్నగారు, ఇన్నాళ్ళకు మీకు సేవచేసే చిన్న అవకాశాన్ని మాకు ఇచ్చారు, దానిని సక్రమంగా నెరవేర్చేలా దీవించండి" అంటూ ముగ్గురు కొడుకులు తండ్రికి నమస్కరించి, ఆలింగనం చేసుకున్నారు.

ఆ దృశ్యాన్ని చూసిన అందరి కళ్ళు చెమర్చాయి. "కంటే ఇలాంటి కొడుకులనే కనాలి" అనుకున్నారు.

"నీ పిల్లలు ఎంత బుద్ధిమంతులన్నయ్యా, తండ్రి కోరికను తీర్చటానికి ఏమాత్రం వెనుకాడని ఇలాంటి పిల్లలున్నందుకు నీ జన్మ సార్ధకమైందిరా" అన్నారు శాస్త్రిగారి చెల్లెళ్ళు.

మరుసటి రోజు ఎవరి ఊళ్ళకు వారు వెళ్ళిపోయారు. ఇల్లంతా బోసి పోయింది.

కాలచక్రం గిర్రున తిరిగి, అప్పుడే శాస్త్రిగారు రిటైరయి రెండేళ్ళు గడిచిపోయాయి. ఆ రోజు శాస్త్రిగారి మిత్రులు కొందరు ఆయనను చూడటానికి వచ్చారు. కమలమ్మగారు వచ్చిన వారినందరిని కూర్చోపెట్టి శాస్త్రిగారిని పిలవడానికి లోపలకెళ్ళారు.

"ఓ! సుగుణాకర్, ప్రసాద్ ఎలా ఉన్నారు మిమ్మల్నందరిని చూసి చాలారోజులయ్యింది" అంటూ ముఖం విప్పారగా స్నేహితులను పలకరిస్తూ శాస్త్రిగారు వచ్చి వాళ్ళ ప్రక్కన కూర్చున్నారు.

"మేమంతా బాగానే ఉన్నామండి శాస్త్రిగారు! మీరెలా ఉన్నారు? ఈ ఇంటి గృహప్రవేశానికి వచ్చాం కదా, అందువల్ల మీ ఇల్లు గుర్తుండిపోయింది. మీరున్నారో లేదో అనుకుంటూ, కింద వాచ్‌మెన్‌ను అడిగితే, ఉన్నారని చెప్పాడు. మా అదృష్టం కొద్దీ మీరు ఏ వైజాగో, ముంబయో లేదా ఏ యాత్రలకో వెళ్ళకుండా ఇక్కడే ఉన్నందుకు, మిమ్మల్ని ఇలా కలసినందుకు చాలా సంతోషంగా ఉంది. మీ విశ్రాంత జీవితం ఎలా గడుస్తోందో చెప్పండి?" అన్నారు.

"రిటైరయిన ఆరునెలలకు, ఓరోజు, మా పెద్దబ్బాయి నన్ను బెంగళూర్ తీసుకెళ్ళి చిన్నస్వామి స్టేడియంలో క్రికెట్ మ్యాచ్ చూపించాడు. జీవితంలో అలా మ్యాచ్ చూడటం మొదటిసారి" అంటున్న శాస్త్రిగారి మాటలకు అడ్డువచ్చారు కమలమ్మగారు.

"అయ్యిందా ముచ్చట? ఈ క్రికెట్ పిచ్చి రిటైరైనా తగ్గలేదు. ఓ సినిమాగాని, సీరియల్ గాని చూడనివ్వరు. పొద్దస్తమానం క్రికెట్ మ్యాచ్‌లను లైవ్‌లోనో, పాతమ్యాచ్‌లనో చూస్తూంటారు ఈయన" టీలనందిస్తూ వాళ్ళకి ఫిర్యాదు చేసారు కమలమ్మగారు.

"సార్! మీరు మీ కలను తీర్చుకున్నారే! చూస్తే క్రికెట్ మ్యాచ్ స్టేడియం లోనే చూడాలి అన్నమాటను మీ నోటి వెంట ఎన్నో సార్లు విన్నాం. ఉద్యోగంలో ఉన్నప్పుడు, డబ్బులుండాలి, మ్యాచ్ ఉన్న సమయంలో సెలవు దొరకాలి, ఇలా ఎన్నో అడ్డంకులు. మ్యాచ్‌ను బాగా ఎంజాయ్ చేసుంటారు" అని అన్నారు మిత్రులు.

"ఆ జనాల మధ్యన ఈయనగారు కూడా చిన్నపిల్లాడిలా అరుపులు కేకలూ వేశారని మా అబ్బాయి చెపుతూంటే, 'వృద్ధులది చిన్నపిల్లల స్వభావమే' అని ఎందుకంటారో నాకర్థమయ్యింది. ఇవిగో మీ శాస్త్రిగారి క్రికెట్ సంబరాలు ఇక్కడే ఉన్నాయి" అంటూ కొన్ని ఫోటోలనందించారు కమలమ్మ గారు.

జీన్స్‌ప్యాంట్, 'ఇండియా' అని రాసివున్న టీ షర్ట్, తలపై హ్యాట్, చేతిలో 'Limca' సీసాతో కనిపిస్తున్న శాస్త్రిగారిని చూసిన సుగుణాకర్, "మీ వయస్సు అసలు కనిపించటం లేదండీ, మేడం అన్నట్లుగా చిన్నపిల్లడిలాగానే ఉన్నారు మీరు" అన్నారు.

"ఏమైనా శాస్త్రిగారు జల్సారాయుడై పోయారే రిటైరైనాక" అంటున్న మిత్రుల మనస్సులో కొంత ఈర్ష్య తొంగిచూసిన మాట వాస్తవం.

"అవే ఏమి చూశారు! ఇవి చూడండి" అంటూ సింగపూర్ లో తీయించుకొన్న ఫోటోలనందించారు కమలమ్మగారు.

పెద్ద పెద్ద బిల్డింగ్స్‌వద్ద వాసుతో పాటునుంచున్న శాస్త్రిగారి ఫోటోను చూపిస్తూ "సార్! ఇవేమైనా ఆఫీసులా?" అని అడిగాడు ప్రసాద్.

"అక్కడి ప్రభుత్వం, ప్రజల ఉమ్మడి సహకారంతో నిర్మాణమైన పేదలఇళ్ళవి. దేశా ఆర్థికాభివృద్ధిలో ప్రజలంతా పాలుపంచుకుంటారు. సోమరితనం అన్నది అక్కడ కనిపించదు. ప్రజలకు నివాసం, వైద్యం, విద్య మొదలైన అన్ని విషయాలను ప్రభుత్వమే చూసుకుంటుంది. అందువల్ల ప్రజలంతా నిశ్చింతగా నిస్వార్థంగా పనిచేయడానికి అలవాటు పడ్డారు.

అందువల్లనే దశాబ్దాలనుండి ఏకైక పార్టీ పరిపాలిస్తున్న సిసలైన ప్రజాస్వామ్య దేశంగా స్ఫూర్తిని కలిగిస్తోంది. మిగిలిన ప్రపంచ దేశాలకు ఆదర్శప్రాయంగా నిలచింది. మన దేశంతో పోల్చుకుంటే ఎంతో చిన్నదైనా, అభివృద్ధిలో మనకందనంత ఎత్తులో ఉన్నదా దేశం.

నేను కేవలం వినోదం కోసమో, ఆదేశాభివృద్ధిని చూడటానికి మాత్రమే సింగపూర్ వెళ్ళానని మీరనుకోవద్దు. ఆ యాత్రను నేను విజ్ఞాన యాత్రగా మలచుకున్నాను. త్వరలో తగిన సలహాలు, సూచనలతో ఆదేశాభివృద్ధిపై ఒక వ్యాసం వ్రాసి, మన ప్రభుత్వానికి పంపుతాను. మా మధు ఆపనిలోనే ఉన్నాడు" అంటున్న శాస్త్రిగారి కళ్ళల్లో వారు సింగపూర్ యాత్రలో పొందిన ఉద్వేగమంతా కనిపించింది.

ఇంతలో మధు అక్కడికొచ్చాడు. "ఇడిగో వీడే మా మూడో అబ్బాయి మధు. B.D.S చేసి మాకు తెలిసిన నర్సింగ్‌హోంలో డాక్టర్‌గా పనిచేస్తున్నాడు. వాడితోడు మాకు, మాఆలంబన వాడికి అవసరమని తెలుసుకున్న నేను వాడి కొరకే హైదరాబాద్‌లో, సొంత ఇంటిలో ఉంటున్నాను" అన్నారు శాస్త్రిగారు.

"బాగుందండీ! మీ కిష్టమైన పనులతో హాయిగా, ఆరోగ్యంగా, విశ్రాంతిగా ఉండండి, ఇక మేము బయలుదేరుతాం" అంటూ మిత్రులంతా వెళ్ళిపోయారు.

మరో నాలుగు నెలలకు శాస్త్రిగారింట్లో బంధుమిత్రులంతా ఓ మంచి కార్యక్రమానికి కలిశారు. భోజనాలైనాక, శాస్త్రిగారు తమ్ముడితో, "ఒరేయి, నా షష్టిపూర్తినాడు నా 'మూడవ కోరిక' ఏమిటో చెప్పమన్నారు కదా, అది మా మధు సాయంచేసి, తీర్చేశాడురా. మనమంతా ఇప్పుడు ఓ ప్రదేశానికి వెళ్ళబోతున్నాం. రెండు క్యాబ్స్ బుక్‌చేయరా" అంటూ మధుకి పురమాయించారు.

అంతా కలసి ఉస్మానియా మెడికల్ కాలేజి దాటి రెండు కిలోమీటర్ల దూరంలో ఉన్న ఓ ఆఫీస్ దగ్గరకు వచ్చారు. "ఆసరా" అన్న బోర్డ్ వారి చూపులనాకర్షించింది. రెండు చిన్న గదులతో ఉన్న ఆఫీస్ అది.

శాస్త్రిగారు ఆ ఆఫీస్ గురించి చెపుతూ, "ఇది ఒక కౌన్సలింగ్ సెంటర్. నేను, నా భార్యా మధు గురించి పడ్డ వేదన మరి ఏ అమ్మానాన్నలు పడకూడదు. ఆవిధంగా ర్యాగింగ్,

వేధింపులు, యాసిడ్ దాడులు, వరకట్న సమస్యలు, మొదలైన వాటికి బలవుతున్న పిల్లలందరికి ఇక్కడ కౌన్సలింగ్ ఇచ్చి ధైర్యం కలిగిస్తాం. వారికి భవిష్యత్తుపై భరోసాను కల్పిస్తాం. అలాగే ఇలాంటివి చేసే పిల్లలను, వారి తల్లిదండ్రులను పిలిచి వారికి సరైన కౌన్సిలింగ్ చేయటం జరుగుతుంది. ప్రభుత్వం వారు ఏర్పాటు చేసిన "షీ టీంస్" వల్ల కొంత ప్రయోజనమున్నా, అసలు మూలాలను పెరికివేస్తేగాని ఈ వ్యవస్థలో మార్పురాదు. అందుకనే సమాజసేవ చేయాలనే దృక్పధమున్న కొంతమంది సైకాలజిస్టులను, డాక్టర్లను పిలిచి వారితో కౌన్సిలింగ్ ఇప్పించటం జరుగుతుంది.

నా మూడవ కోరికకు ప్రేరణగా నా మూడవ కొడుకే నిలవడం యాదృచ్ఛికం. మధు కూడా గత సంవత్సరంగా నా కౌన్సిలింగ్ లోనే ఉత్తేజితుడై జాబ్‌లో చేరాడు. దానితో నా మీద నాకు నమ్మకం కుదిరి, ఈ "ఆసరా" ను స్థాపించాను. జీవితంలో దెబ్బతిన్న పిల్లలందరికి, మంచి దారిలోకి రావటానికి, ఆత్మవిశ్వాసంతో నడవటానికి ఈ సంస్థ సహాయపడుతుంది. రామాయణ, భారత పురాణాలలోని ఉదాహరణలను, దేశం కోసం జీవితాలను ధారపోసిన గొప్ప వ్యక్తుల జీవిత ఘట్టాలను చిన్నచిన్న డాక్యుమెంటరీలుగా తయారుచేసి ఈ కౌన్సిలింగ్‌లో వాడుకోవటానికి ప్లాన్ చేశాను" అంటూ తన బంధుమిత్రులకు "ఆసరా" కు, తన మూడవ కోరికకు గల సంబంధాన్ని వివరించి చెప్పారు.

శాస్త్రిగారి 'మూడవ కోరిక' అన్నింటికన్నా భిన్నమైంది, గొప్పది అని అందరికీ అనిపించింది.

★★★★★

"ప్రేరణ"

("సిరిమల్లె తెలుగు భాషా సౌరభం" వెబ్ మాగజైన్, 'మే, 2021' నెల సంచికలో ప్రచురితమైనది)

డెబ్బై ఏళ్ళ కాంతారావుగారు విశాఖ స్టీల్‌ఫ్యాక్టరీలో పనిచేసి ప్రస్తుతం కొడుకు శేఖరం దగ్గర విశ్రాంత జీవితాన్ని ప్రశాంతంగా గడుపుతున్నారు.

ఒక్కడే కొడుకు కావటంతో గారాబంగా పెరిగిన మనవడు సందీప్ బీ.టెక్ పూర్తిచేసి సాఫ్ట్‌వేర్ ఉద్యోగం చేస్తూ ప్రస్తుతం వున్న కరోనా సంక్షోభం వల్ల "వర్క్ ఫ్రం హోం" తో వైజాగ్‌లోనే తండ్రి దగ్గర ఉంటున్నాడు. ఎంతసేపూ "కాల్‌లో ఉన్నాను" అనే సందీప్‌తో ఆదివారాలు తప్పితే ఎక్కువగా మాట్లాడే అవకాశమే కుదరదు కాంతారావుగారికి. అందుకనే కళ్ళు కనబడటంలేదనే మిషతో రోజూ ఉదయమే సందీప్‌తో పేపర్ చదివించుకునే పని పెట్టుకున్నారు.

"తాతగారూ! మీరు టిఫెన్‌తినడం పూర్తయ్యిందా? కాఫీ తాగారా? మీకు పేపరు చదివి వినిపించి నా పనులు చూసుకుంటాను" అన్న సందీప్ మాటలు వినబడ్డా, వినబడనట్లు నటిస్తూ, నవ్వుకుంటూ "ఏమిట్రా కన్నా! నీలో నీవు గొణుక్కుంటున్నావు. మరోసారి చెప్పు నాకేమి అర్ధంకాలేదు" అన్నారు కాంతారావుగారు.

తాతగారి మాటలకు "ఛా! ఈ ముసలాళ్ళొకరు చాదస్తంతో విసిగిస్తూంటారు" అని సణుక్కున్నాడు సందీప్.

ఇంతలో అటుగా వచ్చిన శేఖరం "ఏరా! తాతగారు పెద్దవారైనారు. నీతో ఓ అరగంటైనా గడపాలనే కోరికతోనూ, నీకు తెలుగు రావాలనే ఆశతోనూ పేపర్ చదివించుకుంటున్నారు. దానికేంటి పెద్ద ఫోజులిస్తావు? ఇప్పుడు నీవు బయటకెళ్ళి చేసే రాచకార్యాలేమున్నాయట?" అన్నాడు కోపంగా.

"చాలు, చాలు నాన్నా! ఆ పేపర్ ఇటివ్వండి" అంటూ విసురుగా లాక్కున్నంత పని చేసి, "తాతగారూ ఇక వినండి" అని పేపర్‌లోని హెడ్‌లైన్స్ చదవటం మొదలుపెట్టాడు బిగ్గరగా.

"రాష్ట్రానికి కరోనా టీకాలు వచ్చేశాయి! ముందుగా డాక్టర్లు, నర్సులు, పారిశుధ్య కార్మికులకు అందజేస్తారుట. విశాఖ ఉక్కు ఇక ప్రయివేట్ పరం. ఆంధ్రుల భవితను కాలరాస్తున్న కేంద్రం" అని చదువుతున్నాడు సందీప్.

"ఆగరా ఆగు! మన విశాఖ స్టీల్స్‌ను అమ్మేస్తున్నారా? ఎంత దారుణం. ఎందుకురా అమ్మటం? ఏమైనా అవకతవకలుంటే సరిచేయాలిగానీ, అమ్మేస్తారా? మన ఆంధ్రుల హక్కుగా దాన్ని పొందటానికి చదువులు మానేసి, ప్రాణాలొడ్డి , ఆమరణ నిరాహార దీక్ష సాగించిన యువకుల త్యాగఫలంగా సాధించుకున్న తీపి కలరా మన ఉక్కు ఫ్యాక్టరి.

ఒక ప్రక్క నీలి సముద్రం, మరో ప్రక్కన స్టీల్‌ప్లాంట్ మన విశాఖకు ఠీవిని తెచ్చిపెట్టాయి. ఆ ఫ్యాక్టరీని చూస్తున్నపుడల్లా ఉద్యమంలో పాల్గొంటూ పోలీసుకాల్పులలో ప్రాణాలు విడచిన నా అన్నగారు గుర్తుకు వస్తారు.

1956లో ఆంధ్రప్రదేశ్ రాష్ట్రమవతరించిన తరువాత దాదాపుగా 15 సంవత్సరాలు పోరాడితే వచ్చిన తీపి గుర్తు. ఇప్పటివలె పార్లమెంట్‌లో వార్షిక ప్రణాళిక అంటే ఉచితాలు, సబ్సిడీలు కాక అప్పటి ప్రభుత్వాలు ప్రతి ప్రణాళికలోనూ ఏదో ఒక ప్రాజెక్ట్‌ను దేశాభివృద్ధికి రూపొందించేవారు. అలా మన ఉక్కు ఫ్యాక్టరీకొరకు అనేక మంది తమ విలువైన భూములను దానం చేశారు. ఈ ఫ్యాక్టరీ ద్వారా మన రాష్ట్రాన్ని, తద్వారా దేశాన్ని అభివృద్ధి పథంలో తీసుకెడతారని, స్థానిక ప్రజలకు ఉద్యోగాలొచ్చి వలసలు ఆగుతాయని ఆలోచించే ఆనాటి ప్రజ అంత గొప్ప ఉద్యమాన్ని నడిపారు.

అప్పటి తరంవారు చదువులు, కొలువులు, భూములు పోగొట్టుకుని సాధించుకున్న ఉక్కు ఫ్యాక్టరీని ఇప్పుడు ప్రయివేటు పరంచేస్తే, వారి ఆశయానికి వెన్నుపోటు పొడిచినట్లుకాదా? విశాఖ ఖ్యాతిని తన ఉక్కు ఎగుమతులద్వారా రెపరెపలాడించిన సంగతిని మన 'నల్లదొరలు' మరచిపోయినట్లున్నారు.

దాని అభివృద్ధిలో ఇప్పటి వృద్ధుల భాగస్వామ్యం ఎంతో ఉంది. నాటి యువత 'నేను, నా రాష్ట్రం, నా దేశం' అంటూ జాతీయ భావాలతో ఎదిగిందిరా. మరి మీరో.." ఆవేదన, ఆవేశం కలగలసి ఆయాసం రాగా ఆగిపోయారు కాంతారావుగారు.

"నాన్నగారూ! ఊరుకోండి. ముందు కాసిని మంచినీళ్ళు తాగండి. ' చెవిటి వాళ్ళ ముందు శంఖం ఊదుతారెందుకు'. మనం చేయాల్సింది మనం చేద్దాం" అని ఊరడించాడు శేఖరం.

సందీప్‌ను పక్కకు తీసుకెళ్ళి, "తాతగారు ఈవార్త విని చాలా బాధపడుతున్నారు. నువ్వాయనతో వాదించి విసిగించకు. మీకు చరిత్ర అంటే బోర్. ఎంతసేపూ స్మార్ట్‌ఫోన్స్, వీకెండ్

పార్టీలు, సినిమాలు, షికారులు, పబ్‌లు వీటితో మీ జీవితం గడిపేస్తున్నారు. మీకీ విషయాలను తెలుసుకునే ఓపిక, ఆసక్తి లేదు.

మరి మాతరం వాళ్ళం తల్లిదండ్రుల ఆదర్శాలను, ఆశయాలను అందిపుచ్చుకుని ఇంత కాలం ముందుకు నడిచాం. అందుకే ఈ వార్త మమ్మల్ని అంతగా కదిలించింది.

మీ తరానికి గాంధీగారంటే కరెన్సీ నోట్‌పై ఉన్న బొమ్మ. ఆయన జయంతినాడు సెలవు తీసుకుంటారుగానీ ఆయన చేసిన గొప్ప పనులు తెలియవు. తెలుసుకునే ప్రయత్నమైనా చేయరు. మీరు చేసేవి విదేశీ కొలువులు. మీరు ఈ స్టీలు ఫ్యాక్టరీ గురించి ఏం ఆలోచిస్తారు? అదీ తాతగారి బాధరా" అంటున్న తండ్రి మాటలకు ఆలోచనలో పడ్డాడు సందీప్.

"అమ్మా! కాసేపు నన్ను డిస్టర్బ్ చేయకండి" అంటూ తన రూంలోకెళ్ళి తలుపులు మూసుకున్నాడు. సిస్టం ముందు కూర్చుని విశాఖ స్టీల్ ఫ్యాక్టరీ చరిత్రను అంతా చదివాడు. అమృతరావు అనే విద్యార్థి చేసిన త్యాగం, భవిష్యత్తు కోల్పోయిన విద్యార్థుల ఉద్యమ తీవ్రత సందీప్‌ను కదిలించాయి. అలా ఎంతసేపు కూర్చుండి పోయాడో.

"సందీప్ ఎంత సేపురా! తలుపు తీయ్. ఏమైనా సినిమా చూస్తున్నావా? లేక నిద్రపోతున్నావా?" అని బయటనుండి తల్లి కేకలు వినిపించి ఈలోకంలోకి వచ్చాడు.

తాతగారికి అన్నం తినిపించాలని తల్లి బలవంతం చేస్తోంది. "మామయ్యగారూ! లేవండి ఉదయం నుండి ఏమీ తినలేదు. ఇంట్లో పెద్దలు మీరు ఏమీ తినకుండా ఇలా పడుకునుంటే మాకెలా ఉంటుంది. లేవండి. మీరు ఒక్కరే ఇలా ఉపవాసాలు చేసి బాధపడుతూంటే ప్రభుత్వానికెలా తెలుస్తుంది?

మీ అబ్బాయి కూడా మీకోవలోనే ఆలోచిస్తూ ఉదయం నుండి మీతో పని చేసిన మీ స్నేహితులనందరినీ ఫోనులో పలకరిస్తూ. సాయంత్రానికి ఓ నోట్ వ్రాసి అందరి ఇళ్ళకు వెళ్ళి సంతకాలను తీసుకుని రాష్ట్ర, కేంద్ర ప్రభుత్వాలకు పంపుతారట" అంది.

ఆమె మాటలను వింటున్న కాంతారావుగారు గభాలున లేచి, "మంచి మాటను చెప్పావు అమ్మాయ్! ఎంతైనా వాడు నా వారసుడు. నా అభిప్రాయాలు, బాధలు వాడికి బాగా అర్ధమౌతాయి. నా మనవడేడీ? నేనన్న మాటలకు చిన్న బుచ్చుకుని ఏస్నేహితుడింటికి వెళ్ళి బాధపడుతున్నాడో. ఫోను చేసి వాడిని కూడా భోజనానికి పిలువమ్మా. ఇద్దరికి కలిపి అన్నం వడ్డిద్దువుగాని" అన్నారు.

రూంలో కూర్చుని తాతగారి మాటలను మననం చేసుకుంటున్న సందీప్, "వారి ఆలోచనలను నా సాంకేతికాయుధాలతో ప్రభుత్వానికి పంపిస్తాను. మా స్నేహితులనందరినీ సాయంత్రం ఇంటికి పిలిచి తాతగారి సలహాలతో దిశానిర్దేశం చేసుకుని ముందుకెడతాను" అనుకుంటూ "అమ్మా! అన్నంపెట్టమ్మా" అని తలుపు తీసి భోజనాల దగ్గరకు వచ్చాడు.

"ఓరే కన్నా! ఇంట్లోనే ఉండి మాట్లాడవేమిటిరా? ఇలారా" అంటూ సందీప్‌ను మురిపెంగా తన పక్కన కూర్చోపెట్టుకుని భోజనం ముగించారు కాంతారావుగారు.

ఆ సాయంత్రం కాంతారావుగారిల్లు "విశాఖ ఉక్కు ఆంధ్రుల హక్కు" అనే మరో ఉద్యమాన్ని ఎలా ప్రారంభించాలనే తలపు కలిగిన వ్యక్తులకు వేదికగా మారింది.

తాతగారి ఆరాటం, ఆవేదన ఈ తరం వారైన సందీప్‌ను, అతని స్నేహితులను కదిలించి, ప్రభుత్వాలకు లక్షల సంఖ్యలో సందేశాలను పంపి కదలిక తేవటానికి నాంది అయ్యింది. ఆంధ్ర రాష్ట్రమంతటా వ్యాపించిన ఉద్యమానికి మద్దతుగా రాష్ట్ర ప్రభుత్వం వారు కేంద్రానితో పోరుసలపటానికి కార్యోన్ముఖులయ్యారు.

"ప్రేరణ, ప్రోద్బలం ఉంటే నేటి యువత సరైన మార్గంలో దూసుకుపోతుంది" అని నిరూపించారు సందీప్ మిత్రబృందం.

★★★★★

"రాములోరి కుర్చీ"

(అర్చన ఫైన్ఆర్ట్స్ అకాడెమీ (హ్యూస్టన్) మరియు శ్రీ శారద సత్యనారాయణ మెమోరియల్ ఛారిటబుల్ సొసైటి వారి సంయుక్త ఆధ్వర్యంలో "పడతీ! ఎవరు నీవు?" అనే అంశం ఆధారంగా నిర్వహించిన "కథామాలిక - 2021" సంకలనంలో ప్రథమ బహుమతి పొందిన కథ)

తొలికిరణాల వెచ్చదనాన్నందించటానికి సూర్యుడు బయలుదేరగా, కొక్కొరోకో... అంటూ కోళ్ళు మనుషులకు మేలుకొలుపులు పాడుతున్నాయి. మమ్మల్ని కూడా గమనించమంటూ పోటీగా పక్షులు చేసే "సంగీతకదంబం" మనసును ఆనందపెడుతోంది.

అప్పటికే స్నానాదులను ముగించిన దేవమ్మ ఇంటిపనులను వేగంగా ముగించి భర్తను పనికి సాగనంపి, తాను కూడా తయారై ఇంటికి తాళంవేసి, చేతిలో అన్నం బాక్సను పట్టుకుని పంచాయతీ ఆఫీసు దిక్కుగా బయలుదేరింది.

ఊరిమధ్యలోని చెరువు గట్టంట నడుస్తూ స్వేచ్ఛగా నీళ్ళలో అటుఇటు కదలాడుతున్న చేపపిల్లలను పరకాయించి చూస్తూ, ఓసారి దృష్టిని మరల్చి ఆవలి గట్టునున్న రాములోరి కోవెల గోపురానికి "ఈ ఊరిని చల్లగా చూడయ్యా" అంటూ దండం పెట్టింది.

ఈమధ్యనే పంచాయితీగా మారిన ఆ వూరిలో దళిత కుటుంబాలు ఎక్కువగా ఉన్నాయి. ఆదళితులలో చదువుకున్న వాళ్ళు చాలా తక్కువ. కొద్దోగొప్పో చదివిన మగపిల్లలు పనులకోసం వలసబాట పట్టారు. ఆడపిల్లలకు చదువులంతంత మాత్రమే.

దేవమ్మకు దగ్గరదగ్గరగా పద్దెనిమిదేళ్ళుంటాయి. అయిదువరకు కూడా చదవని మేనత్త కొడుకుతో లగ్గం చేయాలని, ఇంకా చదివిస్తే మేనల్లుడు ఎక్కడ లగ్గానికి పేచీపెడతాడోనని, పక్కవూరి హైస్కూలుదాకా చదివిన తన కూతురిని 'సదివింది సాల్లే' అంటూ చదువు మానిపించాడు దేవమ్మ తండ్రి. తెలిసినవారిద్వారా ఆ వూరి పంచాయితీ ఆఫీసులో స్వీపర్గా చేరింది.

అక్కడకు వచ్చిన వారిద్వారా తమలాంటి పేదలకోసమే ఆ ఆఫీసును పెట్టారని గ్రహించింది. ఊరి సర్పంచ్గా నియమితుడైన పెద్దాయన, పెద్దకుర్చీలో దర్జాగా కూర్చునేవారు.

వచ్చిన ప్రజలంతా ఆయనకు వంగివంగి దండాలు పెట్టటం, దానికి సమాధానంగా "మీసేవకోసమేనయ్యా నేనీ కుర్చీలో కూర్చునేది" అని ఆయన చెప్పటం వింటున్న దేవమ్మకు, "ఆ కుర్చీ అంటే రాములోరి గుడిలో గద్దెపై అభయహస్తం చూపిస్తూ చిరునగవుతో ఉన్న రాములోరు" గుర్తుకొచ్చేవాడు".

"ఆ రాములోరు ప్రపంచంలోని జనాలనందరిని రక్షిస్తూంటే, ఈ సర్పంచ్‌గారు తన ఊరిప్రజలను కాపాడుతున్నారన్నమాట" అనుకునేది దేవమ్మ. అందుకే ప్రతిరోజు గుడికెళ్ళినంత పవిత్రంగాను, ఆనందంగాను ఆఫీసులో పనిచేసేది.

సర్పంచ్‌గారంటే తన ఊరి దేముడేనని, ప్రజలకోసం అహోరాత్రులు కష్టపడి పనిచేసే మనిషనే సద్భావనతో ఉండేది. ఆయన కూర్చునే కుర్చీని తళతళలాడేటట్లుగా తుడిచేది. ఆ టేబుల్‌ను అద్దంలా శుభ్రంగా చేసేది. ఖాళీ సమయంలో ఆఫీసు ముందు రకరకాల మొక్కలను పెట్టి నీరుపోసి, అందమైన పూలతోటను తయారుచేసింది.

ఎవరూలేని సమయంలో, ఒక్కసారంటే ఒక్కసారి ఆ పవిత్రమైన కుర్చీలో కూర్చోవాలన్న కోరిక రోజురోజుకు పెరుగుతుండేది. అంతలోనే "ఛ! తప్పు కదా! తమలాంటోళ్ళు సేవచేసే హనుమంతునిలా ఉండాలి, ఆ కుర్చీలో మారాజులే కూర్చోవాలి" అని చెంపలేసుకునేది.

ఉద్యోగంలో జేరిన సంవత్సరానికే బావతో పెళ్ళి జరిగింది. పెళ్ళయిన తరువాత పెనిమిటితో చదువుపై తనకున్న ఆసక్తిని చెప్పి, పదోతరగతిని ఆఊరి అంగన్‌వాడీ టీచర్‌ద్వారా ప్రయివేట్‌గా కట్టి పాసయ్యింది.

దేవమ్మ భర్త నారయ్య కూలిపనులకు వెళ్తూంటాడు. అతని తోటివాళ్ళు "ఏరా! నీ పెళ్ళాం ఆఫీసులో నౌకరి వెలగబెడ్తూంటే, నీవేమో ఇలా కూలినాలి చేసి బతుకుతున్నావు" అని ఏడిపించేవారు.

దానికి అతడు "నా దేవమ్మ మా కుటుంబంలో తప్పపుట్టిందిరా! మారాణి అయ్యేంత తెలివి, ఓర్పు ఉన్నాయిరా దానికి" అని భార్యను పొగుడుతుండేవాడు. "పిల్లాజెల్లా వచ్చేదాకా ఖాళీగా ఏంచేస్తుందిరా? సక్కంగా మంచి పనులు చేసి పేరు తెచ్చుకుంటోంది".

మొన్న ఏం విచిత్రం జరిగిందో ఆఫీసు జవాను నాకు సెప్పిందు అంటూ "వారంవారం తమక్కావలసిన పనులకోసం అర్జీలు పెట్టుకోటానికి సర్పంచ్‌గారి కాడకెడతారుట పెజలు. అలా వచ్చినోళ్ళలో సదువురానివాళ్ళకు అర్జీలు రాసిపెట్టేది నా దేవమ్మేనట. దాని సదువు ఇలా పేదోళ్ళకు ఉపయోగపడుతున్నందులకు నాకు ఎంతో గర్వంగా ఉందిరా" నవ్వుతూ అనేవాడు నారయ్య.

పై అధికారులు, పెద్దపెద్ద రాజకీయ నాయకులు, వచ్చినవారు ఆఫీసు ముందున్న తోటను చూసి "సర్పంచ్‌గారు, మీరు మన గవర్నమెంట్‌వారు చెప్పిన 'పచ్చదనం-పరిశుభ్రత' ఆచరించి చూపిస్తున్నారు. ఈవిధంగానే మీ పాలన ఉంటే రాబోయేకాలంలో మీరు సమితి ప్రెసిడెంట్ అయిపోతారు" అని పొగిడేవారు.

వారి మాటలకు మురిసిన సర్పంచ్‌గారు "దేవమ్మ వల్లనే ఇంతపేరు వస్తోంది" అని మనస్సులో అనుకొని ఓ యాభై రూపాయిలు ఆమె కష్టానికి ఇచ్చేవారు.

ఓ రోజు సర్పంచ్‌గారికి తన వృధాప్యపెన్షన్ మంజూరు కావటానికి కావలసిన అర్జీను ఇవ్వటానికి ఓ డెబ్బయ్యేళ్ళ వయసున్న ముసలాయన వచ్చి వరుసలో చివరగా నిలబడ్డాడు. ఆయన్ని చూసిన దేవమ్మ వెళ్ళి చెయ్యిపట్టుకు తీసుకొచ్చి అక్కడున్న స్టూల్‌పై కూర్చోమని చెప్పి,"మంచినీళ్ళు తాగుతావా? టీ తాగుతావా? ఏం పనిమీద వచ్చావు తాతా?" అని కుశలం అడిగింది.

ఆతాత, "నాకెవరూ లేరు తల్లి. ప్రభుత్వం వృద్ధులకు ఏదో పింఛనిస్తోందిట కదా? దానికోసం తెలిసి అర్జీ ఇద్దామని వచ్చాను" అన్నాడు.

గబగబా అర్జీను నింపి అతనితో వేలిముద్రనేయించి లోపలికి పంపింది. తాను సర్పంచ్‌గారి గది బయట నుంచుంది. లోపలి సర్పంచ్‌గారి బంట్రోతు మాటలు వినిపిస్తున్నాయి.

"సరే నీకు పింఛన్ వచ్చేలా రాసి పైకి కాగితం పంపి, వచ్చేనెలనుండి ఈ సారు నీకు పింఛన్ ఇప్పిస్తారు. ఓ సారి ఆ సార్ దిక్కుకేసి చూడమన్నాడు. సర్పంచ్‌గారు నవ్వుతూ బల్ల కింద చెయ్యి పెట్టారు. కింద ఓ సంచి, దాంట్లో డబ్బులు కనిపించాయి తాతకు. విషయం అర్థమయ్యిందతనికి.

ఇడ్లీ తిందామని దాచుకున్న ఓ పది రూపాయిల నోటును, "ఇంద తీసుకో" అంటూ బంట్రోతు చెయ్యిలో పెట్టాడు తాత. ఒక్కసారిగా విసిరికొట్టి, "ఏరా ఏమైనా ముష్టి వేస్తున్నావా? వంద రూపాయిలిచ్చి కదులు" అన్నాడు బంట్రోతు.

ఆ తాత "సారూ ఇప్పటికింతే ఉంది. ఒక వారంలో మీరడిగిన వంద రూపాయిలను బిచ్చమెత్తైనా తీసుకొచ్చి ఇస్తాను. కాగితంపై సంతకం చేసి పైకి పంపండి. మీ కాళ్ళకు మొక్కుతాను" అన్నాడు. కోపం, నిస్సహాయత వృద్ధాప్యం అతనితో ఈ మాటలు పలికించాయి.

గుమ్మం బయట నిలబడి ఇవన్ని వింటున్న దేవమ్మ "ఈ సార్ ఇంత రాక్షసుడా? ఛా! ఇంత కాలం రాముడంతటి ఉన్నతుడని భ్రమ పడ్డాను" అని కోపగించుకుని, నీరసంగా నిస్పృహతో వచ్చిన తాతను బయట అరుగుమీద కూర్చోమని చెప్పి, ధనస్సు వీడిన బాణంలాగా ఇంటికి పరిగెత్తింది.

వచ్చే పెద్ద పండుగకు చీరకొనుక్కొమ్మని భర్త ఇచ్చినది, తనకు అప్పుడప్పుడు ఆఫీసులో వచ్చిన పది, ఇరవైలు జమచేసి రెండొందల రూపాయిలను తీసుకుని తిరిగి తాత దగ్గర కొచ్చింది.

ముసలాయన అలాగే కూర్చుని వచ్చిపోయే జనాలకు "డబ్బుంటేనే లోపల దేవుడి దర్శనం" అని చెపుతున్నాడు.

"నాతో రా తాతా!" అంటూ తిరిగి లోపలకు తీసుకెళ్ళింది. సర్పంచ్‌గారితో "సార్, ఈ తాత మా దూరపు బంధువు. అతనికి ఎవరూ లేరు. ఇక్కడి పద్ధతులు తెలియక ఇందాక అలా మాట్లాడాడు. ఇదిగో మన బంట్రోతుకు వంద రూపాయిలనిస్తున్నాను. ఇతని పని చేసి పెట్టండి" అని నవ్వుతూ ఇచ్చింది.

ఆయన చిరునవ్వుతో "నీవు చాలా తెలివైన దానివి. బాగా పైకి వస్తావు సుమా!" అంటూ మెచ్చుకుని, తాతతో "నీకు వచ్చే నెలనుండి పింఛనొస్తుంది. హాయిగా ఇంటికెళ్ళి పడుకో" అన్నాడు.

తాతను బయటకు తీసుకెళ్ళి "తాతా! జాగ్రత్తగా వెళ్ళు. నేను నీవెంట రావాలంటే సాయంత్రందాకా వేచిఉండాలి. నాకు ఇక్కడ పని ఉంది కదా" అంది.

"దయగల దేవతవు నీవు! ఎవరో తెలియని నాకోసం నీవు డబ్బును సారు కిచ్చావు అదే పదివేలు. నేను నెమ్మదిగా ఇంటికెళ్తానమ్మ" అని బయలుదేరాడు. అతని చేతిలో ఓ యాభై రూపాయిలనుంచి "ఏమైనా తిను తాతా" అని సాగనంపింది. దేవమ్మ తన దినచర్యలో అలా లంచాలివ్వలేక ఇబ్బందిపడే జనాలనెందరినో గమనించింది.

దేవమ్మను బాగా కదిలించిన మరో సంఘటన జరిగింది. లంచాలకు మరిగిన సర్పంచ్‌గారు, రెవిన్యూ రికార్డులలో వేరొకరి పేరు రాయటంతో, ఓ రైతు తనకున్న అరఎకరం పొలం పోగొట్టుకున్నాడు.

ఆ రైతువచ్చి సర్పంచ్‌గారి కాళ్ళావేళ్ళా పడ్డాడు. అందరికి తన గోడు చెప్పుకున్నాడు. "అది పిల్ల పెళ్ళికని ఉంచిన పొలం, దానికి అదే ఆధారం" అని ఏడుస్తున్నాడు. ఇదితెలిసిన దేవమ్మ భర్త నారయ్య ఊళ్ళోవాళ్ళతో హర్తాళ్ చేయించాడు. అయినా సర్పంచ్ మనస్సు కరగలేదు. ఆ రైతు పురుగుల మందు తాగి ఆత్మహత్యా ప్రయత్నం చేశాడు. కొందరది గమనించి హుటాహుటిన అతనిని ఆసుపత్రికి తీసుకెళ్ళటంతో బతికి బట్ట కట్టగలిగాడు.

సర్పంచ్‌ను గద్దెదింపటానికి ఎన్నెన్నో అర్జీలు పై అధికారులకు వెళ్ళాయి. అయితే వాటిని తన ధనబలంతో ఎదుర్కొని ఆ అర్జీదారులను మరింతగా బాధపెట్టాడు సర్పంచ్. ఇంతలో పంచాయతీకి ఎన్నికలొచ్చాయి.

ఈసారి ఆఊరి సర్పంచ్ పదవిని దళిత మహిళకు కేటాయించారు. దళితుల్లో చదువుకున్న, సేవాగుణం కలిగిన దేవమ్మనే అంతా ఏకగ్రీవంగా ఎన్నుకొన్నారు.

అలా ప్రతిరోజు సర్పంచ్ కూర్చునే కుర్చీ దుమ్ము దులిపి మెరిసేలా చేసిన దేవమ్మే, పంచాయితీ కార్యాలయాన్ని పట్టిపీడించిన అవినీతి దుమ్మును శుభ్రపరిచి, ఆ ఊరి రాములవారి గుడిలా మార్చే సంకల్పంతో, పదవిలోకి వచ్చింది.

ఏకుర్చీ ఆమెను కదిలించిందో, అదే కుర్చీలో ఆమె కూర్చుందిప్పుడు. ఆ ఊరి సమస్యలన్నింటిని అర్జీల రూపంలో రాసిపెట్టిన ఆమెకు, తన ఊరికి ఏంచేయాలో బాగా తెలిసింది. ఊరి సర్పంచ్‌గా ఏవిషయంలో మొదటి సంతకం చేయాలో క్షణం సేపు ఆలోచించింది. మూడునెలల క్రిందట జరిగిన ఓ సంఘటన ఆమె మదిలో చటుక్కున మెదిలింది.

తిండిని సంపాదించుకోవటానికో, పనులకోసమో స్త్రీలు బయటకెళ్ళటం తప్పనిసరి. కానీ ఆవూరి దౌర్భాగ్యమో ఏమో, కాలకృత్యాలకు స్త్రీలు కూడా చెంబుతీసుకెళ్ళవలసిందే. ఓ చీకటిమాటున అలా బహిర్భూమికై వెళ్ళిన ఓ ఆడకూతుర్ని, మరుసటిరోజు ఉదయాన స్వేచ్ఛగా చేపలు తిరుగాడే ఊరిచెరువులో శవమై తేలటం చూసిన తన మనసు వికలమైపోయింది.

ఎన్నోసార్లు పాత సర్పంచ్‌గారికి ఈ విషయం చెప్పినా, ఎంతోమంది ఆడవారితో అర్జీలు పెట్టించినా, మొండిఘటం కావటంతో వినలేదు. సరిగదా "ఆపనికి డబ్బులు దండుగ, అయినా, తండ్రినో, అన్ననో, తమ్ముణ్ణో సాయం తీసుకెళ్ళాలిగాని, అలా ఒంటరిగా వెళితే ఎలా?" అంటూ హేళనగా నవ్వటం తలచుకుంటేనే ఇప్పటికీ తనకు గుండె రగులుతుంది.

అందుకే ప్రతి ఇంటికి మరుగుదొడ్డి అనే కేంద్రప్రభుత్వ విధానానికి అనుకూలంగా ఆ ఫైల్‌పై సంతకం చేసింది. తరువాత ఊరి అభివృద్ధిపై దృష్టి సారించింది. ప్రజలందరు సహకరిస్తే ప్రభుత్వ గ్రాంట్స్‌తో పాటు సంపాదనవున్న ప్రతివారు ప్రజాహుండీలో రోజూ కనీసం ఒకరూపాయి వెయ్యాలని అలా సమకూడిన డబ్బుతో అభివృద్ధి పనులు చేసుకోవచ్చని చెప్పి ప్రజలందరు సహకరిస్తే తాను ముందుండి శక్తివంచన లేకుండా పనిచేస్తానని గ్రామప్రజలకు వాగ్దానం చేసింది.

తన సేవానిరతితో అనతికాలంలోనే గ్రామంలో హైస్కూల్ భవన నిర్మాణం, వెలుగులీనే వీధి దీపాలు, చూడ ముచ్చటైన రహదారులు, రైతాంగానికి నీటివనరులకై చెరువుల పూడికతీత, పండిన పంటను అమ్ముకోవటానికి వీలుగా మార్కెట్ యార్డ్ ఏర్పాటు, పరుగిలిడే చక్రాలే ప్రగతికి నిదర్శనమని దగ్గరి బస్తీకు పోయిరావటానికి వీలుగా బస్సులేయించటం, రామాలయంలో నిత్య నివేదనకు పూజారిగారికి కావలసిన సౌకర్యాలను ఏర్పాటు చేయటం మొదలైన సామాజిక కార్యక్రమాలను పూర్తిచేసి గ్రామాన్ని ఉత్తమ పంచాయితీగా నిలబెట్టిన దేవమ్మ, ప్రేమ, నిజాయితి, పవిత్రత, సత్ప్రవర్తన ఉన్నవారికి విజయం తథ్యమని నిరూపించింది.

★★★★★

"శ్మశానే వసంతం...."

(తెలుగుతల్లి కెనడా - దే 2020 కథల పోటీలో బహుమతి పొందిన కథ)

కాటికాపరి అవసరంలేని గ్రామంగానీ, పట్నంగానీ, నగరంగానీ ఉండవు. ఈదేశంలో ఆధునిక శ్మశానవాటికలు వాడుకలోకి వచ్చినా కాటికాపరుల ఉనికి ఇంకా కోల్పోలేదు.

రామన్న కాటికాపరిగా పనిచేస్తున్నది నగరము, పట్నముకాని చిన్న ఊరిలో. ఆదాయం పెద్దగా ఉండదు. ముందువెనుకల అతనికెవ్వరూ లేరు. అతను చేసే పనికి పిల్లనిచ్చేవాళ్ళెవరూ లేకపోవటంతో ఇంకా పెళ్ళికాలేదు. కాబట్టి ఆ వచ్చే ఆదాయంతో బ్రతుకు రథాన్ని ఎలాగో లాగించేస్తున్నాడు.

ఆరోజు ఉగాది కావటంతో ఊరంతా సందడిగా ఉంది. బజార్లనిండా జనమే జనం. చిన్నప్పుడు మాఊళ్ళో అమ్మోరి జాతర్లాగా ఉంది. ఈరోజు రాములవారి గుడికి వెడితే అయ్యవారు ఉగాది పచ్చడి, పులిహోర ప్రసాదం పెడతారు. సాయంకాలందాకా ఉండి శాస్త్రిగారు చెప్పే పంచాంగ శ్రవణం విని ఇంటికి రావచ్చు.

"అయినా ఇంటికొస్తే మాట్లాడటానికి మరో మనిషి లేనప్పుడు ఏం రాబుద్దేస్తుంది?", స్వగతంలో అనుకుంటూ స్నానం చేసి ఉన్నవాటిల్లో మంచి బట్టలు తీసి కట్టుకుని, నొసటన విభూతి అద్దుకుని బయటకొచ్చాడు రామన్న.

ఎదురింటిలో ఉంటున్న నాగరాజు ఆటో నడుపుతుంటాడు. ఆటో శుభ్రంచేసుకుంటు రామన్నను చూసి "ఏం బావా! మాంచి హుషారుగా తయారయ్యావు! ఎక్కడికేమిటి? అయినా ఇవాళ చావు కబుర్లేమి రాలేదా?" పరాచకలాడుతూ పలకరించాడు.

"ఊరుకోరా నాగరాజు! పండుగపూట పొద్దుటే ఏంట్రా ఆ మాటలు? గుడికెళ్ళి ప్రతిమనిషి బాగుండాలని దండంపెట్టుకోవాలని బయలుదేరాను" అన్నాడు రామన్న.

"నీ బట్టలు చాలా బాగున్నాయిరా! కొత్తవెప్పుడు కొనుక్కున్నావు?" అనడిగాడు నాగరాజు.

"ఔనురా, ఇవి కొత్తవే వీటికో కథ ఉంది. ఈరోజు పండుగే కదా తీరిగ్గా ఉన్నట్టున్నావు. మరి వింటానంటే చెపుతాను" అన్నాడు రామన్న .

ఆరోజు పొద్దున్నే నేను శ్మశానంలో మొక్కలకి నీళ్ళుపెట్టి, ఆవరణనంతా ఊడ్చి శుభ్రం చేస్తుంటే, ఓ నడివయస్సు కుర్రాడి శవాన్ని వైకుంఠ రథం నుండి దింపారు. దాదాపుగా ఓ పాతిక మంది దాకా వెంట వచ్చారు.

"నా వయస్సులో సగం కూడాలేని నిన్ను, నేను సాగనంపాల్సివచ్చింది" అని ఆతండ్రి కుమిలికుమిలి ఏడుస్తున్నాడు. దగ్గరి బంధువులనుకుంట ఆ అబ్బాయి తండ్రిని ఊరుకోబెడుతున్నారు. నేను చిన్నప్పుడు చదువుకున్న హరిశ్చంద్రుడి కథలో తన చేతులతో తన కొడుకునే సాగనంపవలసి వచ్చినప్పుడు అతడు పడిన వేదన గుర్తుకొచ్చి పాపం అనిపించింది. ఆ సందర్భంలో అంతటి హరిశ్చంద్రుడు బాధపడుతూ....

అయ్యా, నాయనా, కుమారా, లోహితా అప్పుడే నీకు నూరేళ్ళు చెల్లినవా అయ్యా

"మోయలేదింకను మూఁపు కాయలుగాయ సర్వ– సర్వంసహా చక్రతలము
ప్రాయలేదింక గర్వాయత్తుల జయించి యఖిలదిక్కుల–విజయాక్షరముల
నిలుపలే దింక సత్కులకాంతను వరించి– సింహాసనమున నీ చిన్ని సుతుని
సలుపలే దింక నిర్జరకోటి మెచ్చఁగా నశ్వమేధాది– యజ్ఞాదికములఁ
గన్న తల్లిదండ్రులగు మాకు నిన్ని నీళ్ళు– విడువవలసిన పనిగూడ నడుపలేదె
యిన్ని పనులున్నవే నీకు మన్నెతేఁడ యెందుకీ–! జాడ? లేచిరా యందగాడ!"

అన్నది స్ఫురణ కొచ్చింది.

ఈ రంగస్థలముపై మనం ఆ జగన్నాటక సూత్రధారి ఆడించే బొమ్మలమేగా! ఆయన ఎలా ఆడిస్తే అలా ఆడాల్సిందే అది సుఖమైనా! దుఃఖమైనా!

ఆ బిడ్డడు ఎంత అందంగా ఉన్నాడో! "బ్రతకని బిడ్డ బారెడు" అంటారు అందుకోసమేనేమో! రెండురోజులలో వచ్చే ఉగాది పండుగకు బట్టలు కొనుక్కోవటానికి వెడుతూంటే బస్ గుద్దేసిందట. అక్కడికక్కడే చనిపోయాడుట.

అంత్యక్రియలు జరిపించి అంతా బయలుదేరారు. కపాలమోక్షం అయ్యేదాకా నేను కదలనంటూ ఆతండ్రి భీష్మించుకు కూర్చోవటంతో కొందరు ఆయన వెంట ఉండి మిగిలిన అందరు ఇళ్ళకు వెళ్ళిపోయారు. ఓ రెండుగంటలలో కపాలమోక్షం జరిగింది.

"బాబూ! రేపు సాయంత్రం వచ్చి అస్థికలను తీసుకెడతాను. కాస్త వాటిని తీసి భద్రపరచి పెట్టు" అంటూ ఆయన జేబులో ఉన్న డబ్బు తీసి నాకిచ్చి వెళ్ళారు. అంతా వెళ్ళిపోవటంతో ఆ చితి మంటల మధ్యన తిరిగి ఏకాకినయ్యాను.

"నాకేమో గతంలో ఇదే ఉగాదిరోజున అమ్మానాన్నలను దూరంచేశావు. ఇప్పుడీ ఉగాదికి అయ్యగారికి ఉన్న ఒక్కగానొక్క కొడుకునూ తీసుకెళ్ళిపోయావు. ఏమిటి నీ మాయ?"

ఆరాత్రి ఇంటికెళ్ళి స్నానమదీచేసి గుడికెళ్ళి రాములవారికి దండం పెట్టుకొందామని అనుకున్నానుగానీ వెళ్ళలేక ఇంట్లో పటానికే నమస్కరించుకుని ఆపెద్దాయనకు దుఃఖం తట్టుకునే శక్తినివ్వమని మనసారా కోరుకున్నాను.

మరునాడు చితివేదికనంతా శుభ్రపరచి ఓముంతలో అస్థికలను భద్రపరచి లోపలి గదిలో దాచాను. అక్కడున్న మిగిలిన చెత్తనంతా తుడుస్తూంటే మిలమిల మెరుస్తున్న ఓ బంగారపు ఉంగరం కనిపించింది. దానిని తీసి నా జేబులో దాచి ఆపరిసరాలను శుభ్రంచేశాను. ఓ రెండుగంటల్లో అంతా పూర్తయ్యింది.

ఇంతలో ఆపెద్దాయన మరో బంధువును వెంటబెట్టుకుని వచ్చాడు. నేను ఆయనకు నమస్కారంచేసి గదిలో భద్రపరచిన అస్థికల ముంతను అందించాను. దాన్ని పట్టుకుని, "ఒరే భాస్కరం! నా కమల్ నాకిలామిగిలాడురా! నేను వాణ్ణి ఇలా ఈపిడతలో... " అంటూ దుఃఖంతో ఒరిగిపోయారు. భాస్కరంగారు వారిని పట్టుకుని ఓదార్చసాగారు.

నేను మధ్యలో జోక్యం చేసుకుని "బాబుగారు మీకు చెప్పేటంత పెద్దవాణ్ణిగాను కానీ మీకంటే ఎక్కువ దుఃఖం అనుభవించినవాణ్ణి. నేను పదోతరగతి చదువుకుంటున్నప్పుడు నాఅమ్మనాన్నలు మీ అబ్బాయిలాగే యాక్సిడెంట్‌లో చనిపోయారు.

అప్పటివరకూ మా ఇంటికివచ్చిన మా బంధువులంతా రావటం మానేశారు. మా ఊరినుండి పనులకోసం వలస వచ్చిన వాళ్ళం కావటంతో ఇక్కడ మాకు స్నేహితులు కూడా లేరు. మీలాగే ఆ ఉగాదిరోజు ఈప్రపంచంలో నేను ఒంటరివాణ్ణయిపోయాను.

"ఎంతఏడ్చినా పోయినవాళ్ళు తిరిగిరారు, నా బ్రతుకుపోరాటం సాగించక తప్పదు" అని గ్రహించిన నేను, మేము నిత్యం కొలిచే రాములవారి గుడికెళ్ళి పూజారిగారికి నా పరిస్థితి చెప్పి వారి పాదాలపై పడ్డాను.

ఆగుడిలోనే ఉంటూ వాళ్ళు ఏపనులు చెపితే ఆయాపనులు చేయసాగాను. వాళ్ళు పెట్టే ప్రసాదాలు, పూజారిగారి అమ్మపెట్టే అన్నంతో కడుపునింపుకునేవాణ్ణి. పూజారిగారికి చేదోదువాదోడుగా ఉంటూ అన్ని పనులను స్వంతకొడుకల్లే చేసిపెట్టాను. ఇంతలో పూజారిగారి తల్లిగారు చనిపోయారు. అంత్యక్రియలు పూర్తయ్యాయి.

మీరొచ్చినట్లుగానే రెండోరోజు అస్థికలగురించి ఈశ్మశానానికొచ్చాం. అప్పట్లో "తిరుపతయ్య" అనే అతను ఈకాటికాపరి పనులు చేసేవాడు. మేము వెళ్ళినప్పుడు అతను కనబడలేదు. నేను తిరుపతయ్య ఉండే ఇల్లు కనుక్కుని పిలుచుకొద్దామని వెళ్ళినప్పుడు వాళ్ళావిడ నాతో, "ఆయన జ్వరంతో గత రెండురోజులనుండి మూసినకన్ను తెరవటంలేదని, మాపిల్లలు వాళ్ళ నాన్నను ఆపనులకు పోవద్దని గోల పెడుతున్నారు" అని చెప్పింది.

నేను శ్మశానానికి తిరిగొచ్చి పూజారిగారికి పరిస్థితి తెలియజేశాను. ఆయన "ఇప్పుడేమిచేయాలిరా?" అని బాధపడుతూంటే, "అయ్యా! ఆ అస్థికలను నేను తీస్తాను" అని చితినుండి వారుచెప్పిన అస్థికలను బయటకు తీసి వారికందించాను.

"ఏరా! భయంవేయలేదా? చాలా చిన్నవయస్సు నీది" అన్నారు.

"మీ బాధకన్నా నాభయమేమి లెక్కలోనిది కాదు. బంధం అంటే ఆనందంగా ఉన్నప్పుడే కాదు కష్టాలలో ఉన్నప్పుడు కూడా తోడునీడగా ఉండటమేకదా" అని వారికి బదులిచ్చాను.

"బాబూ! నేనింక మీతో రాను, ఎందుకంటే నాకు ఈపని నచ్చింది. ఇక తిరుపతయ్య ఎటుతిరిగి పనిలోకి రానని చెప్పాడు కదా. నేను అతని దగ్గరకెళ్ళి అన్నీ నేర్చుకుంటాను" అని పూజారిగారితో చెప్పాను.

అప్పటినుండి ఈశ్మశానాన్నే నా ఇల్లుగా మార్చుకున్నాను. నాకు తోడుగా ఇదిగో ఈకుక్క వుంటుంది.

"బాబూ నా గురించి మీకిదంతా ఎందుకుచెప్పాల్సివచ్చిందంటే మీరు ఒక్కరేకాదు. మీఇంట్లో అమ్మగారు, ఊరిలో బంధువులు, స్నేహితులు అంతా మీకు తోడుంటారు. మరి నాది ఒంటరి పోరాటం, అయినా చేస్తూనే ఉన్నాను. నాలాగే ధైర్యంగా ఉండాలి", అన్నట్లు "బాబూ ఇదిగో ఈ బంగారు ఉంగరం మన బాబుగారిదనుకుంటా! ఉదయం చితిని శుభ్రపరస్తూంటే దొరికింది. మీకిది అపురూప స్మృతిగా ఉంటుంది" అంటూ జేబులోని ఉంగరాన్ని అందించాడు.

"చెట్టంత కొడుకేపోతే నాకెందుకురా ఇది? నీకిస్తున్నాను తీసుకో" అని నాతో అన్నారు ఆయన.

"వద్దండీ నాకు బంగారం మీద ఆశలేదు అని సున్నితంగా తిరస్కరిస్తూనే, బంగారంలాంటి మనసులున్న మారాజులంటే నాకు ఇష్టం" అన్నాను వారితో.

"మావాడు ఉగాదికని కొనుక్కున్న బట్టలు నీకు సరిపోతే వేసుకో" అని నాతో చెప్పి "భాస్కరం కారులో పెట్టిన బట్టల సంచి తెచ్చి ఈకుర్రాడికియ్యి" అని పురమాయించారు.

అలా వారిచ్చిన బట్టలే ఇవి. వారు చల్లగా ఉండాలని ప్రార్థించటానికి వెడుతున్నానిప్పుడు" అని నాగరాజుతో చెప్పాడు.

రామన్న మాటలు విని "ఇంత కథ ఉందిరా నీవెనుక, ఇంతదాకా నాకెప్పుడు చెప్పలేదే? సరే వెళ్ళిరా రామన్నా! ఆ దేవుడు నీవెనుకనే ఉంటాడులే, తన భక్తుడు చేసే పనులకు అండగా నిలుస్తాడులే" అని నవ్వాడు.

గుడికెళ్ళి దేవుడికి దండంపెట్టుకుని, పూజారిగారిచ్చిన ఉగాది పచ్చడి, ప్రసాదం తీసుకుని, మంటపంలో కూర్చుని తిని, రామనామ జపం చేస్తూ సాయంత్రందాకా కాలం గడిపేశాడు. సాయంత్రం మరల గుడినంతటిని శుభ్రంచేసి పంచాంగశ్రవణం విని ఇంటికొచ్చి, "ఈ ఉగాది బానే గడిచింది" అనుకుంటూ పడుకున్నాడు.

మరునాడు ఉదయంలేస్తూనే ఎవరో వచ్చి అర్జెంటుగా శ్మశానానికి రమ్మని పిలుచుకెళ్ళారు. "పాపం ఎవరో ఆ బాధాతప్తులు" అనుకుంటూ తన కెంతో ఇష్టమైన సత్యహరిశ్చంద్ర నాటకంలోని పద్యం...

"మాయామేయజగంబెనిత్యమనిసంభావించిమోహంబునన్
నాయిల్లాలనినాకుమారుడనిప్రాణంబుండునందాకనెం
తోయల్లాడినయీశరీరమిపుడిందుగట్టెలంగాలుచో
నాయిల్లాలునురాదు పుత్రుండును దోడైరాడు తప్పింపగన్" పాడుకుంటూ బయలుదేరాడు.

కాలచక్రం అలుపెరుగక సాగిపోతూనే ఉంది. మరల చైత్రమాసం వచ్చేస్తోంది. ఓ రోజు శవదహనం పూర్తిచేసుకుని ఎక్కడివారక్కడ వెళ్ళిపోయారు. రామన్న ఓ చెట్టుగరువు మీద కూర్చుని ఆ చితిమంటలవైపే చూస్తున్నాడు. ఆలోచనలేలేని మహానిశ్శబ్ద సమాధిస్థితిలో ఉన్నాడు. ఆనిశ్శబ్దాన్ని ఛేదిస్తూ కుక్కఅరుపు వినిపించింది. ఎందుకంతగట్టిగా అరుస్తోందనుకుంటూ ఆవైపుకు వెళ్ళాడు.

శివాలయం మంటపంలో ఓ వృద్ధజంట పక్కన రెండు బట్టల బ్యాగులనుకుంట పెట్టుకుని కూర్చున్నారు. వారిదగ్గరకు వెళ్ళి నమస్కారంచేసి తనని తాను పరిచయంచేసుకుని, "ఏమిటమ్మా! ఇక్కడ కూర్చున్నారు? ఎక్కడికెళ్ళాలి? తెలిసినవారెవరైనా వస్తారా చెప్పండి?" అని అడిగాడు. కాసేపు ఇరువురు మౌనంగా ఉన్నారు.

తరువాత ఆ పెద్దామె చెప్పటం మొదలుపెట్టింది. "మేము ఎక్కడికి వెళ్ళనక్కరలేదు. ఇక్కడ ఉండటానికే ఇల్లొదలి వచ్చేశాం. పిల్లలకివ్వల్సినవి ఇదివరకే ఇచ్చేశాం. మిగిలిన ఇంటి పత్రాలు, బాంక్ పత్రాలను, నాకున్న నగలు కూడా వాళ్ళు లాక్కుంటే మా బ్రతుకులెలా గడుస్తాయోనన్న భయంతో వచ్చేశాం. బాబూ! మా పిల్లలు మాగురించి పోలీసు రిపోర్ట్ ఇచ్చి మరీ వెతుకుతారు. మేమిక్కడ ఉంటున్నట్లుగా దయచేసి ఎవరికీ చెప్పవద్దు" అన్నది.

"మా ప్రాణాలను తీసైనా ఈ ఆస్తిపత్రాలను, నగలను తీసుకునే దుర్మార్గులువాళ్ళు. ఇక్కడైతే ఎవరూ పసికట్టరని ఇక్కడే ఉందామని నిర్ణయించుకున్నాము. నీవు చూస్తే మంచివాడిలాగ కనిపిస్తున్నావు. ఈసమయంలో మాకు సహాయం చేయగలవా? అండగా ఉంటావా? మాకీ శ్మశానం దగ్గరలోనే ఇల్లు చూసిపెట్టు. మావారిని తీసుకెళ్ళి బాంకు నుండి

డబ్బు తీసుకుని, మాకవసరమైనవి కొనిపెట్టు. కొంత కాలం గడిస్తే మా కష్టాలు ఒక దారికొస్తాయేమో చూద్దాం" అని అన్నదామె.

ఒక్కసారిగా మనసు వికలమైంది రామన్నకు. పిల్లలున్నా ఒంటరి పక్షులు వీళ్ళు. కన్న బిడ్డలే పగవారైతే ఎవరైనా ఏమిచేస్తారు?. అంత డబ్బున్నా, బ్రతుకు భయం వీళ్ళకు. ప్రాణాలను అరచేతిలో పెట్టుకుని పరుగులుతీస్తున్నారు. పెద్దవయస్సులో, కష్టంలో ఉన్న ఇలాంటి వారికి తప్పక అండగా నిలబడాలి అని మనస్సులో అనుకుని వారికి చెప్పి తన ఇంటికి తీసుకెళ్ళాడు.

ఒక చిన్న పోర్షన్ వారికి అద్దెకు చూసి అన్ని వసతులను అమర్చి పెట్టాడు.

"అమ్మా ఈరోజు ఉగాది పండుగ. నాజీవితంలో ప్రతి ఉగాది ఒక్కో మార్పును తెస్తోందమ్మా!. ఒక ఉగాదినాడు నేకోల్పోయిన అమ్మానాన్నలను ఈఉగాది తిరిగి నాకిచ్చింది. ఈ పరిసరాలలో ఉన్న ప్రతివారూ నా ఆత్మబంధువులే. అయినా మీరు మా ఊరి వాళ్ళని చెప్పాను. మీకు ఏవిధమైన భయం అక్కరలేదు. రాములవారికి హనుమంతునిలా నేనిక మీబంటుగా ఉంటాను. మీకేమి కావలసి వచ్చినా చేసిపెడతాను" అని చెప్పాడు.

అనటమేకాదు ఆచరణలో వాళ్ళని సొంత అమ్మానాన్నలకన్నా ఎక్కువ ప్రేమతో చూసుకుంటున్నాడు రామన్న. ఉగాది పచ్చడిలోని ఆరురుచుల్లాగా రామన్న జీవితం సాగుతోంది. ఆ వృద్ధజంటకు సేవచేస్తూ, శ్మశానానికొచ్చే దుఃఖితులకు ఓదార్పునిస్తూ ఎన్నెన్నో చైత్రాలను ఆహ్వానిస్తూ హాయిగా కాలం గడిపేస్తున్నాడు రామన్న.

పిరికివాడు నిత్యం మరణిస్తుంటాడు. అదే ధైర్యవంతుడు బ్రతుకు సమరంలో యోధుడైపోరాడి ఆ యముడొచ్చి తీసుకెళ్ళినప్పుడు ఒకే ఒక్కసారి చిరునవ్వుతో మరణిస్తాడు.

★★★★★

"వంశీ స్వర్ణోత్సవ కథా సంకలనము" ఆవిష్కరణ సభలో శ్రీ వంశీ రామరాజుగారు, శ్రీ వోలేటి పార్వతీశం, శ్రీమతి సురభి వాణి(MLC)గారు తదితర ప్రముఖులనుండి పుస్తకాన్ని అందుకుంటున్న సందర్భంలో...

"ముళ్ళపూడి సింగిల్ పేజీ హాస్య కథల పోటీలో శ్రీమతి అనంత లక్ష్మి (ప్రఖ్యాత ప్రవచనకర్త), శ్రీమతి ముళ్ళపూడి శ్రీదేవిగారు, శ్రీ వల్లీశ్వర్‌గారు(ప్రముఖ జర్నలిస్ట్) నుండి బహుమతి నందుకుంటున్న సందర్భంలో

నా ఆధ్యాత్మిక గురువుగారు శ్రీ మల్లంపల్లి అమరేశ్వర ప్రసాద్‌గారితో

ప్రముఖ రచయిత్రి శ్రీమతి ఇంద్రగంటి జానకిబాలగారితో

మొదటి కథాసంపుటి "మధుమాలిక" ఆవిష్కరణ సభ

KASTURI VIJAYAM

 00-91 95150 54998

KASTURIVIJAYAM@GMAIL.COM

SUPPORTS

- PUBLISH YOUR BOOK AS YOUR OWN PUBLISHER.

- PAPERBACK & E-BOOK SELF-PUBLISHING

- SUPPORT PRINT ON-DEMAND.

- YOUR PRINTED BOOKS AVAILABLE AROUND THE WORLD.

- EASY TO MANAGE YOUR BOOK'S LOGISTICS AND TRACK YOUR REPORTING.